AF741860

ആമയും മുയലും കഥ
കുട്ടികളെ പഠിപ്പിക്കരുത്

Amayum Muyalum Kadha Kuttikale Padippikkaruthu
Essays

Dr. M A Siddique

CHINTHA PUBLISHERS
Thiruvananthapuram

First Edition
April 2023

Published & Typesetting
Chintha Publishers, Thiruvananthapuram

Printed at
Repro India Ltd, Mumbai

Cover Design
Vinod Mangoes

ISBN : 978-81-19131-16-7

CO - 3266 / 6460

Email: chinthapublishers@gmail.com
Website: www.chinthapublishers.com

A version is available at National Libraries
Kolkata, Mumbai, Chennai and Delhi

Distribution
DESHABHIMANI BOOKHOUSE
H O Thiruvananthapuram 695035

Branch
Head Office Kunnukuzhi • Statue Thiruvananthapuram
KSRTC Bus Terminal Thampanoor • Saphalyam Complex Thiruvananthapuram
KSRTC Bus Station Alappuzha • KSRTC Bus Station Ernakulam
Machingal Lane Thrissur • IG Road Kozhikode
Mavoor Road Kozhikode • NGO Union Building Kannur
Central Bus Terminal Complex Thavakkara Kannur

ആമയും മുയലും കഥ കുട്ടികളെ പഠിപ്പിക്കരുത്

ഡോ. എം എ സിദ്ദീഖ്

ചിന്ത പബ്ലിഷേഴ്സ്
തിരുവനന്തപുരം-695 035

ഡോ. എം എ സിദ്ദീഖ്

നെടുമങ്ങാട് ജനനം. കൊല്ലം പട്ടാഴി സ്വദേശി.
കേരള സർവ്വകലാശാലയുടെ മലയാള വിഭാഗത്തിലെ പ്രൊഫസർ.സർവ്വകലാശാലയുടെ ശ്രീനാരായണഗുരു അന്തർദ്ദേശീയപഠനകേന്ദ്രത്തിന്റെ ഡയറക്ടർ, മലയാളം ലെക്സിക്കണിന്റെ എഡിറ്റർ–ഇൻ–ചാർജ് എന്നീ ചുമതലകൾ വഹിക്കുന്നു. പുരോഗമന കലാസാഹിത്യ സംഘം സംസ്ഥാനകമ്മിറ്റി അംഗം, കേരള സാഹിത്യ അക്കാദമി നിർവ്വാഹക സമിതി അംഗവും കേരള ഭാഷാഇൻസ്റ്റിറ്റ്യൂട്ട് ഭരണസമിതി അംഗവുമാണ്. കേരളസംസ്ഥാന സർവ്വവിജ്ഞാനകോശം ഇൻസ്റ്റിറ്റ്യൂട്ടിന്റെ ഭരണസമിതി അംഗമായിരുന്നു.
പ്രഭാഷകൻ. ആനുകാലികങ്ങളിൽ വിമർശനങ്ങളും കഥകളും എഴുതുന്നു.
അതിക്രമിച്ചുകടക്കുന്ന ഉത്തരാധുനികർ ശിക്ഷിക്കപ്പെടും, നവസിദ്ധാന്തങ്ങളും സാഹിത്യനിരീക്ഷണങ്ങളും, അടയാളത്തിന്റെ അടയാളങ്ങൾ, പലകയും ചുണ്ണാമ്പും: ശ്രീനാരായണഗുരു ചരിത്രത്തിന്റെ ദീർഘദർശനം, ജലഭ്രമങ്ങളിൽ ഞാൻ, കണ്ണൻ കുമാരൻ കാൾമാർക്സിനയച്ച മണിയോർഡറുകൾ, അവൾത്തുരുമ്പ്, പ്രിയപ്പെട്ട മുത്തശ്ശിക്ക്, മുല്ലപ്പെരിയാറിൽ നിന്ന് അനുഷ, സെനോഫയിലെ പൂക്കൾ, പറുദീസക്കിളിയും കൂട്ടുകാരും, ഓമനകൾ എന്നിവ പ്രസിദ്ധീകരിച്ച കൃതികൾ. ഏഴു പുസ്തകങ്ങൾ എഡിറ്റ് ചെയ്തു.
കാരൂർ കഥാപ്രൈസ്, ഭാഷാപോഷിണി സാഹിത്യാഭിരുചി പുരസ്കാരം, ഭാഷയ്ക്കൊരു ഡോളർ പുരസ്കാരം, കേരള സർവ്വകലാശാല അക്കാഡമിക് എക്സലൻസ് അവാർഡ് 2020, ഗ്രീൻബുക്സ് നോവൽ അവാർഡ്, പൂർണ ഉറൂബ് അവാർഡ് എന്നിവ ലഭിച്ചിട്ടുണ്ട്.

ഉള്ളടക്കം

പ്രസാധകക്കുറിപ്പ്

സാഹിത്യദർശനത്തിന്റെ അദൃശ്യകണ്ണികളാൽ വിളക്കി ച്ചേർത്ത ബോധനശാസ്ത്രം, ഭാഷ, നവോത്ഥാനം, ജീവശാസ്ത്രപരമായ കാരുണ്യദർശനം, സമുദ്രസൗന്ദര്യ ശാസ്ത്രം, കലാവിജ്ഞാനീയം, പാരിസ്ഥിതിക ഭൂമിശാസ്ത്രം, പാരിസ്ഥിതിക കാവ്യശാസ്ത്രം, ഇക്കോസഫി തുടങ്ങി സാധാരണ വായനക്കാർക്ക് അറിയാവുന്നതും അറിയാത്തതുമായ നിരവധി അറിവിന്റെ മണ്ഡലങ്ങളിലേക്ക് തുറക്കുന്ന കിളിവാതിലാണ് ഡോ. എം എ സിദ്ദീഖിന്റെ *ആമയും മുയലും കഥ കുട്ടികളെ പഠിപ്പിക്കരുത്* എന്ന ഈ ലേഖനസമാഹാരം. ശീർഷക ലേഖനത്തിൽ വ്യാജപ്രതിരൂപ നിർമ്മിതിയെ മുൻനിർത്തി ആമയും മുയലും തമ്മിൽ നടന്ന ഓട്ടമത്സരം എന്ന നാടോടി കഥയെ ലേഖകൻ അപനിർമ്മിക്കുന്നു. മുയലിനെ ഉറക്കിക്കളയുകയും ആമയെ ജീവിതാവസാനം വരെ പ്രതിരൂപമാക്കി കുട്ടികളുടെ അബോധമനസ്സിൽ ഉറപ്പിക്കുകയും ചെയ്യുന്ന വിദ്യാഭ്യാസപ്രക്രിയയെ ലേഖകൻ ചോദ്യം ചെയ്യുന്നു. നമ്മുടെ ആർജ്ജിത ബോധത്തിൽ അറിവിന്റെ പുതിയ അമ്പുകൾ എയ്തുവിടുന്ന ലേഖനങ്ങളാണീ പുസ്തകത്തിൽ

ചിന്താപബ്ലിഷേഴ്സ്

ആമുഖം

പ്രകൃതിക്കുവേണ്ടി രൂപപ്പെടുത്തിയതല്ല പ്രകൃതിശാസ്ത്രം എന്നതുപോലെ പരിസ്ഥിതിക്കുവേണ്ടി രൂപപ്പെട്ടതല്ല പാരിസ്ഥിതിക സൗന്ദര്യശാസ്ത്രം. മൂന്ന് ദശകംമുമ്പ്, ആ പ്രയോഗവും അതുണർത്തിവിട്ട താപനിലയും നമുക്ക് ഏറെ പുതുമയുള്ളതായിരുന്നെങ്കിൽ, ഇന്ന് സൗന്ദര്യശാസ്ത്രമെന്ന തട്ടകത്തെത്തന്നെ പൊളിച്ച് ആകാശത്തിന്റെ പലവിതാനങ്ങളെ പരിസ്ഥിതിബോധം സ്വന്തമാക്കിക്കഴിഞ്ഞിരിക്കുന്നു. ഓരോ വ്യക്തിയും തന്റെ 'ഇക്കോസഫി'യെ തിരിച്ചറിയുന്ന അറിവിന്റെ സൂക്ഷ്മലോകത്താണ് നാമിന്നു ജീവിക്കുന്നത്. ആ സ്വാതന്ത്ര്യത്തെ അനുഭവിക്കുന്ന ഒരാളെന്ന നിലയിലാണ് ഈ കൃതിയുമായി ഞാൻ നിങ്ങളുടെ മുന്നിലെത്തുന്നത്.

കാലഗണനയനുസരിച്ച്, ഇവയിലെ ലേഖനങ്ങളിൽ ആദ്യം വന്നത് സൂസുവിനെക്കുറിച്ചുള്ള പഠനമാണ്. *ദേശാഭിമാനി* വാരികയുടെ കവർസ്റ്റോറിയായി, 2010 ലാണെന്നാണ് ഓർമ്മ. അന്നത്തെ ലോകസാഹചര്യത്തിന്റെ രാഷ്ട്രീയബോധമായിരുന്നു ആ പരസ്യങ്ങളുടെ അന്തർദ്ധാര. മനുഷ്യവംശത്തെ, അതിന്റെ ജനിതകസൗന്ദര്യത്തിന്റെ തകർച്ചയിലേക്കും അതിൽനിന്നുള്ള ആനന്ദങ്ങളിലേക്കും നയിക്കുന്ന കൺസ്യൂമെറിസമായിരുന്നു ആ കലാവസ്തുക്കളെ നിർമ്മിച്ചത്. അപമാനവീകരണം (dehumanisation) എന്ന ആലോചനയുടെ രാഷ്ട്രീയത്തിലേക്ക് അവയെ ചേർത്തുവച്ചു പഠിച്ച അക്കാലത്ത്, ഈ പുസ്തകത്തിലെ മറ്റു ലേഖനങ്ങളിലൊന്നും പറയുന്ന ഒരു സിദ്ധാന്തവുമായും ഞാൻ പരിചയപ്പെട്ടിരുന്നില്ല. ബോദ്രയാറിന്റെ തത്ത്വചിന്തയുപയോഗിച്ച് ഒസാമയുടെ സാങ്കേതികവിദ്യയെ വിശകലനം ചെയ്യാൻ കഴിഞ്ഞിരുന്ന എനിക്ക് എന്തുകൊണ്ട് ആമയും മുയലും അപകടകരമായ കഥയാവുന്നു എന്ന് വിശദീകരിക്കാൻ

കഴിയുമായിരുന്നില്ല. തിരിഞ്ഞുനോക്കുമ്പോൾ, എനിക്കാപടവുകളെ ഓരോന്നും സധൈര്യം കാണാനാവുന്നു.

*ചിന്ത*യിൽ നിന്ന് എന്റെ ഒരു പുസ്തകം ആദ്യം വന്നത് 2012 ലാണ്. *മുല്ലപ്പെരിയാറിൽ നിന്ന് അനുഷ*. ഏറെക്കാലം മുല്ലപ്പെരിയാറിന്റെ താഴ്‌വാരങ്ങളിലലഞ്ഞതിന്റെ തരംഗങ്ങൾ ആ നോവലിലുണ്ടായിരുന്നു. കട്ടപ്പനയിൽവച്ച് അത് പ്രകാശനം ചെയ്യുമ്പോൾ, നരയുടെ മഞ്ഞുകൾ ചിന്നിയ പശ്ചിമഘട്ടത്തണുപ്പ്, ആനവിലാസം വഴി ഡാമിന്റെ വിറയലിനെ എനിക്കടുത്തേക്ക് കൊണ്ടുവന്നു തന്നു. അത്തരം വിറകളെ ചരിത്രപരമായി സമീപിച്ചതിന്റെ ഏതാനും ധ്യാനങ്ങൾകൂടി ഈ പുസ്തകത്തിലും അവിടവിടെയായി കാണാം.

തണുതണുത്ത ഹിമകണങ്ങൾക്കിടയിലൂടെ ഏകാന്തതയുടെ അപാരതയിലേക്ക് കുന്നുകയറിപ്പോവുന്ന ആരെൻ നെയ്സിനെ (Arne Naess) ഞാനിപ്പോൾ തുടർച്ചയായി വായിക്കുന്നു. ഗാന്ധിയൻ ടെന്നീസ് എന്ന കണ്ടുപിടിത്തം നെയ്സിന്റേതാണ്. നെയ്സിന്റെ ഒരു കൃതി വിവർത്തനം ചെയ്യുമ്പോൾ അതിനെഴുതിയ ആമുഖത്തിൽ ഡേവിഡ് റോഥെൻബെർഗ് ചൂണ്ടിക്കാട്ടിയ ഒരു സന്ദർഭം, വായിച്ചുകഴിഞ്ഞയുടൻ ഞാനത് മകനുകൂടി വിശദീകരിച്ചുകൊടുത്തു. *Ecology, community and lifestyle: Outline of an Ecosophy* എന്നതാണാ പുസ്തകം.

താൻ, മലകയറ്റത്തിന്റെ പാരിസ്ഥിതികത പഠിച്ചെടുത്തതിനെപ്പറ്റി പറയുന്ന നെയ്സിന്റെ ഒരു ലേഖനത്തിലേതാണ് സന്ദർഭം. പതിനഞ്ചാം വയസ്സിലെ നെയ്സാണതിൽ. തനിക്കുമുന്നേ എത്രയോ സംവത്സരങ്ങൾ മലകയറിയ ഒരു ജ്ഞാനവൃദ്ധനോടൊപ്പമുള്ള മലകയറ്റത്തിന്റെ ഒരാഴ്ചവാസംകൊണ്ട് തനിക്കു ലഭിച്ച പ്രപഞ്ചത്തിന്റെ സൂത്രവാക്യത്തെപ്പറ്റി നെയ്സ് എഴുതുന്നു: "The effect of this week established my conviction of an inner relation between mountains and mountain people, a certain greatness, cleanness, a concentration upon what is essential, a self-sufficiency," തീരുന്നില്ല. നെയ്സ് വാചാലനാവുകയാണ്. അദ്ദേഹം അഗാധപരിസ്ഥിതിചിന്ത (deep-ecology) എന്ന സമാധാനത്തെ കണ്ടെത്തിയതിനെപ്പറ്റി, അതിന്റെ വെളിപാടുകളെ സ്പർശിച്ചതിനെപ്പറ്റി ഒക്കെ നാം പടിപടിയായി വായിച്ചറിയുന്നു.

തന്നെ മാറ്റിത്തീർത്ത മഹത്തായ രണ്ടു സ്വാധീനങ്ങളെപ്പറ്റി നെയ്സ് പലപ്പോഴും പറഞ്ഞിരുന്നു. അതിലൊന്ന് ഗാന്ധിയാണെങ്കിൽ, മറ്റൊന്ന് റേച്ചൽ കഴ്സനാണ്. ഉയരത്തെ അന്വേഷിക്കുന്ന നെയ്സ് – സമുദ്രങ്ങളുടെ ആഖ്യാതാവായ (deep-sea എന്ന് എന്റെ ഭാഷ) കാഴ്സനെ തേടിപ്പിടിച്ചതിൽ ഞാനിപ്പോഴും കൗതുകം കാണുന്നു. അതിൽപ്പിന്നെയാണ്, കഴ്സന്റെ ആദ്യപുസ്തകമായ *Under the Sea-wind* ഒരിക്കൽക്കൂടി വായിക്കാൻ എനിക്കു തോന്നിയതും ലൈബ്രറി ഷെൽഫിലെ മാറാലയിൽനിന്ന് ഞാനതുവീണ്ടും പറിച്ചെടുത്തു നീന്തിയതും. ഉയരവും താഴ്ചയും ഒന്നാണെന്ന് പരിസ്ഥിതിയുടെ അറിവ് നമുക്കു പറഞ്ഞുതരും. ഉയർച്ചതാഴ്ച

കൾക്കതീതമായ അറിവ് എന്നു മുരുകൻ കാട്ടാക്കട മാർക്സിസത്തെപ്പറ്റി പാടിയവരി കേട്ടപ്പോൾ ഞാനിതോർത്തു. അത്ര ഇഴപ്പൊരുത്തമുണ്ട് ഈ അറിവുകൾക്കൊക്കെത്തമ്മിൽ, അവ നമ്മെ വിമോചിപ്പിക്കാൻ വിരിഞ്ഞ പ്രകൃതിയുടെ മുട്ടകളാണ്.

പരിസ്ഥിതിദർശനം സമഗ്രവും അതേസമയം സങ്കീർണ്ണവുമാണ്. അതിലെ ഏതു സ്കൂളും അവസാനം ധാരയായിത്തീരുന്നു. ആ തിരിച്ചറിവിലേക്ക് അത്ഭുതത്തോടെ എന്നെ വളർത്തിയത് വൊഹ്ലബെന്റെ, *The Hidden Life of Trees* ആണ്. പയ്യെപ്പയ്യെ അദ്ദേഹത്തിന്റെ മിക്കകൃതികളും മറിച്ചുനോക്കാനായതിന്റെ സംതൃപ്തി എനിക്കുണ്ട്. പരിസ്ഥിതിയെ മുൻനിർത്തി ഗുരുവിനെക്കുറിച്ചെഴുതാനും ചട്ടമ്പിസ്വാമികളെക്കുറിച്ചെഴുതാനും പ്രേരണ നല്കിയ പ്രാരംഭപ്രകാശം വൊഹ്ലബെനാണ്. എലിസബത്ത് കോൾബെർട്ടിന്റെ വിഖ്യാതപുസ്തകമായ, *ആറാം കൂട്ടവംശനാശം* എന്നെ നയിച്ചു. കാഫ്കയുടെ, ഗ്രിഗർ സാംസയിൽ വംശനാശ (extinction) ത്തിന്റെ രഹസ്യ ആഖ്യാനമുണ്ടെന്നും, നൂറ്റാണ്ടുകൾ മുമ്പ് വംശനാശം വന്നുപോയ സ്റ്റെല്ലേഴ്സ് തിമിംഗല മാതൃകയിലാണ് കാഫ്ക ഗ്രാംസയെ (അബോധമായി) ആവിഷ്കരിച്ചിരിക്കുന്നതെന്നും കണ്ടെത്താനായ സന്തോഷം ഇപ്പോഴും എനിക്കു ചെറുതല്ല. (മറ്റൊരു കൃതിയിൽ ഉൾപ്പെടുത്തിയതുകൊണ്ട് ആ പഠനം ഈ സമാഹാരത്തിലില്ല)

ഈ സമാഹാരത്തിലെ ഓരോ ലേഖനവും ഓരോ മേഖലയെ പ്രതിനിധാനം ചെയ്യുന്നു എന്ന്, എളുപ്പത്തിനുവേണ്ടി പറയാം. ബോധനശാസ്ത്രം, ഭാഷ, നവോത്ഥാനം, ജീവശാസ്ത്രപരമായ കാരുണ്യദർശനം, സമുദ്രസൗന്ദര്യശാസ്ത്രം, കലാവിജ്ഞാനീയം, പാരിസ്ഥിതിക ഭൂമിശാസ്ത്രം, പാരിസ്ഥിതിക കാവ്യശാസ്ത്രം, ഇക്കോസഫി..... അങ്ങനെയങ്ങനെ. എന്നാൽ, ഇവയെ പരസ്പരം ഇണക്കിച്ചേർക്കുന്നത് സാഹിത്യദർശനത്തിന്റെ കണ്ണികളാണ്.

ഒരിക്കൽ മാത്രം വിജയിക്കുന്ന ആമ, പിന്നീടെല്ലാ ഓട്ടപ്പന്തയത്തിലും തോല്പിക്കപ്പെടാനിരിക്കുന്ന പാവം അടിമയാണെന്നു കണ്ടെത്തിയ നിമിഷത്തിന് ഞാനീ പുസ്തകം സമർപ്പിക്കുന്നു. ചൂഷണത്തിന്റെ ലോകരാഷ്ട്രീയത്തെപ്പറ്റി ആദ്യമായി എനിക്കൊരു തിരിച്ചറിവുണ്ടാക്കിത്തന്നത് എന്റെ പിതാവാണ്. അത് ഈ വായനകളിലെല്ലാമുണ്ട്.

ഈ പുസ്തകത്തെ വായിക്കാനെടുത്ത നിങ്ങളോടെനിക്ക് കടപ്പാടുണ്ട്. കാലം, നമുക്കിടയിൽ നിർമ്മിച്ചുതന്ന ഭൂമിയുടെ നൂലിലൂടെ ഇഴഞ്ഞുകയറി നമ്മൾ ആ പട്ടത്തെ സ്പർശിക്കാനിരിക്കുന്നതോർക്കുമ്പോൾ ഓരോ മേഘവും നാം തന്നെയാണെന്നു ഞാൻ മനസ്സിലാക്കുന്നു.

ഡോ. എം എ സിദ്ദീഖ്

ആമയും മുയലും കഥ കുട്ടികളെ പഠിപ്പിക്കരുത്

നിലമുഴാതെ വിത്തിടുന്ന ഫുക്കുവോക്കയുടെ കൃഷിരീതി ഒരു മികച്ച പെഡഗോജിയാണ്. 'പ്രകൃതിയെ സ്വയം പ്രതിഫലിപ്പിക്കുകയും വ്യാഖ്യാനിക്കുകയും ചെയ്യണമെന്നുള്ള ഒരേയൊരു താല്പര്യമേ മനുഷ്യർക്കു പ്രകൃതിയെ സംബന്ധിച്ചുള്ളൂ' എന്ന വിചാരമാതൃകയെ ഫുക്കുവോക്ക തിരുത്തുന്നു. ടോട്ടോച്ചാൻ നീന്തൽ പഠിച്ചപോലെയാണത്. ജോൺബറോസ് അങ്ങനെയാണ് പ്രകൃതിയെ നിരീക്ഷിച്ചത്. ബറോസിന്റെ പുസ്തകം നാം വായിച്ചിരിക്കേണ്ടതാണ്.[1] പത്തൊൻപതാം നൂറ്റാണ്ടിൽ, റാക്സ്ബറിയിൽ ജീവിച്ചിരുന്ന കാല്പനികനായിരുന്നു ബറോസ്. അദ്ദേഹം, മുയലിനെ കാണുന്നത് ആമയും മുയലും കഥയിൽ നിന്ന് ഇറങ്ങിവന്ന ശപിക്കപ്പെട്ട ഉറക്കക്കാരനായല്ല; പ്രകൃതിയുടെ ദൂതുപറയുന്ന ഒരാളായിട്ടാണ്. അല്ലെങ്കിൽ, പ്രകൃതി തന്നെയായിട്ടാണ്.

"ചില അവസരങ്ങളിൽ ഒരു മുയലോ ഒരു ചെറിയ വാർബിളോജേ പക്ഷിയോ കാടിനെ എന്റെ വീടിനടുക്കലേക്ക് ആനയിക്കുന്നു. പുഴയിൽ ഒരു ലൂൺ പക്ഷി വന്നിരിക്കുമ്പോൾ കാനഡയിലെ തടാകങ്ങൾ എന്റെ സമീപത്തു ഞാൻ കാണുന്നു. കടൽകാക്കയും പരുന്തും കടലിനെ എന്റെ അടുക്കലേക്ക് അടുപ്പിക്കുന്നു."

ഈ കാഴ്ചപ്പാടിനുള്ളിലെ സമഭാവനയാണ് വിദ്യാഭ്യാസമനഃശാസ്ത്രത്തിന്റെ ജൈവികതയെ നിർണ്ണയിക്കുന്നത്. ജീവശാസ്ത്രം പഠിച്ചതുകൊണ്ട് അതുണ്ടായിക്കൊള്ളണമെന്നില്ല. ഒന്നിൽനിന്ന് അതിന്റെ പൂർണ്ണതയെ കാണുന്ന ഏകീകൃതമായ (integrated) ഭൗമദർശനമാണിത്. ഭൂമി, ഒരൊറ്റ വ്യവസ്ഥയാണെന്നും ജീവമണ്ഡലം അതിന്റെ ഏറ്റവും ക്രിയാത്മകമായ ഘടകമാണെന്നും മനസ്സിലാക്കലാണിത്. കായികവിദ്യയുടെ പദാവലി ഉപയോഗിച്ചുപറഞ്ഞാൽ, ജീവന്റെ കല ഇവിടെ കളിക്കുകയാണ്;

കളികാണുകയല്ല.

വേഗവും ഉറക്കവും

ജീവന്റെ കല, ഒരു ജീവിയുടെയും വ്യാജമായ പ്രതിരൂപത്തെ പ്രോത്സാഹിപ്പിക്കുന്നില്ല. വ്യാജപ്രതിരൂപം ഒരു സാംസ്കാരിക തന്ത്രമാണ്. വ്ളാദിമിർ പ്രോപ്പ്, നാടോടിക്കഥകളെ വിശകലനം ചെയ്തു കണ്ടെത്തിയ മുപ്പത്തിയൊന്നു ധർമ്മങ്ങളിൽ ചിലതിലെങ്കിലും ഈ വ്യാജപ്രതിരൂപകല്പന കണ്ടെത്താൻ പ്രയാസമില്ല. ഒരു കഥയിലെ ക്രിയാമണ്ഡലത്തെ (sphere of action) നിർമ്മിക്കുന്ന പ്രതിഭയുടെ സാമൂഹികബോധമാണ്, ആ കഥയുടെ ധർമ്മത്തിന്റെയും നിയാമകശക്തി.

വിചിത്രവും സങ്കീർണ്ണവുമായ ചില മാപിനികളെ സംയോജിപ്പിച്ചാണ് ഏതു കലാരൂപവും ഉടലെടുക്കുന്നത്. ആഖ്യാനകലയിൽ അത്തരം അളവുകൾ ആഖ്യാനപരമായിരിക്കുമെന്നേയുള്ളു. അമൂർത്ത ചിത്രകലയിൽപ്പോലും, അളവുകളുടെ ഇടപെടലുകളെപ്പറ്റി വിശകലനം നടത്താൻ അക്കാദമിക്കായ ഒരു ചിത്രസ്രഷ്ടാവിനു പറ്റും.

സാരോപദേശകഥകൾ, പരമ്പരാഗതമൂല്യങ്ങളുടെ ജീവിതത്തെ സുസ്ഥിരവല്മീകത്തിനകത്തു നിലനിർത്തുന്നതിനായി രചിക്കപ്പെട്ടവയോ, അത്തരത്തിൽ പിന്നീടു പുനർനിർമ്മിക്കപ്പെട്ടവയോ ആണ്. കഥാധർമ്മത്തിന്റെ കാര്യത്തിൽ മിക്കവാറും ഒറ്റ അടരിലേക്കു മാത്രം ചുരുക്കപ്പെടുന്ന അവ, മനുഷ്യജീവിതത്തെ പ്രകൃതിശാസ്ത്രപരമായി പരിഗണിക്കുന്നവയാണോ എന്ന് വിലയിരുത്തപ്പെടേണ്ടതാണ്. ഓരോ കഥയിലും, നിയതമായ ഒരു അധികാരകേന്ദ്രം പ്രവർത്തിക്കുന്നു. ആമയും മുയലും കഥയിലുമുണ്ട്, അദൃശ്യമായ ആ അധികാരകേന്ദ്രം. ആ കേന്ദ്രമാണ് മത്സരം നടത്തുന്നതും വേഗതയുടെ പാരസ്പര്യവിരുദ്ധതയെ മത്സരകാരണമാക്കുന്നതും, മുയലിനെ ഉറക്കുന്നതും ആമയെ വിജയിപ്പിക്കുന്നതുമായ സർഗ്ഗശക്തി.

ആമയും മുയലും കഥയിലെ, പാരസ്പര്യവൈരുദ്ധ്യങ്ങളെ നിർമ്മിച്ചെടുക്കുന്നതിന് ഉപയോഗിച്ചിരിക്കുന്ന രണ്ട് മാപിനികളാണ് വേഗതയും ഉറക്കവും. ഈ കഥ കുട്ടികളെ പഠിപ്പിക്കുമ്പോൾ, ഈ മാപിനികൾ രണ്ട് സ്വതന്ത്രഭാവനാരൂപങ്ങളായല്ല പ്രവർത്തിക്കുന്നത്. അവ മുയലിനെ കുട്ടിക്കുമുന്നിൽനിന്നു മറയ്ക്കുകയും ആമയുടെ വ്യാജമായ പ്രതിരൂപത്തെ ജീവിതാവസാനംവരെ പിന്തുടരുന്നതിനു പാകമാക്കി കുട്ടികളുടെ അബോധമനസ്സിൽ ഉറപ്പിക്കുകയുംചെയ്യുന്നു. ആ രണ്ട് അളവു കോലുകളും, വ്യക്തിയെ കർമ്മശേഷിയുടെ അടിസ്ഥാനത്തിൽ പരിശോധിക്കുന്നതിനല്ല, ശരീരപ്രകൃതിയുടെ നിഷേധാത്മക അനുപാതത്തിൽ തുലനപ്പെടുത്തുന്നതിനാണ് ഉപയോഗിച്ചിരിക്കുന്നത്. മുയലിനെ, മൃതശരീരം പോലെ നിർജ്ജീവമാക്കുന്ന അത് ആമയെ വിജയിക്കുന്ന അടിമയുടെ തത്ത്വചിഹ്നം ആക്കുന്നു.

ആമയും മുയലും തമ്മിലുള്ള ജീവനകലാപരമായ പരസ്പരബന്ധം

ഈ കഥയിൽ തമസ്കരിക്കപ്പെട്ടിരിക്കുന്നു. ഒരു ഉഭയജീവിയായ കൂർമ്മത്തിന്റെ യഥാർത്ഥവേഗത കരയിലല്ല– ജലമെന്ന മാധ്യമത്തിലാണറിയാനാവുക. കരജീവിതം ആമയുടെ അധികജീവിതമാണ്. ദീർഘായുസ്സാണ് അതിന്റെ സാവധാനതയായിരിക്കുന്നത്. ഈ വേഗതക്കുറവ് കട്ടിയുള്ള പുറന്തോടായി അതിനുമേൽ ഘനീഭവിച്ചിരിക്കുന്നു. പിന്നെന്തിന് അതോടണം? ഓട്ടം ആമയുടെ വ്യാജപ്രതിച്ഛായയാണ്.

ഈ കഥയുടെ അവകാശിയെന്നു ലോകം വിചാരിക്കുന്ന ഈസോപ്പിന്റെ കാലത്തോ, യൂറോപ്പിനുവേണ്ടി അത്തരം കഥകളുൾപ്പെടെ സമാഹരിക്കപ്പെട്ട ലേ ഫൊണ്ടേയ്ന്റെ കാലത്തോ (Jean de La Fontaine) ഇത്തരം പാരസ്പര്യങ്ങളെപ്പറ്റി ആലോചിക്കേണ്ടതുണ്ടായിരുന്നില്ല. ലോകം മുഴുവൻ നിർമ്മിക്കപ്പെട്ടിരിക്കുന്നത് അറിവുമനുഷ്യനു (knowledge man) വേണ്ടിമാത്രമാണെന്ന പ്രകൃതിവിഭവധാരാളിത്തത്തിന്റെ കാലങ്ങളായിരുന്നു അത്.

ഉറങ്ങിപ്പോയതുകൊണ്ട് കുറ്റവാളിയായിത്തീർന്ന മുയലും, അസാദ്ധ്യമായിട്ടും അതിവേഗതയിൽ ഓടേണ്ടിവരികയും ചെയ്യുന്ന ആമയുമെന്ന കല്പന സ്വീകാര്യമായ ഒരു വിദ്യാഭ്യാസമാതൃകയല്ല. നേട്ടത്തെക്കുറിച്ചുള്ള അബോധമായ ഒരു അസമത ഇതിൽ, സ്പഷ്ടമായി പ്രവർത്തിക്കുന്നു. കിടമത്സരത്തിന്റെയും സാമ്പത്തികചൂഷണത്തിന്റെയും പ്രചോദനാത്മക പ്രഭാഷകർക്ക് ഈ കഥ ഏറെ ഇഷ്ടപ്പെടാൻ കാരണം യാന്ത്രികമായ ഈ അസമതയാണ്. ഈ അസമതയാണ് കഥയിലെ അധികാരകേന്ദ്രത്തെപ്പറ്റി നമുക്കു ചില വിവരങ്ങൾ തരുന്നത്. അതിന്റെ വിനിമയശക്തിയെക്കുറിച്ചു മനസ്സിലാക്കാൻ പത്തൊൻപതാം നൂറ്റാണ്ടിന്റെ മദ്ധ്യത്തിലും ഇരുപതാം നൂറ്റാണ്ടാദ്യവും ഈ കഥയ്ക്കുണ്ടായ രണ്ടു പുനരാഖ്യാനങ്ങൾ നോക്കിയാൽ മതി.

ഒരെണ്ണം നിർവ്വഹിച്ചത് വിക്ടോറിയൻ ഇല്ലസ്ട്രേറ്ററായിരുന്ന ചാൾസ് ബെന്നെറ്റാണ്. അദ്ദേഹം ആ കഥയ്ക്ക് നല്കിയ പുതിയവര, നാളിതുവരെ ആ കഥയ്ക്കുണ്ടായിരുന്ന അർത്ഥനിർമ്മാണപ്രക്രിയയെ വഴിതിരിച്ചുകളഞ്ഞു. ഒരു തൊഴിൽശാലയ്ക്കകത്ത്, ബൂർഷ്വാമുതലാളിയായ ആമയുടെ കാൽച്ചുവട്ടിൽ തലപുകയ്ക്കുന്ന മുയൽശില്പിയെ ബെന്നെറ്റ് വരച്ചു. ശില്പിയുടെ, നിലത്തുകമഴ്ത്തിവച്ച തൊപ്പിയിലും പുറത്തും ഏതാനും ചാർട്ടുചുരുളുകളും കാണാം. ചിത്രത്തിന്റെ അഗാധതലം മുയലിന്റെ ചിന്തയെ അഭിവ്യഞ്ജിപ്പിക്കുന്നു. മുതലാളിത്തത്തിന്റെ സ്പഷ്ടീകരണമാണ് ആമമുഖത്തെ ചിന്ത. വിധേയത്വവും അതിന്റെ ദുഃഖവുമാണ് മുയൽമുഖത്തെ ഭാവം.

മറ്റൊരെണ്ണം ഈ കഥയുടെ ഏറ്റവും മികച്ച ഹാസ്യവിഡംബനമായാണ് കരുതപ്പെടുന്നത്. 1915 ൽ ലോർഡ് ഡൻസനി എഴുതിയ ആ പുനരാഖ്യാനത്തിൽ കാട്ടിലെ മൃഗങ്ങൾക്കിടയിലുണ്ടാകുന്ന കടുത്ത അഭിപ്രായഭിന്നതയുടെ രൂപത്തിലാണ് 'ആർക്കാണുവേഗത' എന്ന തർക്കം മുറുകുന്നത്. നീണ്ട ചെവിയുള്ളതിനാൽ മുയൽ എന്നു ചിലർ, കട്ടിയുള്ള

പുറന്തോടുള്ളതിനാൽ, ആമയെന്നു മറ്റു ചിലർ. പടർന്നു തുടങ്ങിയ കാട്ടു തീയുടെ വിവരം മറ്റു ജീവികളെ അറിയിക്കാനുള്ള സന്ദേശകാരനാരാവണം എന്നതിൽ, മത്സരഫലത്തോടെ പിന്നീടാർക്കും സംശയമുണ്ടാവുന്നില്ല. ആമ തന്നെ!

വിജയത്തിനുവേണ്ടി ആമ നേരിട്ട കഠിനയത്നത്തെ, അതിജീവന മന്ത്രമായി ഏറ്റെടുത്ത കാലമായിരുന്നു ഇരുപതാം നൂറ്റാണ്ടിന്റെ ആദ്യദശകങ്ങൾ. ഉച്ചമുതലാളിത്തവും ഫാക്ടറിജീവിതവും യുദ്ധവും ഒരേ ആക്സിസിൽ ലോകത്തെ നിയന്ത്രിക്കുന്ന കാലമായിരുന്നു അത്. 'Hard shell Hard Living, Boys – അതാണു രാജ്യം ആഗ്രഹിക്കുന്നത്. ഓർക്കുക, സാവകാശവും സ്ഥിരോത്സാഹവുമാണ് ഓട്ടപ്പന്തയത്തിൽ വിജയിപ്പിക്കുക' എന്ന മന്ത്രം പണിശാലകളിൽ തുടർച്ചയായി മുഴങ്ങിയിരുന്നു. അദ്ധ്വാനവും ചൂഷണവും തമ്മിലുള്ള പരസ്പരബന്ധം മറച്ചുപിടിക്കാൻ, ഉപകാരപ്പെടുന്ന ഘടനാപരമായ ഒരു വൈരുദ്ധ്യം ആ കഥയിലേതുപോലെ- കഥയിൽനിന്നു നിർമ്മിച്ചെടുത്ത പ്രസ്തുത മന്ത്രത്തിനുമുണ്ടായിരുന്നു.

രണ്ടുജീവികൾ, ഇരുജീവിതങ്ങൾ

ഈ കഥ കേൾക്കുമ്പോഴോ വായിക്കുമ്പോഴോ ഉള്ള ഉദ്ദീപനം (stimulus) സൗന്ദര്യശാസ്ത്രപരമല്ല. നമുക്കതിന്റെ ജന്തുസ്വഭാവശാസ്ത്രത്തിലേക്കു പിന്നെവരാം. ഇപ്പോൾ അതിന്റെ മസ്തിഷ്കപ്രതികരണങ്ങളെക്കുറിച്ച് ആലോചിക്കാം. ഇരപിടുത്തത്തിന്റെ പ്രാചീനമാതൃകയിലൊന്ന് ആന്തരധാരയായിരിക്കുന്ന ഈ കഥ നല്കുന്ന ഉദ്ദീപനം, സ്വാഭാവികമോ (normal stimulus) അസാധാരണമോ (ultra-normal) അല്ല, ക്ലിപ്തമാക്കപ്പെട്ട ഉദ്ദീപനമാണ്.

ഈ ഉദ്ദീപനം, നേരത്തെ സൂചിപ്പിച്ച അധികാരകേന്ദ്രത്തിന്റെ ആഗ്രഹത്തിലേക്ക് കുട്ടിയുടെ ബുദ്ധിയെ നയിക്കുന്നു. മറ്റെല്ലാം വിസ്മരിച്ചും, മറ്റേതും പരിത്യജിച്ചും തന്റെ പിന്നാലെയുള്ള മുയലിനെ ഓടിത്തോല്പിക്കാൻ നിവർന്നോടുന്ന ആമയെ വരച്ച ഴാൻ ഗ്രാൻഡ് വില്ലിന്റെ ചിത്രത്തിലേതുപോലെ കുട്ടിയും തത്ത്വദീക്ഷ ചെയ്യുന്നു. ഓട്ടം എന്ന, തുടർച്ച നഷ്ടപ്പെടാൻ പാടില്ലാത്ത കഠിനാദ്ധ്വാനം ആമയിലൂടെ കുട്ടിയുടെ കർത്തവ്യബോധമായി ഉറപ്പിക്കപ്പെടുന്നു. തൊട്ടപ്പുറത്ത്, ഉറങ്ങുന്ന മുയൽ അലസതയുടെയും അഹങ്കാരത്തിന്റെയും വീർത്തുകെട്ടിയ പര്യായമായിത്തീരുന്നു. ഇതാണ് ആ കഥയുടെ, നാം പഠിച്ചുവച്ചിരിക്കുന്ന തൂക്കവും സൗകുമാര്യവും (poise and grace).

പ്രകൃതിയുടെ അചഞ്ചലമായ സമതാത്മകതയെ ഖണ്ഡിച്ച്, ഒട്ടും തന്നെ സർഗ്ഗാത്മകമല്ലാത്ത ഒരു മുൻവിധിയാണ് ഈ കഥ കുട്ടികളിൽ അടിച്ചേല്പിക്കുന്നത്. ഉറക്കവും ഓട്ടവും തമ്മിൽ ചരിത്രപരവും മനഃശാസ്ത്രപരവുമായ ശത്രുതയെ ഇതു നിർമ്മിച്ചു വയ്ക്കുന്നു.

മുയലിന്റെ ഉറക്കം യുക്തിപരമല്ല. അതൊരു സാന്ദർഭികമായ സമ്മർ

ദൃതന്ത്രം മാത്രമാണ്. യുക്തിപരമല്ലാത്ത ഒരു പ്രശ്നത്തിൽനിന്നു രൂപപ്പെടുന്ന സന്ദേശം (സാരോപദേശം) നിഷേധാത്മകമായി മാത്രമേ കുട്ടികളിൽ പ്രവർത്തിക്കു. ഈ കഥ കേൾക്കുന്ന കുട്ടികളിലൊരാളും പിന്നെ മുയലിന്റെ സ്ഥാനത്ത് തങ്ങളെ സങ്കല്പിക്കുകയില്ല. അവർ, വളരെ വേഗത്തിൽ ഓടേണ്ട ആമകളാണ് തങ്ങളെന്ന നിർബ്ബന്ധബുദ്ധിയിലേക്ക് സ്വയം പ്രതിഷ്ഠിക്കുന്നു.

മുയലിന്റെ ഉറക്കം, ശ്രദ്ധയെ ആവർത്തിച്ചു ക്ഷണിക്കുന്ന ഒരു ഉപായമാണിവിടെ. ചിത്ര–ശില്പകലാസൗന്ദര്യശാസ്ത്രത്തിലെ വളരെ പ്രധാനമായ ഒരു തത്ത്വമായ ദൃശ്യാവർത്തനം (visual resonance) പോലെ ആ ഉറക്കം കുട്ടിയുടെ ജീവിതകാലം മുഴുവൻ പിന്തുടരുന്നു. ഉറക്കത്തോടുള്ള സഹജസ്നേഹത്തെ ആ ദൃശ്യം തുടർച്ചയായി പരിക്ഷേല്പിക്കുന്നു.

മുയലിന്റെ ഉറക്കം, ഒരു പ്രശ്നം പിടിച്ച ഉറക്കമായതുകൊണ്ട് മുയൽ ഉറങ്ങുന്നതോടെ കുട്ടിയുടെ മനസ്സ് ആമയുടെ വിജയത്തിനുവേണ്ടി തിടുക്കം കൊള്ളുന്നു. ഈ വിജയം ബഹുവൈദഗ്ദ്ധ്യങ്ങൾ (multi-tallented) നിറഞ്ഞതല്ലെന്നത് ആരും അറിയുന്നില്ല. വിമർശനാത്മക ബോധനശാസ്ത്രം, ഈ നിലയിൽ പാഠ്യസാമഗ്രികളെ പരിശോധിക്കുന്ന ഒന്നാണ്. കഥയിലെ ആമയുടെ വിജയം ഒറ്റത്തവണത്തെ വിജയം മാത്രമാണ്. അനേകതവണ തോല്ക്കുന്നതിനുള്ള ഒരു ചെറിയ ട്രയൽ. എന്നാൽ ആ വിജയം സ്ഥിരമായ ഒന്നായി കഥയിലൂടെ കുട്ടിയിൽ ഉറപ്പിക്കപ്പെടുന്നു. വിദഗ്ദ്ധമായ ആ തട്ടിപ്പിനുവേണ്ടിയാണ് മുയൽ ഇന്നോളം ഉറങ്ങിക്കൊണ്ടിരിക്കുന്നത്. അതൊരുതരം കുംഭകർണ്ണവിധിപോലെ ശൈലീവല്കൃതമായ മരണമാണ്.

വ്യവസ്ഥാപിതമായ ലാഭേച്ഛയുടെ യുക്തി ആമയ്ക്കു നല്കുന്ന കഠിനവ്യായാമമാണ് മുയലിന്റെ ആ മരണം. കൂമന്റെ 'വിധി' പോലെയാണിത്. കൂമനെ ലോകം നിദ്രയുടെ തടവിലിട്ടിരിക്കുന്നു. വാനമ്പാടിക്കു ലഭിക്കുന്ന ഭാവഗാനങ്ങൾ, കൂമനെപ്പറ്റി ആരും എഴുതുന്നില്ല. ഉണർന്നിരിക്കേണ്ടനേരത്ത് ഉറങ്ങിപ്പോകുന്നത് കൂമന്റെ ജനിതകവിധിയാണെന്നതു മറന്ന്, രാത്രിയുടെ മരണബിംബമായി കൂമൻ ചതിക്കപ്പെട്ടിരിക്കുന്നു.

ഹരിതബോധനശാസ്ത്രം, മുയലിനെ വീണ്ടെടുക്കുന്നു. നിദ്രയിലൂടെത്തന്നെയാണത്. കൂമന്റെ സംഗീതം, രാത്രിയുടെ വൈദ്യുത സന്ദേശമാണെന്നതുപോലെ മുയലിന്റെ ഉറക്കം, കാര്യക്ഷമതയ്ക്കുവേണ്ടിയുള്ള നിദ്രാശുദ്ധിയുടേതാണ് (sleep hygien). പകൽനേരം ഇരുപതു മുതൽ മുപ്പതു മിനിറ്റുവരെ ഉറങ്ങുന്നത് ശരീരോന്മേഷത്തിനും രാത്രിനിദ്രയുടെ പരിസ്ഥിതിശുദ്ധിക്കും ഗുണകരമാണ്. അത്രയേ മുയൽ ചെയ്യുന്നുള്ളു. മുയൽ ഉറങ്ങിക്കൊള്ളട്ടെ; ഉറക്കം അതിനു നല്കുന്നത് ഒരു ന്യൂറോകെമിക്കൽ സ്നാനം ആണ്. അതല്ലാതെ, നിർജ്ജീവമായ ഒരു കായികക്ഷമതാ മത്സരത്തിനുവേണ്ടിയും, slow and steady wins the race എന്ന കടുംപിടിത്തത്തിനുവേണ്ടിയും മുയൽ അതിന്റെ ഉറക്കം നഷ്ടപ്പെടുത്തേണ്ടതില്ല.

രാമായണത്തിലെ വലിയ മുയൽ

ഇത്തരം വായനകൾ, ഉറക്കത്തിനു പെഡഗോജിയിലുള്ള സ്ഥാനത്തെ പരിശോധിക്കുന്നതിനുമാത്രമല്ല: കഥകൾ അവയിലെ ഘടകജീവികൾക്കു നല്കുന്ന സാംസ്കാരികമായ അപ്രാധാന്യതയെ വിമർശിക്കുന്നതിനും സഹായിക്കുന്നു. ഡൻസനിയുടെ പുനരാഖ്യാനത്തിൽ മുയലിന്റെ ചെവികളും ആമയുടെ കട്ടിത്തോടും എടുത്തുപറയുന്നത് അവയെ സവിശേഷവല്ക്കരിക്കാനല്ല; ആഖ്യാനാത്മകമായി വേട്ടയാടുന്നതിനാണ്. മുയൽവേട്ടയിൽ ചെവിക്കും ആമവേട്ടയിൽ പുറന്തോടിനുമുള്ള പ്രാധാന്യം പ്രസിദ്ധമാണല്ലോ!

ഇതൊക്കെയാണ് കുംഭകർണ്ണനിലേക്കു നാം എത്തിച്ചേരുന്നതിനുള്ള കാരണം. അമിതമായി ഉറങ്ങിപ്പോവുന്നതിനു പറയുന്ന ഒരു ശൈലിയാണ് കുംഭകർണ്ണസേവ. ആ പ്രയോഗത്തിലൂടെ കുംഭകർണ്ണനും ഉറക്കവും ഒറ്റയടിക്ക് അധമവും അപരിഷ്കൃതവും ആയിത്തീരുന്നു. ഉറക്കം, കുറ്റകരമായ സാമൂഹിക അനാചാരം പോലെയായിത്തീരുന്നു.

കുംഭകർണ്ണന്റെ ബൃഹദാകാരത്തെ ഉറക്കംവന്നു പൊതിഞ്ഞത് നാക്കുളുക്കിയതിനാലാണെന്ന ഒരു ഉപകഥയുണ്ട്. ഉത്തരകാണ്ഡം പത്താം സർഗ്ഗത്തിലാണത്. നിർദ്ദേവത്വമാണ് (ദേവൻമാരെ ഹനിക്കുന്നതിനുള്ള വരം) കുംഭകർണ്ണൻ പ്രാർത്ഥിച്ചത്. വികടസരസ്വതി കാരണം അത് നിദ്രാവത്വമായിപ്പോയി. ഈ കഥയിലെ ഭാഷയുടെ യുക്തി സംസ്കൃതത്തിനു മാത്രമാണു യോജിക്കുക. മറ്റൊരുഭാഷയിലും ഇങ്ങനെയൊരു നാവുപിഴവ് ഇതേ അർത്ഥം വരുന്ന പ്രയോഗങ്ങൾക്കു സൃഷ്ടിക്കാനാവുകയില്ല. അതിനർത്ഥം കുംഭകർണ്ണൻ ദൈവത്തോടു സംസാരിച്ചത് സംസ്കൃതത്തിലാണെന്നാണ്. ലങ്കാവാസിയായ കുംഭകർണ്ണന്റെ മാതൃഭാഷ, സംസ്കൃതമാണെന്നതിനുള്ള ഭാഷാശാസ്ത്രപരമായ തെളിവുകൾ സൃഷ്ടിക്കുന്നത് യുക്തിക്കും ഭാഷാചരിത്രത്തിനും നിരക്കുന്നതല്ല. കുംഭകർണ്ണന്റെ നിദ്രയ്ക്കുപിന്നിലെ ഈ കഥ, വാല്മീകിപ്രതിഭയുടേതാവാനും തരമില്ല.

കുംഭകർണ്ണന്റെ ഉറക്കം, മനുഷ്യർക്കോ അസുരർക്കോ ദേവകൾക്കോ പ്രാപിക്കാനാവാത്തതാണ്. ഒരു നിഗൂഢവനത്തെയോ അഗാധസമുദ്രത്തെയോ നീണ്ടുനീണ്ടു പോകുന്ന പർവ്വതങ്ങളെയോ ശരീരത്തിൽ ആവേശിക്കലാണത്. രാമരാവണ യുദ്ധത്തിന്റെ വൈകാരികസന്ദർഭമായതുകൊണ്ടാണ് അതിനുള്ളിൽ നടക്കുന്ന രാജ്യതന്ത്രപരമായ സാമ്പത്തികതത്ത്വത്തെപ്പറ്റി നാം ആലോചിക്കാതെ പോവുന്നത്.

പതിനായിരം രാക്ഷസന്മാർ മൃദംഗങ്ങളും മദ്ദളങ്ങളും പെരുമ്പറകളും ശംഖുകളും ഘടവാദ്യങ്ങളും ഒരേസമയം മുഴക്കിയിട്ടും കുംഭകർണ്ണനുണർന്നില്ല. അതിലും വലുതായ യത്നങ്ങൾ പിന്നീടുണ്ടായി. ചിലർ തലരോമങ്ങളെ പിടിച്ചു വലിച്ചു. ചിലർ ചെവികൾ കടിച്ചു. ചിലർ, എത്രയോ ചെപ്പുകുടങ്ങളിൽ വെള്ളംനിറച്ച് രണ്ടു ചെവിയിലും പകർന്നു. ആയിരം ആനകളെ ശരീരത്തിലൂടെ ഓടിച്ചു. ആരോ തലോടുകയാണെന്നാണ് കുംഭകർണ്ണനു തോന്നിയത്. ഉറക്കത്തിനു നല്കാവുന്ന, നാളിതുവരെ

യുള്ള ഏറ്റവും ബലവത്തായ വിവരണമാണിത്.

ഉറക്കത്തിന്റെ മഹാഭീകരമായ ഈ സാമുദ്രികലക്ഷണം ഏതു കാലത്തോടും ഏതു ലോകത്തോടും സംവദിക്കുന്നതിനു പര്യാപ്തമായ സമ്പന്നതയാണ്. ദേവാദികൾക്കു നല്കുന്ന ഫാന്റസിയുടെ പരിചരണമല്ല, എണ്ണം കൂട്ടിപ്പറയുന്ന റിയലിസ്റ്റ് ആഖ്യാനമാണ് ഇവിടെ ഉപയോഗിച്ചിരിക്കുന്നത്. കുംഭകർണ്ണനും കുംഭകർണ്ണന്റെ ഉറക്കവും ഭൂമിയിൽ നടക്കുന്നതാണ്. പത്തുതലയുള്ള ജ്യേഷ്ഠന്റെ, ശപിക്കപ്പെട്ട അനുജനാണ് കുംഭകർണ്ണൻ. ആരോപിക്കപ്പെട്ട ശാപമാണത്. നിദ്രയും മഹാകുംഭരൂപവും കുംഭകർണ്ണശരീരത്തിനുമേൽ ആരോപിക്കപ്പെട്ടതാണ്. അതയാളുടെ ബലഹീനതയല്ല.

ജനനാൽത്തന്നെ പൗരുഷമാർന്നവനും അതിബലവാനുമായിരുന്നു കുംഭകർണ്ണൻ. ജനിച്ചയുടൻ വിശന്നുവലഞ്ഞ കുംഭകർണ്ണൻ, ആയിരക്കണക്കിനു പ്രാണികളെയും ഇന്ദ്രപ്രജകളെയും വിഴുങ്ങി. പോരിനുചെന്ന ഇന്ദ്രനെ, ഐരാവതക്കൊമ്പു പറിച്ചെടുത്ത് പ്രഹരിച്ചു. കുംഭകർണ്ണനാൽ ഇങ്ങനെ പീഡിപ്പിക്കപ്പെട്ട ദാനവരെ രക്ഷിക്കാൻ ബ്രഹ്മാവ് എത്തിച്ചേർന്നു. പ്രജാപതിയായ ബ്രഹ്മാവുതന്നെയും കുംഭകർണ്ണനെക്കണ്ട് ഞെട്ടിപ്പോയി. തന്റെ പുത്രനായ പുലസ്ത്യന്റെ മകനായ വിശ്രവസ്സിനാൽ ഉല്പാദിപ്പിക്കപ്പെട്ട അവനെ അദ്ദേഹം ശപിച്ചു. 'ത്വമദ്യപ്രഭൃതി മൃതകല്പഃ ശയിഷ്യതേ' എന്ന് (നീ ഇന്നുതൊട്ട് മൃതതുല്യനായി ഉറങ്ങിക്കിടന്നാലും – യു.കാ. അറുപത്തൊന്നാം സർഗ്ഗം, ശ്ലോ.27). അതികഠിനമായിപ്പോയ ആ ശാപത്തെ, രാവണാപേക്ഷ സ്വീകരിച്ച് ലഘുവാക്കുന്നുണ്ട് ബ്രഹ്മാവ്. ശയിതാ ഹ്യേഷ ഷണ്മാസാനേകാഹം ജാഗരിഷ്യതി. "ഇവൻ ആറുമാസക്കാലം ഉറങ്ങും, ഒരു ദിവസം ഉണർന്നിരിക്കും" എന്ന്.

നിദ്ര, ശാപമായിത്തീർന്ന കുംഭകർണ്ണൻ രാമരാവണയുദ്ധത്തിന്റെ നിർണ്ണായകമായ നിർദ്ധാരണശക്തികളിലൊന്നാണ്. ഈ യുദ്ധത്തെ, അതിന്റെ ചരിത്രസന്ദർഭത്തിനകത്തുവച്ച് അവലോകനം ചെയ്യുന്നതിനുള്ള ധൈഷണികമായ വൈശദ്യമുള്ള കുംഭകർണ്ണൻ പില്ക്കാലത്തെങ്ങും ആ നിലയിൽ ആദരിക്കപ്പെടുകയോ വായിക്കപ്പെടുകയോ ചെയ്തിട്ടില്ല.

കുംഭകർണ്ണനുമേൽ നിദ്രയുടെയും സ്വഭാവജീർണ്ണതയുടെയും സമ്പൂർണ്ണമായ മുഖംമൂടി അണിയിച്ചതിൽ വ്യാഖ്യാനശാസ്ത്രങ്ങളുടെ പങ്കു വലുതാണ്. സത്യധർമ്മതീർത്ഥീയത്തിലും തിലകവ്യാഖ്യാനത്തിലും ഗോവിന്ദരാജീയത്തിലുമെല്ലാം, അദ്ദേഹത്തിന്റെ ഉറക്കിന്റെ നീണ്ട കാലയളവുകളെക്കുറിച്ചുള്ള തർക്കങ്ങൾ കാണാം. യുദ്ധകാണ്ഡം അറുപതു മുതൽ അറുപത്തിമൂന്നാം സർഗ്ഗം വരെ ശ്രദ്ധിച്ചുവായിച്ചാൽ, വാല്മീകി ഈ തർക്കത്തിന്റെ പക്ഷക്കാരനല്ലെന്നു നമുക്കു ബോദ്ധ്യമാവും.

രാമൻ കുംഭകർണ്ണനെകാണുന്നത്, മിന്നലോടു കൂടിയ മേഘത്തെപ്പോലെയുള്ളവനായാണ് (സവിദ്യുത് തോയദഃ). വാല്മീകിയുടെ ഭാഷയിൽ അവന് മലപോലെ സ്വരൂപവും, ആദിയിൽ ആകാശത്തെ അളന്ന സർവ്വശക്തനായ ശ്രീനാരായണമൂർത്തിയുടെ ആകാരവുമാണ് (പർവ്വതാ

കാര ദർശനം, പുരാ, ആകാശം, ക്രമമാണം, പ്രഭും, നാരായണം ഇവ). ഇവയൊക്കെ കാവ്യാത്മകവും ആലങ്കാരികവുമായ സംബോധനയാണെന്നു വാദിക്കാമെങ്കിൽപ്പോലും, ഇതിലുമേറിയ മാനസികപരിജ്ഞാനത്തോടെയാണ് രാവണനൊത്തുള്ള സംവാദത്തിൽ കുംഭകർണ്ണൻ പങ്കെടുക്കുന്നത്. യുദ്ധകാണ്ഡത്തിലെ അറുപത്തിമൂന്നാം സർഗ്ഗം ആ നിലയിൽ, *രാമായണ*ത്തിന്റെ ചാതുർവർണ്ണ്യവായനയെ അപനിർമ്മിക്കത്തക്ക ശക്തിയുള്ളതാണ്. രാവണന്റെ ചെയ്തികളുടെ അനുചിതത്വത്തെ, ധർമ്മശാസ്ത്രത്തിന്റെ വെളിച്ചത്തിൽ വിലയിരുത്തുന്ന കുംഭകർണ്ണൻ അധികാരത്തിനായി കൂറുമാറിയോ പാളയത്തിൽത്തന്നെ പടകൂട്ടിയോ അല്ല അതു പ്രകടിപ്പിക്കുന്നത്.

കുംഭകർണ്ണന്റെ നീതിബോധത്തിനു പിന്നിൽ പ്രവർത്തിക്കുന്ന സാംസ്കാരികശക്തി സാമ്പത്തികശാസ്ത്രമാണ്. *രാമായണ*കാലഘട്ടത്തിലെ ഏറ്റവും വലിയ സാമ്പത്തികവിദഗ്ദ്ധനായിരുന്നു മഹാനിദ്രയുടെ ശാപഭാരം ചുമക്കേണ്ടിവന്ന കുംഭകർണ്ണൻ. രാവണനെയും രാജ്യത്തെയും യുദ്ധനാശത്തിന്റെ മുഖത്തെത്തിച്ചതിൽ അർത്ഥശാസ്ത്രത്തെക്കുറിച്ച് അറിവില്ലാത്തവരും (അർത്ഥശാസ്ത്രാനഭിജ്ഞാനാം), സുഹൃത്തുക്കളെപ്പോലെ വർത്തിച്ചുകൊണ്ട് ശത്രുക്കളായി അരികിൽ വർത്തിക്കുന്നവരുമായ (മിത്രസംകാശാൻ അമിത്രാൻ ഉപസംഹിതാൻ) മന്ത്രിമാർക്ക് പങ്കുണ്ടെന്ന വിമർശനം കുംഭകർണ്ണൻ ഉയർത്തുന്നു. ഇത്, *രാമായണ*ത്തിലെ ഉന്നതമായ ഒരു രാഷ്ട്രമീമാംസാ സന്ദർഭവുമാണ്. ഈ വിമർശനം, ഉള്ളിൽതറച്ചതുകൊണ്ടാണ്, മന്ത്രിയായ മഹോദരൻ തുടർന്ന് കുംഭകർണ്ണനെതിരെ മുനവച്ചു വർത്തമാനം പറയുന്നത്.

അപ്പോഴും നിലപാടിന്റെ ധൈര്യം കുംഭകർണ്ണനു തന്നെ. തന്നെ, മന്ദനെന്നും വീമ്പുപറയുന്നവനെന്നും അഹംഭാവം മുഴുത്തവനെന്നും ആക്ഷേപിച്ച മഹോദരനെയടക്കം, സർവ്വജ്ഞനായി നിന്ന് അഭിസംബോധന ചെയ്തുകൊണ്ട്, കുംഭകർണ്ണൻ പറയുന്ന മറുപടി വാക്യങ്ങൾക്ക് ചിരഞ്ജീവിയായ പ്രസക്തിയുണ്ട്.

രാജശേഷാ കൃതാ ലങ്കാക്ഷീണഃ
കോശോ ബലം ഹതം
രാജാനമിമമാസാദ്യ സുഹൃച്ചിഹ്നമിത്രകം (65:7)

(സുഹൃത്തുക്കളെന്നു നടിക്കുന്ന ഈ ശത്രുവർഗ്ഗം ഈ രാജാവിനെ പ്രാപിച്ചതിനാൽ ലങ്കാരാജ്യം അരചൻമാത്രം ശേഷിച്ചതായി ചെയ്യപ്പെട്ടു. ഭണ്ഡാരവും ഒഴിഞ്ഞു. സൈന്യവും നശിച്ചു.)

രാജ്യത്തിന്റെ ദൈനംദിന നിലനില്പിനെക്കുറിച്ചുള്ള ഈ സ്ഥിരബുദ്ധി വിദഗ്ദ്ധനായ ഒരു ഇക്കണോമിസ്റ്റിന്റേതാണ്. *Blue: Tales of Reddumone, the Two-faced* എന്ന എം ആർ ശരണിന്റെ നോവൽ ആരംഭിക്കുന്നത് ലങ്കാരാജ്യത്തിന്റെ സാമ്പത്തിക മന്ത്രിയായിരുന്ന കുംഭകർണ്ണനെക്കുറിച്ചു വിവരിച്ചുകൊണ്ടാണ്. "പുറത്തു വളരെക്കുറച്ചു പേർക്കുമാത്രമേ വിദഗ്ദ്ധനായ ഒരു രാജ്യതന്ത്രജ്ഞനെന്ന് അറിയുമായിരുന്നുള്ളു.

ലങ്കയുടെ വിപണിസമ്പദ്ഘടനയെ നയിച്ചിരുന്നത് കുംഭകർണ്ണനാണ്. വാല്മീകിയുടെ ഭാഷ ഉപയോഗിച്ചു പറഞ്ഞാൽ, കൊടിക്കൂറകൾ മാലകളായി കെട്ടിത്തൂക്കി അഴകാർന്നതും ഉദ്യാനങ്ങളാലും ഉപവനങ്ങളായും ശോഭിക്കപ്പെട്ടതും ഭംഗിയുള്ള കോട്ടവാതിലുകളാൽ ദുഷ്പ്രാപ്യമാർന്നതും ഉയർന്ന കമാനങ്ങളാർന്നതും ദേവൻമാരാലുംകൂടി വെല്ലുവാൻ കഴിയാത്തതുമായ ലങ്കയെ, ആ മട്ടിൽ സംഘാടനം ചെയ്തത് കുംഭകർണ്ണന്റെ പ്രതിഭയാണ്. അന്നത്തെ നിലയിൽ ഏറ്റവും വികസിച്ച രാജ്യമായിരുന്നു ലങ്ക. ആ കുംഭകർണ്ണനെയാണ്, പില്ക്കാല കഥാപാരമ്പര്യം മ്ലേച്ഛനും ദുർരൂപമാർന്നവനും അലസനും ഉറക്കംകൊണ്ട് ബോധം നശിച്ചവനും ഒക്കെയാക്കി മാറ്റിയത്.

'ക്ലാസും' ക്ലാസിക്കലും

നിഷ്കാസനങ്ങളുടെ രാഷ്ട്രീയം, ബോധനശാസ്ത്രത്തിനകത്തേക്കു പ്രവേശിക്കുന്നത് ഇത്തരം വിരോധാഭാസജന്യമായ സങ്കല്പങ്ങളിലൂടെയാണ്. പ്രകൃതിയുടെ തത്ത്വചിന്തയെ നിരസിക്കുന്ന അത്, സങ്കീർണ്ണമായ ഉത്തരമില്ലായ്മകൾ സൃഷ്ടിക്കുന്നു. ഉത്തരമില്ലായ്മയിൽ ചോദ്യങ്ങളുണ്ടാവുകയില്ല. ചോദ്യങ്ങളാണ് അറിവിനെ നിവർന്നുനില്ക്കാൻ സഹായിക്കുന്ന നട്ടെല്ല്.

ആമയും മുയലും കഥ സീനോയുടെ പാരഡോക്സുപോലെ, വളർച്ചയെത്താത്ത ഒരു ഗണിതശാസ്ത്രകുതന്ത്രമാണ്. സീനോ, മുയലിന്റെ സ്ഥാനത്ത് അക്കില്ലസ്സിനെയാണ് സങ്കല്പിച്ചത്. യവനരും പേർഷ്യരും തമ്മിലുള്ള യുദ്ധത്തിൽ വിജയിച്ച യവനരെ തളർത്തിയ ഒരു പാരഡോക്സായിരുന്നു അത്. യവനതത്ത്വചിന്ത അതിനു മുന്നിൽ ഉത്തരമില്ലാതെ മുട്ടുവിറച്ചു നിന്നു.

സീനോയുടെ പാരഡോക്സ് ഇങ്ങനെയാണ്: അക്കില്ലസ്സിന്റെ പാതി വേഗതയാണ് ആമയ്ക്ക്. അതുകൊണ്ട്, അക്കില്ലസ്സിനും ഒരു മുഹൂർത്തം മുന്നിൽ ആമ ഓട്ടം ആരംഭിക്കുന്നു. (കടപ്പാട്, Charles Seife - ക്ക്). സീനോയുടെ വാദഗതി, ഈ ഓട്ടമത്സരത്തിൽ അക്കില്ലസ് ഒരിക്കലും വിജയിക്കില്ലെന്നായിരുന്നു. അതിനദ്ദേഹം നിരത്തിയ ന്യായം അന്നത്തെ ഗണിതമനുസരിച്ച് ശരിയായിത്തോന്നുമായിരുന്നു.

സീനോ പറഞ്ഞു: അക്കില്ലസ് ആരംഭത്തിൽനിന്ന് 1 ലെത്തുമ്പോൾ ആമ $1+\frac{1}{2}$ ലെത്തും. അക്കില്ലസ് അവിടെയെത്തുമ്പോഴേക്കും ആമ $1+\frac{1}{2}+\frac{1}{4}$ ലെത്തും. അക്കില്ലസ് അവിടെയെത്തുമ്പോഴേക്കും ആമ $1+\frac{1}{2}+\frac{1}{4}+\frac{1}{8}$ ലെത്തും. ആ പ്രക്രിയ തുടർന്നുകൊണ്ടേയിരിക്കുകയും, ഒരിക്കലും അക്കില്ലസ്സിന് ആമയെ പരാജയപ്പെടുത്താൻ കഴിയാതെ വരികയും ചെയ്യും. ഉണ്മയുടെ ലോകത്ത്, അക്കില്ലസ് ഒന്നോരണ്ടോ ചുവടുകൾകൊണ്ട് ആമയെ പരാജയപ്പെടുത്തുമെന്ന് അറിയാമായിരുന്നിട്ടും സീനോയുടെ കുരുക്ക് നിർമ്മിച്ചുകൊടുത്ത അനന്തമായ പാതിദൂരങ്ങൾ ($1, \frac{1}{2}, \frac{1}{4}, \frac{1}{8}, \frac{1}{16}, \frac{1}{32}, \frac{1}{64}....$) എന്ന കണക്കില്ലായ്മയിൽ യവനതത്ത്വചിന്ത പരാജയം

സമ്മതിച്ചു.

എന്നാൽ, ഇന്ന് ഗണിതശാസ്ത്രം ആ യുക്തിയെ പരാജയപ്പെടുത്തിക്കഴിഞ്ഞു. പൂജ്യത്തിന്റെ വരവാണ് അതിനു കാരണം. 1, ½, ¼, 1/8, 1/16.... എന്ന അനന്തമായ ശ്രേണി പൂജ്യത്തിൽ (പൂജ്യതുല്യമായ ഒരു ഘട്ടത്തിൽ) വന്നുചേരുമെന്ന് ഇന്നു ഗണിതത്തിനറിയാം. അതുകൊണ്ട്, രണ്ടാമത്തെ ചുവടിൽവച്ച് അക്കില്ലസ് ആമയെ പരാജയപ്പെടുത്തുമെന്ന് ഇന്നത്തെ ഗണിതം പറയും. പൂജ്യത്തിൽ നിന്നാരംഭിക്കുന്ന അക്കില്ലസ്സിന്റെ ഓട്ടത്തെ, 0+1+½, ¼+1/8+1/16+1/18+.....+$½^n$+......എന്നൊരു ശ്രേണിയിൽ എത്രകൊണ്ടുപോയാലും അത് അനന്തതയിൽ വച്ച് 2 എന്ന സംഖ്യയായിത്തീരുമെന്നർത്ഥം. ഈ പൂജ്യവും ഈ രണ്ടും അന്നു സ്ഥാപിക്കാൻ യവനചിന്തയ്ക്കു കഴിയാതെ പോയി.

ഇതേ അബദ്ധമാണ് പ്ലേറ്റോയുടെ അനുകരണതത്ത്വത്തിലും സംഭവിച്ചത്. മരാശാരിയുടെയും കട്ടിലിന്റെയും ചിത്രകാരന്റെയും ഉദാഹരണത്തിലൂടെ കല അനുകരണമാണെന്നു സ്ഥാപിച്ച പ്ലേറ്റോയുടെ കാലത്ത് പൂജ്യം കണ്ടെത്തപ്പെട്ടിരുന്നില്ല. ദൈവത്തിന്റെ അടുക്കലുള്ള സ്വർഗ്ഗസ്ഥമായ കട്ടിൽ എന്ന യഥാർത്ഥ ആശയം, അതിനെ അനുകരിച്ച് മരാശാരിയുടെ കട്ടിൽ, അതനുകരിച്ച് ചിത്രകാരന്റെ കട്ടിൽ. പ്ലേറ്റോ പറഞ്ഞത്, ചിത്രകാരന്റെ കട്ടിൽ എന്ന 'കല' അതിന്റെ സ്വർഗ്ഗസ്ഥമായ ആശയത്തിൽ നിന്നു മൂന്നുമടങ്ങ് അകലെയാണെന്നാണ്. പൂജ്യമില്ലാത്തലോകത്ത്, കല അതിന്റെ ആശയമെന്ന സ്വർഗ്ഗസ്ഥമായ ഒരുമടങ്ങിൽനിന്ന് മൂന്നുമടങ്ങ് അകലെ തന്നെയാണ്. യവനചിന്ത അന്നു പൂജ്യത്തെ കണ്ടെത്തിയിരുന്നെങ്കിൽ പ്ലേറ്റോ, കല അതിന്റെ ആദർശമാതൃകയിൽ നിന്ന് രണ്ടുമടങ്ങകലെയാണെന്നു തന്നെ പറയുമായിരുന്നു.

ഇത്തരം പാരഡോക്സുകൾ, പഴയവിചാരമാതൃകകളെ ബോധനശാസ്ത്രത്തിനുള്ളിലേക്ക് തിരുകിക്കയറ്റുന്ന സാംസ്കാരികസാമഗ്രികളാണ്. പഴയവിചാരമാതൃകകൾ എല്ലാം പൂർണ്ണമായും തിരസ്ക്കരിക്കപ്പെടേണ്ടവയാണ് എന്നല്ല പറഞ്ഞുവരുന്നത്. വംശസൗന്ദര്യത്തിന്റെ (ethno aesthetics) കാല്പനികതയുള്ള വിചാരമാതൃകകൾക്ക് സംസ്കാരചരിത്രത്തിലുള്ള പ്രാധാന്യം, ഇത്തരം പാരഡോക്സുകൾക്കില്ല. വംശസൗന്ദര്യബോധത്തിലെ ആമയും മുയലുമായിരുന്നെങ്കിൽ അവർക്കിടയിൽ ഒരു ആശയവിനിമയം സാദ്ധ്യമാകുമായിരുന്നു. ഈ കഥയുടെ അധികാരബന്ധങ്ങൾക്കകത്ത് ആ സംവാദമില്ല; കാഴ്ചക്കാരായ കാടിന്റെയും കേൾവിക്കാരായ സമൂഹത്തിന്റെയും സംവാദമില്ല. ഈ കഥയിൽ അറിവിന്റെ അടയാളങ്ങളില്ലാത്തതുകൊണ്ടാണത്. ഈ കഥ, ആർക്കും ഒരു അറിവും നല്കുന്നില്ല.

പരമ്പരാഗതമായി മാനവികശാസ്ത്രവിഷയങ്ങൾ എന്നു പറഞ്ഞുവരുന്നവയുടെ പാഠ്യപദ്ധതികൾക്കകത്ത് ഇത്തരം ധാരാളം പാരഡോക്സുകൾ ഇപ്പോഴും അവശേഷിക്കുന്നുണ്ട്. ഇവിടെ, മുയലിന്റെ ഉറക്കമെന്ന ശൈലീപരമായ മരണം, ഒരു വ്യക്തിയുടെ/പഠിതാവിന്റെ സ്വാഭാ

വികജീവിതക്രമത്തിലുണ്ടാകുന്ന മനഃശാസ്ത്രപരമായ വിഘാതമെന്ന സാംസ്കാരികപ്രശ്നം, പ്രതീകാത്മകമായ അധമബോധത്തെ നിർമ്മിക്കുന്നു. വിദ്യാഭ്യാസത്തിന്റെ ലക്ഷ്യം, അധമബോധത്തെ ഊട്ടിയുറപ്പിക്കലല്ല. വിജ്ഞാനത്തിന്റെ, ജ്ഞാനശാസ്ത്രപരമായ നവീകരണമാണ്. നില മുഴാതെ വിത്തിട്ടാലും കൊയ്ത്തുനടക്കുമെന്ന് ഫുക്കുവോക്ക തെളിയിച്ചത് നിലത്തിൽമാത്രം വിശ്വാസമുള്ളതുകൊണ്ടല്ല; വിത്തിലും വിശ്വാസമുണ്ടായിരുന്നതിനാലാണ്.

സഹായകകൃതികൾ

1. *പ്രകൃതിയും പ്രാണികളും*, ജോൺ ബറോസ്, (വിവ.) ഏ പി പരമേശ്വരൻപിള്ള, Book-A-Month-Club, Eranakulam,1951
2. ശ്രീമദ് *വാല്മീകി രാമായണം*, യുദ്ധകാണ്ഡം, ഒന്നാം ഭാഗം, (വ്യാഖ്യാ.)ബ്രഹ്മശ്രീ ജി എസ്സ് ശ്രീനിവാസയ്യർ, Sri Ram Publishers, Madras:1968
3. *Facing the Anthropocene:Fossil Capitalism and the Crisis of the Earthsystem*, Ian Angus, Aakar Books:Delhi, 2017
4. *The Tell-Tale Brain:Unlocking the Mystery of Human Nature*, V S Ramachandran, random House India: Delhi, 2010
5. *Zero:The Biography of a Dangerous Idea,Charles Seife*, Souvenir Press:London, 2019.

പാരിസ്ഥിതികഭാഷാശാസ്ത്രം

പരിസ്ഥിതിയുടെ രാഷ്ട്രീയവും സൗന്ദര്യാത്മകവുമായ തത്ത്വചിന്തകൾ മുഖ്യധാരയിൽ ഇരിപ്പിടം നേടിക്കഴിഞ്ഞ ഇന്ത്യൻ സാഹചര്യമാണ് ഇപ്പോഴുള്ളത്. സാമൂഹികജീവിതത്തിന്റെ ശക്തിദൗർബല്യങ്ങളെ വിശകലനം ചെയ്യാൻ കഴിയുന്ന പശ്ചാത്തലം പാരിസ്ഥിതികചിന്തകൾ കൈവരിച്ചു എന്നാണത് അർത്ഥമാക്കുന്നത്.

ഇതേവരെ പലരും ചിന്തിക്കാതിരുന്ന മേഖലകളിലേക്ക് അന്വേഷണത്തിന്റെ സാദ്ധ്യതകൾ തുറന്നിടാൻ അവയ്ക്കു കഴിയുന്നുണ്ട്. ഗാന്ധിദർശനം തന്നെയെടുക്കാം. മുഖ്യധാരാരാഷ്ട്രീയത്തിന്റെ വ്യവസ്ഥാപിതശൈലികൾ ഗാന്ധിസത്തിനു നല്കിയിരുന്ന മരവിപ്പിനെ ചോദ്യം ചെയ്യുന്ന മട്ടിലാണ് 'ഉത്തരാധുനികഗാന്ധി'യും ഗാന്ധിസത്തിന്റെ പാരിസ്ഥിതികമൂല്യവും തൊണ്ണൂറുകളോടെ ചർച്ചചെയ്യപ്പെട്ടുതുടങ്ങിയത്. ഇന്ത്യയിൽ, അതിനുള്ള മതിപ്പ് രാമചന്ദ്രഗുഹയ്ക്കാണു നല്കേണ്ടത്. ഗുഹയുടെ *Environmentalism: A Global History* എന്ന പുസ്തകത്തിൽ പരിസ്ഥിതിഗാന്ധിയെപ്പറ്റി അദ്ദേഹം ഉപന്യസിക്കുന്നുണ്ട്. ഒരുപക്ഷേ, സംഗൃഹീതമായ ആ ഗാന്ധിദീപ്തികളുടെ സമകാലമൂല്യമാവണം ഗുഹയുടെ മൂന്നു വലിയ ഭാരത/ഗാന്ധി പുസ്തകങ്ങളുടെ ഉറവ.

ഗുഹ ചൂണ്ടിക്കാട്ടുന്ന ചില കാര്യങ്ങൾ നോക്കാം. 1909 ൽ ഗാന്ധിയുടേതായി സമാഹരിക്കപ്പെട്ട 'ഹിന്ദ് സ്വരാജി'ൽ ജോൺറസ്കിനെയും എഡ്വാർഡ് കാർപെന്ററെയും ഉദ്ധരിച്ചിട്ടുണ്ട്. റസ്കിൻ ഗാന്ധിയെ നിർണ്ണായകമായി സ്വാധീനിച്ചവ്യക്തിയാണെന്നത് പ്രഖ്യാതമാണ്. *റൊമാന്റിക് ഇക്കോളജി* എന്നത് റസ്കിന്റെ പ്രധാന പുസ്തകമാണ്. *Civilization: Its cause and cure* എഴുതിയ കാർപെന്ററാകട്ടെ, പ്രകൃതിയിലേക്കു മടങ്ങാം എന്ന സന്ദേശത്തിന്റെ പ്രാരംഭകനുമാണ്. കോളനീകരണത്തിന്റെ

എഞ്ചിനായ വ്യവസായനാഗരികതയെ വിമർശിക്കാനാണ് അവരിരുവരെയും ഗാന്ധി ഉപയോഗിച്ചത്. തന്റെ അവസാനകാലം വരെയും ഇത്തരം പാരിസ്ഥിതിക ചിന്തകരിലേക്ക് ഗാന്ധിയുടെ മനസ്സ് ഇടവിട്ടിടവിട്ട് ചെന്നിട്ടുണ്ട്. അവയുടെ സ്വാധീനതയാവണം അഗാധപരിസ്ഥിതിചിന്ത (deep ecology) യുടെ തുടക്കക്കാരനായ നോർവീജിയൻ ചിന്തകൻ ആരൻ നാസ്സി(arne naes)നെ ഗാന്ധിദർശനം പ്രചോദിപ്പിക്കാൻ കാരണം.

അണുവോളം വലിയ ഭൂമി

എല്ലാ ചിന്തകളും ഭൂമിയുടെ തലച്ചോറിൽ നിന്നല്ല വരുന്നത്. എന്നാൽ പരിസ്ഥിതിചിന്തയുടെ ഉറവിടം ഭൂമിയുടെ ശരീരമാണ്. അവയെ പ്രയോഗത്തിനനുസരിച്ച് തരംതിരിക്കുന്നതിനും അപഗ്രഥിക്കുന്നതിനും ഇന്നു കഴിയും. പരിസ്ഥിതിദർശനം ചരിത്രപരമായി വിപുലവും പ്രായോഗികമായി സമ്പന്നവുമാണ്. ഫെമിനിസ്റ്റ് തത്ത്വചിന്തപോലെ കാലഘട്ട സംബന്ധിയായ തരംഗങ്ങൾ അതിലുണ്ട്. ആധുനികോത്തരതപോലെ വ്യത്യസ്തചിന്താപ്രസ്ഥാനങ്ങളും ദേശീയവും പ്രാദേശികവുമായ തരംതിരിവുകളും അതിൽക്കാണാനാവും.

അക്കൂട്ടത്തിൽ, ഭാഷാസാഹിത്യപഠനമേഖലയിൽ നിർണ്ണായകമായ സ്വാധീനം നേടിക്കഴിഞ്ഞ ഒന്നാണ് പാരിസ്ഥിതികവിമർശനം (Ecocriticism). അതുപോലെ തിരിച്ചറിയേണ്ടതും പഠനരീതികൾ വികസിക്കേണ്ടതുമായ ഒന്നാണ് പാരിസ്ഥിതികഭാഷാശാസ്ത്രം (Eco Linguistics). ഏതാണ്ട് നാലുപതിറ്റാണ്ടത്തെ ചരിത്രം ഈ അന്വേഷണമണ്ഡലത്തിനുണ്ടായിട്ടും മലയാളത്തിലടക്കം മുഖ്യമായ ഒരിന്ത്യൻ ഭാഷയിലും പരിഗണനാർഹമായ ഇടം പാരിസ്ഥിതികഭാഷാശാസ്ത്രത്തിനു ലഭിച്ചിട്ടില്ല.

സാങ്കേതികമായി, പ്രയുക്തഭാഷാശാസ്ത്ര (applied Linguistics) ത്തിന്റെ ഭാഗമാണ് പാരിസ്ഥിതികഭാഷാശാസ്ത്രം. വിശാലമായി പറഞ്ഞാൽ സാമൂഹികഭാഷാശാസ്ത്രത്തിന്റെ ഭാഗം. എന്നാൽ, പരിസ്ഥിതിയെയും പരിസ്ഥിതിനാശത്തെയും സംബന്ധിച്ച ആകുലതകളെയും പ്രതിരോധങ്ങളെയും അനുഭവാത്മകമായി സമീപിക്കുന്നതിലുള്ള സാമൂഹികഭാഷാശാസ്ത്രത്തിന്റെ പരിമിതിയെ ഇത് അതിജീവിക്കുന്നുണ്ട്. ഭാഷാവൈവിദ്ധ്യവും ജൈവവൈവിദ്ധ്യവും തമ്മിലുള്ള അഭേദ്യമായ ബന്ധം, ഭാഷയുടെ ജീവശാസ്ത്രഗുണങ്ങൾ, ഭാഷകളുടെ മരണം, ഭാഷയും മനഃശാസ്ത്രവും, മനുഷ്യന്റെ പ്രകൃതിവീക്ഷണത്തെ ഭാഷ സമന്വയിപ്പിക്കുന്നവിധം, പരിസ്ഥിതി നശീകരണപ്രവർത്തനങ്ങൾക്കുപയോഗിക്കുന്ന ഭാഷാരൂപങ്ങളെ വിമർശിക്കൽ, പ്രകൃതിസംരക്ഷണത്തിനു സഹായകമായ ഭാഷയെ വികസിപ്പിച്ചെടുക്കൽ... എന്നിങ്ങനെ ബഹുമുഖമാണ് പാരിസ്ഥിതികഭാഷാശാസ്ത്രത്തിന്റെ അന്വേഷണമേഖലകൾ.

അറിവിലെ തിരിച്ചറിവുകൾ

ഘടനാവാദത്തിന്റെ വരവ്, ഭാഷ, സംസ്കാരം, ചരിത്രം മുതലായവയിലെ പഠനപദ്ധതികളെ മാറ്റിമറിച്ചെങ്കിലും അവ കാണാതെപോയ അടിസ്ഥാനയാഥാർത്ഥ്യങ്ങളുടെ വലിയൊരു ലോകമുണ്ടായിരുന്നു. എന്നാൽ സൈദ്ധാന്തിക ഉത്തരാധുനികതയ്ക്കോ, ഉത്തരഘടനാവാദലീലകൾക്കോ ആ അടിസ്ഥാനയാഥാർത്ഥ്യങ്ങളിൽ പലതിനെയും പില്ക്കാലത്ത് നിർദ്ധാരണം ചെയ്യാനുള്ള വൈദഗ്ദ്ധ്യമുണ്ടായില്ല.

ഭാഷാപഠനത്തിലും സംസ്കാരപഠനത്തിലുമുണ്ടായ രണ്ടു ഗതിമാറ്റങ്ങൾ, ദാർശനികമായ ഈ അപര്യാപ്തതകളെ ചോദ്യംചെയ്യാൻ ആവിർഭവിച്ചതാണ്. ഭാഷാവർത്തനം (language turn), സാംസ്കാരിക വർത്തനം (cultural turn) എന്നിവയാണവ. turn എന്ന പദത്തിന് ഇവിടെ നല്കുന്ന 'വർത്തനം' എന്ന വിവർത്തനം ഏകദേശം മാത്രമേ ശരിയാവൂ.[1]

നിലവിലുള്ള ഭാഷയെ പുനർനിർമ്മിച്ചുമാത്രമേ തത്ത്വചിന്തയിലെ ചില പ്രശ്നങ്ങൾക്ക് മറുപടി കണ്ടെത്താനാവൂ എന്ന യുക്തിയാണ് ഭാഷാവർത്തനത്തിന്റെ ആവിർഭാവത്തിനു കാരണം. ഈ തിരിച്ചറിവാണ് രണ്ടാം മഹായുദ്ധാനന്തര ലോകത്തിന്റെ സാംസ്കാരിക രാഷ്ട്രീയങ്ങളെ പഠിക്കാൻ സംസ്കാരപഠനത്തിലും ചില വ്യതിയാനങ്ങൾ വേണമെന്ന തോന്നലിനു കാരണം. The very sphere of culture itself has expanded, എന്ന് സംസ്കാരമണ്ഡലത്തെ വിശദീകരിച്ച ജയിംസൺ സാംസ്കാരികാവർത്തനത്തിന്റെ വിശകലനമാതൃകകൾ സംഭാവന ചെയ്തവരിൽ പ്രമുഖനാണ്.

ഭാഷയെ സംബന്ധിച്ച തനതായ ചിന്തകളിൽ പാരിസ്ഥിതികബോധം നിർമ്മിച്ചത് മേൽപ്പറഞ്ഞതരം വർത്തനമാണ്. അതിന്റെ ഉദാഹരണമായി പാരിസ്ഥിതികഭാഷാശാസ്ത്രജ്ഞർ ഫ്രിറ്റ്ജൊഫ് കാപ്രയുടെ ഒരു കാഴ്ചപ്പാടാണ് ചൂണ്ടിക്കാട്ടുന്നത്. അദ്ദേഹം, *the turning point* പോലുള്ള ആദ്യകൃതികളിൽനിന്ന് *the web of life* ലെത്തുമ്പോൾ സ്ഥിരീകരിക്കുന്ന കാഴ്ചപ്പാടാണത്. നാം ജീവിക്കാനാരംഭിച്ചുകഴിഞ്ഞ പുതിയലോകത്തെക്കുറിച്ചുപറയാൻ പുതിയൊരു ഭാഷയാണുവേണ്ടതെന്ന സിഡ്നിബ്രെന്നറുടെ വാദമാണ് കാപ്ര അതിനായി ഉദ്ധരിച്ചത്.[2]

മാറ്റത്തിന്റെ ഈ കാഴ്ചപ്പാട്, പഴയ ചില പാഠങ്ങളിലെ പുതിയ പൊരുൾ കണ്ടെത്തുന്നതിനും നമ്മെ പ്രാപ്തരാക്കുന്നു. അസ്പൃശ്യതയുടെ സാമൂഹികവും മതപരവും രാഷ്ട്രീയവുമായ സാംസ്കാരികചരിത്രത്തെ അപഗ്രഥിക്കുമ്പോൾ ഡോ. അംബേദ്കർ ഒരു മഹാൻ പറഞ്ഞതായി ഉദ്ധരിക്കുന്ന വാക്യങ്ങൾ നോക്കുക.

"മിസ്റ്റർ വെൽസിന്റെ വാൽനക്ഷത്രങ്ങളിലൊന്ന് ഭൂമിയിൽ പതിക്കുകയും തല്ഫലമായി ഇന്നു ജീവിച്ചിരിക്കുന്ന ഓരോ മനുഷ്യനും മുൻതലമുറയിൽ നിന്ന് അയാൾ ആർജ്ജിച്ച അറിവും സ്വഭാവവും നഷ്ടപ്പെടുകയും ചെയ്താൽ ഒരുമാസത്തിനകം പത്തിലൊന്നും മരിച്ചുപോകും. ശേഷിക്കുന്ന പത്തിലൊരുഭാഗത്തിൽ തൊണ്ണൂറ്റൊമ്പതുശതമാനവും ആറുമാസത്തിനകം മരിച്ചുപോകും. തങ്ങളുടെ ചിന്തകൾ പ്രകടിപ്പിക്കാൻ

അവർക്ക് ഭാഷ ഉണ്ടായിരിക്കുകയില്ല. അവ്യക്തമായ ദിവാസ്വപ്നം മാത്രം അവശേഷിക്കും. അവർക്ക് നോട്ടീസുകൾ വായിക്കാനോ മോട്ടോർകാറുകളോ കുതിരകളോ ഓടിക്കാനോ ആവില്ല. പ്രകൃത്യാ സവിശേഷഗുണങ്ങളുള്ള ഏതാനും വ്യക്തികൾ അവ്യക്തമായ രോദനങ്ങളാൽ നയിക്കപ്പെട്ട് അലഞ്ഞുനടക്കും. ദാഹം വർദ്ധിക്കുമ്പോൾ നൂറുകണക്കിനാളുകൾ നദിയുടെ കടവുകളിൽ തമ്മിൽ മത്സരിച്ച് മുങ്ങിമരിക്കും. ജീവിതം നില നിർത്തുന്നതിന് ഭക്ഷ്യവസ്തുക്കൾ കൃഷിചെയ്യാനും മൃഗങ്ങളെ ഇണക്കിയെടുക്കാനും തീയുണ്ടാക്കാനും വസ്ത്രങ്ങൾ ഉണ്ടാക്കാനുമുള്ള വിദ്യകൾ തക്കസമയത്ത് കണ്ടുപിടിക്കാൻ കഴിയാതെവരും. പ്രാകൃതാവസ്ഥയിൽ നിന്ന് ജീവിതം വീണ്ടും തുടങ്ങേണ്ടിവരും. സാമൂഹിക പൈതൃകം നഷ്ടപ്പെട്ട തലമുറ പുതിയ സാമൂഹിക പൈതൃകം സ്വരൂപിച്ചെടുക്കുന്നതുവരെ പ്രാകൃതവർഗ്ഗങ്ങളെപ്പോലെ കാട്ടുഫലങ്ങളും പുഴുക്കളും ഭക്ഷിച്ച് ജീവിതം ആരംഭിക്കേണ്ടിവരും. കുറെയധികം തലമുറകൾക്കുശേഷം അവർക്ക് സ്വന്തമായ ഭാഷ ഉണ്ടായെന്നു വരാം."

വിനാശത്തെക്കുറിച്ചുള്ള ഉദ്ധരണിയാണിതെങ്കിലും വലിയകാര്യങ്ങളെക്കുറിച്ചുള്ള ചില ഉൾക്കാഴ്ച നല്കാൻ ഇതിനു കഴിയുന്നുണ്ട്. സാമൂഹിക പൈതൃകം, ജാതീയമോ സാമ്പത്തികമോ അല്ലെന്നും സർഗ്ഗാത്മകവും ഭൗമികവും ചരിത്രാത്മകവുമാണെന്നതാണ് അതിലൊന്ന്. മറ്റൊന്ന് ഭാഷയെക്കുറിച്ചാണ്. ഭാഷയിലാണ് മുൻതലമുറകൾ ജീവിച്ചിരിക്കുന്നത്. മൃതമായതുകൾ ജീവിച്ചിരിക്കുന്നത്. ഭാഷയെന്നത് സ്വാംശീകരിക്കപ്പെട്ട അനുഭവങ്ങളുടെ ജൈവികമായ സത്തയാണ്. ഭാഷ ഭൗമികവും പാരിസ്ഥിതികവുമാണ്.

ഇതിത്രയും പ്രാഥമികക്രമ(First order)ത്തിലെ ഭാഷയെക്കുറിച്ചാണ്. ദ്വിതീയക്രമ(second order)ത്തിലാവുമ്പോൾ ഭാഷ മിത്തുകളായിത്തീരുമെന്ന് ബാർത്ത് നിരീക്ഷിച്ചിട്ടുണ്ട്. ദ്വിതീയക്രമത്തിലാണ് ഭാഷ ആധിപത്യപരവും ചൂഷണാധിഷ്ഠിതവും കാപട്യങ്ങൾ നിറഞ്ഞതുമായിത്തീരുന്നത്. ദ്വിതീയ ക്രമത്തിലാണ് ഭാവനാവ്യാപാരങ്ങളും രൂപപ്പെടുന്നത്.

വ്യവസായാനന്തര പരിസ്ഥിതി

വ്യവസായാനന്തരം (post industrial) എന്ന ഉത്തരാധുനികപരികല്പനയെ അതേപടി പാരിസ്ഥിതികഭാഷാശാസ്ത്രം സ്വീകരിക്കുന്നില്ല. വ്യവസായാനന്തരസമൂഹമാണ് ഉത്തരാധുനികത എന്നു നിർവ്വചിച്ച ഡാനിയെൽ ബെൽ വ്യവസായലോകത്തെയോ വ്യവസായാനന്തരകാലത്തെയോ വിമർശനാത്മകമായിട്ടല്ല കണ്ടത്. സുസ്ഥിരസാമ്പത്തികപുരോഗതിക്കുവേണ്ടി വിധേയപ്പെടുത്തേണ്ട ഭൂമി എന്ന മുതലാളിത്ത കാഴ്ചപ്പാടായിരുന്നു ഉത്തരാധുനികതയുടേത്. അസന്തുലിതമായ പ്രകൃതി (unsustainable nature) എന്ന യാഥാർത്ഥ്യത്തെ അതുകണ്ടതേയില്ല. ഈ പരാധീനത ഉത്തരാധുനിക ചിന്തയുടെയും ഉത്തരഘടനാവാദത്തിന്റെയും പ്രധാനമായ പോരായ്മയായിരുന്നു. കാഴ്സന്റെ പുസ്തകവും ജോൺബെ

ല്ലാമിഫോസ്റ്ററുടെ ഗ്രന്ഥങ്ങളും അഗാധപരിസ്ഥിതിചിന്തയെ മുൻനിർത്തിയുള്ള കാപ്രയുടെ വാദങ്ങളുമെല്ലാം തത്ത്വചിന്താപരമായി ഉത്തരാധുനികതയോടും ഉത്തരഘടനാവാദത്തോടും പുലർത്തുന്ന അകല്ച്ചയ്ക്കുകാരണമിതാണ്.

പാരിസ്ഥിതികഭാഷാചിന്തയിലെ പ്രാഥമികസഹായകൃതികളിലൊന്നായ *Ecolinguistics: Language, ecology and the stories we live by* എന്ന ആരൻ സ്റ്റിബ്ബിയുടെ ഗ്രന്ഥം മേൽപ്പറഞ്ഞ ഉൾക്കാഴ്ചയിലേക്കാണു വിരൽ ചൂണ്ടുന്നത്. ഗ്ലോസ്റ്ററ്ഷെയർ സർവ്വകലാശാലയിലെ ഇക്കോളോജിക്കൽ ഭാഷാശാസ്ത്രത്തിലെ റീഡറായ അദ്ദേഹം ഈ മേഖലയിൽ നടത്തിയിട്ടുള്ള മറ്റുചില ഉദ്യമങ്ങളും പരമപ്രധാനമാണ്. അന്തർദ്ദേശീയ പാരിസ്ഥിതികഭാഷാശാസ്ത്ര സംഘടന (International Ecolinguistics Association)യുടെ പ്രാരംഭകനും, അതിന്റെ ഓൺലൈൻ ജേണലായ *Language and Ecology* യുടെ മുഖ്യസൂത്രധാരനുമാണ് സ്റ്റിബ്ബി. അദ്ദേഹത്തിന്റെ നേതൃത്വത്തിലാണ് ലോകത്തിന്റെ വിവിധഭാഗങ്ങളിലുള്ള പാരിസ്ഥിതിക ഭാഷാശാസ്ത്രജ്ഞരുടെ പട്ടിക തയ്യാറാക്കിയതും IEA അഥവാ Language and Ecology Research Forum ഉണ്ടായിവന്നതും. അദ്ദേഹത്തിന്റെ മറ്റൊരു ശ്രദ്ധേയപുസ്തകമാണ്. *തുടച്ചുനീക്കിയ മൃഗജാലങ്ങൾ* (Animals Erased: Discourse, Ecology and Reconnection with the Natural world).

ഇവയിലെല്ലാമുള്ളതും, വ്യവസായാനന്തരമുഖ്യധാരാചിന്തകളിൽ കാണാത്തതുമായ ഒന്നാണ് 'ഇക്കോസഫി.' പാരിസ്ഥിതിക ഭാഷാശാസ്ത്രം ഇക്കോസഫിയെ അതിന്റെ ചാലകവികാരമായി സ്വീകരിച്ചിരിക്കുന്നു. നമ്മുടെ ജീവിതപരിസരത്തെ വിലയിരുത്തുന്നതിന് പാരിസ്ഥിതികഭാഷാ ശാസ്ത്രത്തിന് ഒരു ചട്ടക്കൂടുണ്ട്. ആ ചട്ടക്കൂട് നിർമ്മിക്കുന്നതിൽ ചില ഘടകങ്ങൾ നിർണ്ണായകമായ പങ്കുവഹിക്കുന്നു. പരസ്പരസഹകരണം, പങ്കുവയ്ക്കൽ, ജനാധിപത്യസംവാദം, സമാധാനവും അഹിംസയും, നിത്യജിവിതത്തിൽ സമത്വത്തിന്റെ അനിവാര്യത, പാരിസ്ഥിതികമായ സുസ്ഥിരത.... എന്നിവയാണ് ആ ഘടകങ്ങളെന്നാണ് യോർഹെൻ ബാംഗിന്റെ അഭിപ്രായം.[3] ഈ ഘടകങ്ങൾ ശ്രദ്ധിച്ചാലറിയാം; കേവല സാമൂഹിക ശാസ്ത്രമോ കേവലമായ പരിസ്ഥിതി വാദമോ അല്ല, ഇവയെ സംയോജിപ്പിച്ചുകൊണ്ടുള്ള സാമൂഹികപരിസ്ഥിതിശാസ്ത്ര (socio-ecology)ത്തിലാണ് സ്റ്റിബ്ബിയെപ്പോലുള്ളവർ ഊന്നൽ നല്കുന്നതെന്ന്. ഇവയെങ്ങനെ ഭാഷാചിന്തയെ സ്വാംശീകരിക്കുമെന്നതാണ് നാം നോക്കിക്കാണേണ്ടത്. ഭാഷയും ഒരു ജീവിയാണ് എന്നതാണ് അതിനുള്ള ആദ്യവാചകം. തീർച്ചയായും ഭാഷ ജീവനുള്ള രൂപവ്യവസ്ഥയാണ്. ശരീരിയാണ്.

ഭാഷയുടെ ശരീരങ്ങൾ

ഭാഷയെ ഒരു ജീവിവർഗ്ഗ(species)മായിക്കാണുന്ന കാഴ്ചപ്പാടാണ്

ഭാഷയുടെ പാരിസ്ഥിതികത (ecology of language) എന്ന തത്ത്വത്തിന്റെ അടിസ്ഥാനം. ഭാഷാപരിണാമവാദികളിൽ പ്രമുഖനായ സാലികോകോ മഫ്വീന്റെ പ്രസിദ്ധമായ ഒരു വാക്യം അതോർമ്മിപ്പിക്കുന്നു. "ഭാഷ ഒരു ലാമാർക്കിയൻ ജീവിയാണ്.അതിന്റെ ജനിതക ചമയങ്ങൾ ജീവിതകാലത്തിനിടയ്ക്ക് പലവുരു മാറാം. അതൊരു പരാന്നഭുക്കായ ജീവിവർഗ്ഗവുമാണ്; കാരണം, ഭാഷയുടെ ജീവിതവും ചൈതന്യവും ആ ഭാഷ സംസാരിക്കുന്നവരെ – അതായത് അതിന്റെ ആതിഥേയരെ ആശ്രയിച്ചാണിരിക്കുന്നത്. ആതിഥേയർ എന്നുപറയുന്നതിൽ അവരുടെ സമൂഹവും അവർ ജീവിക്കുന്ന സംസ്കാരവും കൂടിവരും."[4]

ആധുനികമായ യുക്തി ഉപയോഗിച്ചു ചിന്തിക്കുന്നതുകൊണ്ടാണ് ഭാഷ, യാന്ത്രികമായ സജീവവസ്തുവായി തോന്നുന്നത്. അവിടെ മനുഷ്യന്റേതുമാത്രമായ ഭാഷ എന്നൊരു പരിമിതിയുണ്ട്. ഈ പരിമിതിയാണ് മാധ്യമത്തെക്കുറിച്ചുള്ള ആധുനികോത്തരചിന്തകളിൽ പ്രതിഫലിക്കുന്നത്. മാർഷൽ മക്ലൂഹന്റെ പ്രസിദ്ധമായ തത്ത്വങ്ങളിലൊന്നു നോക്കിയാൽ അതു വ്യക്തമാവും. മാധ്യമം മനുഷ്യന്റെ വിപുലീകരണമാണെന്നു പറഞ്ഞ അദ്ദേഹം അതിനൊരുദാഹരണം നല്കുന്നുണ്ട്: 'a light bulb creates an environment by its mere presence' എന്ന്. ഇവിടെ അദ്ദേഹം ഉപയോഗിച്ച environment എന്ന പദപ്രയോഗത്തിന് പരിസ്ഥിതി എന്ന അർത്ഥമേ വരുന്നില്ല; ആധുനിക യന്ത്രപരിസരങ്ങളുടെ തോന്നലാണു വരുന്നത്. മാധ്യമം ശരീരത്തിന്റെ വിപുലീകരണമാണെന്ന (media is the extension of man) മട്ടിലുള്ള സാങ്കേതികമാത്രചിന്തകൾ വാക്ക്, ഭാഷ. ചിന്ത, കലാചിത്രണം, കവിത ആദിയായതുകളെല്ലാം വെറും സാങ്കേതികമാണെന്നു കരുതുന്നതിലേക്ക് അദ്ദേഹത്തെ നയിച്ചു.[5] 'നമ്മുടെ ആകെ അനുഭവങ്ങളെയും ചുറ്റുപാടുകളെയും വീണ്ടെടുക്കുന്നതിനു സഹായിക്കുന്ന ഒരുതരം വിവരമാണ് വാക്കുകൾ.' 'നമ്മുടെ ബാഹ്യ ഉച്ചാരണേന്ദ്രിയങ്ങൾക്ക് അനുഭവങ്ങളെ വിവർത്തനം ചെയ്തുകൊടുക്കുന്ന രൂപങ്ങളുടെയും പ്രതീകങ്ങളുടേതുമായ സങ്കീർണ്ണവ്യവസ്ഥകളാണു വാക്കുകൾ.' 'They are a technology of explicitness.' 'അനുഭവങ്ങളെ പരാവർത്തനം ചെയ്തു സംഭരിക്കുന്ന ഈ പ്രക്രിയ പുതിയ ഇലക്ട്രോണിക് യുഗത്തിൽ ബോധത്തിന്റെ സാങ്കേതികവിപുലീകരണമായിത്തീർന്നിരിക്കുന്നു.'എന്നെല്ലാം അദ്ദേഹം പറഞ്ഞിട്ടുണ്ട്. ഭാഷയുടെ ജൈവികസത്തയെ നിർവ്വചിക്കാൻ ഒരുതരത്തിലും പര്യാപ്തമല്ല മക്ലൂഹന്റെ ഇത്തരം നിർവ്വചനങ്ങൾ. അദ്ദേഹം മല്ലാർമെയുടെ 'the world exists to end in a book' എന്ന വാക്യത്തെ അത്രകണ്ടു സ്നേഹിക്കുകയും ചെയ്തിരുന്നു.

എന്നാൽ ഭാഷ ജീവിവർഗ്ഗമാണെന്ന കാഴ്ചപ്പാട് പിന്തുടരുന്നവർക്ക് മക്ലൂഹന്റെ ചിന്തയെ സ്വീകരിക്കാനാവില്ല. ഭാഷ, മനുഷ്യന്റെ വിപുലനമല്ല പ്രകൃതിയുടെ വിപുലനമാണെന്നതാണ് ഭാഷയുടെ ജീവിവർഗ്ഗകാഴ്ചപ്പാട്. ജൈവവൈവിദ്ധ്യസാന്ദ്രമേഖല (biodiversity hotspot) എന്ന ആശയത്തെ ഉപയോഗിച്ചുകൊണ്ട് ഭാഷയുടെ കണക്കവതരിപ്പിക്കുന്ന

നോർമൻമയേസ് പറയുന്നത്, ലോകത്തിലെ എഴുപതുശതമാനം ഭാഷകളും നിലനില്ക്കുന്നത് കരഭൂമിയുടെ 25% വരുന്ന ജൈവവൈവിദ്ധ്യദുർബ്ബലമേഖലയിലാണ് അല്ലെങ്കിൽ ഉന്നത–ജൈവവൈവിദ്ധ്യ വനഭൂമിയിലാണെന്നാണ്. മയേസിന്റെ (Norman Myers) ഈ വാദത്തിന്റെ സാധുത തിരിച്ചറിയാൻ പാപ്പുവാ ന്യൂ ഗിനിയെ നോക്കിയാൽ മതി. മൂന്നു വ്യത്യസ്തഗോത്രങ്ങളിലുൾപ്പെടുന്ന 850 ഓളം വ്യത്യസ്ത ഭാഷകൾ നിലനില്ക്കുന്ന രാജ്യമാണ് പാപ്പുവാ. ഇത്രയേറെ ഭാഷാവൈവിദ്ധ്യത്തിനു ന്യൂ ഗിനിയെ സാദ്ധ്യമാക്കിയത് അതിന്റെ ജൈവവൈവിദ്ധ്യ ഭൂമിശാസ്ത്രമാണെന്നത് തർക്കമില്ലാത്ത വസ്തുതയാണ്.

ലാസ്കൊഗുഹയിലെ ആത്മാവ്

മനുഷ്യസംവേദനത്തിന്റെ ചരിത്രത്തിലെ അനുപമമായ രേഖകളിലൊന്നാണ് ഫ്രാൻസിലെ ലാസ്കോ (Loscaux) ഗുഹാചിത്രങ്ങൾ. പതിനയ്യായിരത്തിനും ഇരുപതിനായിരത്തിനുമിടയിൽ വർഷം പഴക്കം കല്പിക്കപ്പെടുന്ന അവയിലൊരു ചിത്രം, ആത്മാവിന്റെ പ്രതീകവല്ക്കരണമാണെന്ന് ചിലർ വാദിക്കുന്നു. കാട്ടുപോത്തിന്റെ ഇടിയേറ്റു കിടക്കുന്ന പക്ഷിമുഖമുള്ള മനുഷ്യൻ, പക്ഷിശരീരപ്പിടിയുള്ള വടി ഇതിത്രയുമാണ് ചിത്രത്തിൽ.[6a,b] പ്രാക്ചരിത്രത്തിന്റെ സാംസ്കാരികസമ്പാദ്യങ്ങളിൽനിന്ന് കണ്ടെടുക്കപ്പെട്ട ഇത്തരം മുദ്രണങ്ങൾ ഭാഷയുടെ ആദിമ പ്രോട്ടോടൈപ്പുകളാണ്. ലിപിവ്യവസ്ഥയുടെ ക്രമീകൃതവ്യവസ്ഥയിലേക്ക് പരിണമിക്കുന്നതിനു മുൻപ് വരവിദ്യ ആർജ്ജിച്ചെടുത്ത ഈ പകർപ്പുകൾ മക്ലുവിൻ പറയുമ്പോലെ മനുഷ്യശരീരത്തിന്റെ വിപുലനം (Extension of Man) അല്ല. പ്രകൃതിയുടെയും പ്രകൃതിചലനത്തിന്റെയും രേഖപ്പെടുത്തലും പ്രകൃതിയുടെ ആശയവിപുലനവുമാണ്.

ഭാഷ ഒരു സാമൂഹികനിർമ്മിതിയാണെന്നു പറയുമ്പോഴും, അതിന്റെ ജീവശാസ്ത്രപരമായ ഉല്പത്തിയിലാണ് പാരിസ്ഥിതികഭാഷാചിന്ത ഊന്നൽ നല്കുന്നത്. ഭാഷ ഉറവെടുക്കുന്ന ഭൂമി പ്രധാനമായ വസ്തുതയാണ്. തദ്ദേശീയ അമേരിക്കൻ ഭാഷകളെക്കുറിച്ചുള്ള ഒരു ലേഖനത്തിലാണ്, ഇങ്ങനെയൊരു സങ്കല്പത്തിന്റെ അടിസ്ഥാനത്തിൽ ഭാഷാശാസ്ത്ര പരിസ്ഥിതിവിജ്ഞാനം (Linguistic Ecology) എന്ന പ്രയോഗം ആദ്യം പ്രത്യക്ഷപ്പെടുന്നത് 1964 ലാണത്. ജൈവവൈവിദ്ധ്യത്തിനു സമാനമായ ഭാഷാവൈവിദ്ധ്യം എന്ന ആശയത്തിലേക്കു നയിക്കുന്ന ദർശനം അവതരിപ്പിച്ചുകൊണ്ട് ആ ലേഖനത്തിൽ, കാൾ വൊഗെലിനും ഫോറൻസ് വൊഗലിനും (Florence M. Voegelien) ഇപ്രകാരം പറഞ്ഞു. "ഭാഷാശാസ്ത്രപരിസ്ഥിതിവിജ്ഞാനീയം ഒരു പ്രദേശത്തെ ഏതെങ്കിലും ഭാഷയിലോ ഏതാനും ഭാഷകളിലോ ശ്രദ്ധചെലുത്തിയാൽപ്പോര; അവിടത്തെ എല്ലാഭാഷാരൂപങ്ങളിലും നല്ല ധാരണാശക്തിയോടെ (comprehensive) ശ്രദ്ധചെലുത്തേണ്ടതുണ്ട്." ഭാഷയും പരിസ്ഥിതിയും തമ്മിലുള്ള ബന്ധത്തെ സവിശേഷമായി പഠിക്കുന്ന ഭാഷാപരിസ്ഥിതിവിജ്ഞാനീയം

(Language Ecology) ഉടലെടുത്തത് ഈ ലേഖനത്തിന്റെ ചുവടുപിടിച്ചാണ്. 'The Ecology of Language' എന്ന പേരിൽ 1970 ൽ, എയ്നർ ഹൗഗെൻ (Einer Haugen) ഒരു പ്രഭാഷണവും നടത്തിയിട്ടുണ്ട്.[7]

ഇക്കോളജിയെ ഹൗഗെൻ കാണുന്നത് ചലനാത്മകമായ ഒരു ശാസ്ത്രമായിട്ടാണ്. ചിലപ്പോൾ പ്രവചനാത്മകവും ചികിത്സാസ്വഭാവമുള്ളതുമായി അതു പ്രവർത്തിക്കും. ഭാഷയുടെ ഇക്കോളജി അതു നിലനില്ക്കുന്ന മനുഷ്യമനസ്സുകളും അവരുടെ സമൂഹവുമാണ്. രണ്ടുതലത്തിൽ ഭാഷയുടെ ഇക്കോളജിയെ ഹൗഗെൻ നിർവ്വചിക്കുന്നു; മനഃശാസ്ത്രപരവും സാമൂഹികശാസ്ത്രാധിഷ്ഠിതവും. ഹൗഗെന്റെ ഈ സങ്കല്പം പലവിധമായ അന്വേഷണങ്ങളിലേക്കു സഹായകമായിത്തീരുന്നതായിരുന്നു. ജൈവവൈവിദ്ധ്യം, ഭാഷാവൈവിദ്ധ്യം, ഭാഷകളുടെ നാശം (Language Endangerment), ഭാഷാമരണം, വ്യക്തിപരവും സാമൂഹികവുമായ ഭാഷാബഹുസ്വരത (multilingualism), ദ്വിഭാഷിതത്വം... അങ്ങനെ പലമേഖലകൾ.

മരിക്കുന്ന ഭാഷകൾ

പാരിസ്ഥിതികഭാഷാവിചാരത്തിന്റെ ഏറ്റവും മുഖ്യമായ അന്വേഷണം നടക്കുന്ന മേഖലയാണ് ഭാഷകളുടെ മരണത്തെ സംബന്ധിച്ചത്. പ്രകൃതിസംരക്ഷണവാദത്തിന്റെ കേന്ദ്രബിന്ദുവായ 'ജൈവവൈവിദ്ധ്യ'മാണ് ഇതിലും മുഖ്യസ്ഥാനത്തു വരുന്നത്. ജീവിവർഗ്ഗങ്ങളുടെ എണ്ണം എന്ന ആധാരതത്ത്വം എപ്രകാരമാണോ ജൈവവൈവിദ്ധ്യത്തിലെ അളവുകോലാവുന്നത് അതുപോലൊരു സമാനത ഭാഷയുടെ എണ്ണത്തിലുമുണ്ട്. സൂക്ഷ്മപരിസ്ഥിതിമണ്ഡലം (Ecoregion) എന്ന സങ്കല്പത്തെ വികസിപ്പിച്ചെടുത്ത WWF (World Wide Fund for Nature), അതിനുനല്കുന്ന നിർവ്വചനം ഭാഷകൾക്കും അതുപോലെ ബാധകമാണ്. "സൂക്ഷ്മപരിസ്ഥിതിമണ്ഡലം വലിയൊരു കരപ്രദേശമോ ജലപ്രദേശമോ ആണ്. ഭൂമിശാസ്ത്രവൈവിദ്ധ്യം പുലർത്തുന്ന ജീവിവർഗ്ഗങ്ങൾ, പ്രകൃതിവസ്തുക്കൾ, പാരിസ്ഥിതികസാഹചര്യങ്ങൾ എന്നിവയെല്ലാം ഇഴുകിച്ചേർന്നുജീവിക്കുന്ന ഇടമായിരിക്കും അവിടം." ലോകത്തെമ്പാടും അത്തരത്തിൽ 900 പരിസ്ഥിതിമണ്ഡലങ്ങൾ WWF തിരിച്ചറിഞ്ഞിട്ടുണ്ട്. അവയിൽ 238 എണ്ണം ആഗോളപ്രാധാന്യമുള്ളതാണ്. ജൈവവൈവിദ്ധ്യത്തിന്റെ ഇത്തരം സൂക്ഷ്മവും സമ്പന്നവുമായ മേഖലകൾ അനുഭവസമ്പുഷ്ടമായ (indegenous) ഭാഷകളുടെ കലവറകളുമാണ്. ഇന്ത്യയിലെ ഗോത്രഭാഷകളുടെ ജീവികാമണ്ഡലവും ഇതുപോലെയുള്ള സൂക്ഷ്മപരിസ്ഥിതിമേഖലകളിലാണല്ലോ. Ehtnologue-ന്റെ പന്ത്രണ്ടാംപതിപ്പിനെ ആസ്പദമാക്കി വരുന്ന ഭാഷകൾ, അതായത് 3630 ഭാഷകൾ നിലനില്ക്കുന്നത് ഉഷ്ണമേഖലാ വനപ്രദേശങ്ങളിലാണ്. ഇത്രയും ഭാഷകളും സവിശേഷസ്വഭാവമുള്ള പരമ്പരാഗത (endemic) ഭാഷകളാണെന്നതാണ് കൗതുകകരം?[8]

ഈ പറയപ്പെട്ട പരിസ്ഥിതിമേഖലകളെല്ലാം വിനാശഭീഷണിനേരിടുന്നുണ്ട്. വിശേഷിച്ചും വ്യവസായാധുനികതയുടെ ആഗമനത്തോടെ എത്രയോ ഇക്കോറീജിയണുകൾ ഇല്ലാതെയായി. അതോടൊപ്പം അവയെ ആശ്രയിച്ചുനിന്ന ജീവിവർഗ്ഗങ്ങളും മനുഷ്യരും അവരുടെ സംസ്കാരങ്ങളും ഇല്ലാതെയായി. അക്കൂട്ടത്തിൽപ്പെട്ട് മരിച്ചുപോയ അനേകം ഭാഷകളുമുണ്ട്.

ഇത്തരമൊരു അവലോകനം ഭാഷയുമായി ബന്ധപ്പെട്ട എല്ലാവിധ ആധിപത്യവ്യവഹാരങ്ങളെയും വിമർശിക്കുന്നു. ലോകഭാഷ, ഔദ്യോഗികഭാഷ, മാതൃഭാഷ, ഭരണഭാഷ, സാങ്കേതികഭാഷ, അക്കാദമികഭാഷ ആദിയായ സംവർഗ്ഗങ്ങൾ വിനിമയം ചെയ്യുന്ന അബോധമായ അധികാരഭാവത്തെയും അത് വിമർശിക്കുന്നു. ഇത്തരത്തിലെ ആധിപത്യവും അധിനിവേശവും അനുഭവസമ്പുഷ്ടമായ അപൂർവ്വഭാഷകളുടെയും ഗോത്രഭാഷകളുടെയും പ്രാദേശികഭാഷകളുടെയും ജനിതകാപൂർവ്വതയുള്ള ഭാഷാഭേദങ്ങളുടെയും നാശത്തിനു കാരണമായിത്തീരുന്നുണ്ട് എന്നതുകൊണ്ടാണിത്.

കഴിഞ്ഞ അഞ്ഞൂറുകൊല്ലത്തിനിടയ്ക്ക്, പകുതിയോളം അറിയപ്പെടുന്ന ഭാഷകളും മരിച്ചുവെന്നാണ് യുർഗെൻസാസി (Hans – Jurgen Sassi)ന്റെ നിഗമനം.[9] 2100 ഓടെ, ഏഴായിരത്തിലധികംവരുന്ന സംസാരഭാഷകളിൽ പകുതിയും ഇല്ലാതെയാവുമെന്ന മിഷേൽ ക്രൗസിന്റെ നിഗമനത്തെ[10] യുനെസ്കോയും സ്വീകരിക്കുന്നു.[11] ഒട്ടേറെ പുതുവെളിച്ചങ്ങൾക്ക് വഴിതെളിച്ച ക്രൗസിന്റെ ലേഖനം, ഭാഷാമരണത്തെ അന്ത്യവിധി, ദുർവിധി, കാലക്കേട് എന്നൊക്കെ അർത്ഥം പറയാവുന്ന 'doom' എന്ന വാക്കുകൊണ്ടാണ് വിശേഷിപ്പിക്കുന്നത്. ആ ലേഖനത്തിന്റെ ചുവടുപിടിച്ച് മാതൃഭാഷ സംസാരിക്കുന്നവരുടെ എണ്ണത്തിന്റെ അടിസ്ഥാനത്തിൽ ഭാഷകളെ ക്രമീകരിച്ച ഹാർമൊൻ, മാതൃഭാഷയെ ആധിപത്യേതരമായി കാണുന്നു. ഹെജിമോണിക് ആയ ലോകക്രമത്തിനകത്ത് മാതൃഭാഷകൾ പിടിച്ചുനില്ക്കുന്നതിന് അവയ്ക്ക് അവയുടെ ഭാഷാറീജിയന്റെ ഉള്ളിൽ ചില ആധിപത്യങ്ങൾ പ്രയോഗിക്കേണ്ടിവരുന്നു എന്നതാണ് അതിനർത്ഥം. മലയാളഭാഷാസംരക്ഷണത്തെ സംബന്ധിച്ച് നാം മനസ്സിലാക്കിയിട്ടുള്ള കാര്യമാണത്. ആഗോളീകരണം സൃഷ്ടിച്ച ഭാഷാപരമായ അപായങ്ങൾ നേരിടുന്നതിന് പരമാവധി വ്യവഹാരമണ്ഡലങ്ങളിൽ മലയാളം നിർബ്ബന്ധിതമാക്കാൻ നാം നടത്തിക്കൊണ്ടിരിക്കുന്ന ശ്രമങ്ങൾ അതിന്റെ ഭാഗമാണ്.

മരണപ്പെടുന്ന പരിസ്ഥിതിയിൽ ഭൂരിഭാഗവും സൂക്ഷ്മപരിസ്ഥിതിയാണെന്നതുപോലെ മരണപ്പെടുന്ന ഭാഷകളും സമ്പുഷ്ടവും അപൂർവ്വവുമായ ഭാഷകളാണ്. അങ്ങനെ മൃതമായിത്തീരാത്ത അപൂർവ്വം പരമ്പരാഗത (indegenous) ഭാഷകളേയുള്ളൂ. അതുതന്നെ രണ്ടു പ്രധാനകാരണങ്ങളാലാണ്. കെച്ചുവ, അയ്മാര, ബോഡോ പോലുള്ള ഭാഷകൾ സംസാരിക്കുന്നവരുടെ എണ്ണക്കൂടുതൽകൊണ്ടും; മഔറി (Maori), സാമി

ഭാഷകൾ അവയുടെ ഔദ്യോഗികപദവികാരണമായുമാണ്.[12] വിനാശത്തെ അതിജീവിച്ചുനില്ക്കുന്നത്. ഈ വസ്തുത മലയാളത്തെ സംബന്ധിച്ചും ഒരു ചൂണ്ടാണിയാണ്. ബഹുസ്വരവും മതേതരവും പുരോഗമനപരവും ചരിത്രാത്മകവുമായ ഒരു സമ്പുഷ്ടഭാഷയെന്ന നിലയിൽ മലയാളഭാഷ അറിയുന്നവരുടെ സംഖ്യ നിലനിർത്തിയും ഔദ്യോഗികപദവി സമ്പൂർണ്ണമാക്കിയും മാത്രമേ മലയാളഭാഷാമരണത്തെ നമുക്ക് നേരിടാനാവൂ.

ഭാഷാമരണത്തിന്റെ വ്യാപകകാരണങ്ങൾ

ITM എന്നൊരു സംവർഗ്ഗത്തെ പരിസ്ഥിതി ഭാഷാവിജ്ഞാനം ഉപയോഗിക്കുന്നുണ്ട്. Indigenous/tribal peoples and minorities and minoritized groups/people എന്നതിന്റെ ചുരുക്കമാണത്. ITM ഭാഷകളാണ് മിക്കവാറും അപ്രത്യക്ഷമാവുന്നവ. അതിനുകാരണമാവുന്ന ചില ഉന്തും തള്ളു (push and pull)മുണ്ട്. ITM ഭാഷകളുടെ സാമ്പത്തികവും രാഷ്ട്രീയവുമായ ദുർബ്ബലാവസ്ഥകളാണ് മുഖ്യമായ സമ്മർദ്ദം (push factor). എല്ലാവിധമായ വിഭവ/പ്രകൃതിചൂഷണങ്ങളും ആ ഭാഷ സംസാരിക്കുന്ന ജനതയുടെ പരിസ്ഥിതിമണ്ഡലങ്ങളെ പാടെ സംഹരിക്കുന്നു. അതോടെ ആ ഭാഷകളുടെ ഇക്കോറീജിയൺ ഇല്ലാതാവുന്നു. വലിയ കമ്പനികൾ അവിടേക്ക് അന്യവാസികളെ കൊണ്ടുവരുന്നതും തദ്ദേശവാസികളെ തൊഴിലന്വേഷിച്ച് അകലേക്കു പായിക്കുന്നതും ഈ പാരിസ്ഥിതികഹത്യ(ecocide)യുടെ മറ്റൊരു വശമാണ്.

തള്ളിക്കയറ്റത്തിന്റെ ഘടകം (The pull factor) തികച്ചും കൊളോണിയലായ ചില മിത്തുകളാണ്. “The ITM people are constructed as resourceless, ignorant, backward. Their way of earning, their living, their cultures, their knowledges and their language are stigmatized. The (urban) speakers of bigger, dominant languages are glorified” (ടി ലേഖനം, പു. 19) എന്നത് അത്തരമൊരു മിത്താണ്.

ഭാഷകളുടെ അപ്രത്യക്ഷമാകലിലേക്കു നയിക്കുന്ന വ്യതിചലനങ്ങളെ പഠിക്കുന്നതിനുള്ള കൂടുതൽ ശാസ്ത്രീയമായ തോതുകളുൾപ്പെടുന്ന രീതിശാസ്ത്രമാണ് EGIDS (Expanded Graded Intergenerational Disruption Scale). അതിനെ പരിചയപ്പെടുത്തുന്ന ലേഖനമാണ് *The World's Languages in Crisis: A 20 years update.*[13] സാലികോകോ മഫ്വീന്റെ ഒരു പഠനമാണ് അതിനുപ്രേരണ.[14] ആ പഠനത്തിൽ ചൂഷണാധിഷ്ഠിതമായ കോളനീകരണം എന്നാണ് ഭാഷകളുടെ പുറത്തുനിന്നുള്ള ആ ദേശങ്ങളെ മഫ്വീൻ വിളിക്കുന്നത്. കേരളത്തിൽ ഈ സ്ഥിതി വല്ലാതെ രൂപപ്പെട്ടുകഴിഞ്ഞ കാലമാണിത്.

ആധിപത്യ/വാണിജ്യ-ആഗോളഭാഷയെന്ന നിലയിൽ ഇംഗ്ലീഷും, മാധ്യമങ്ങളിലൂടെ പ്രചരിപ്പിക്കപ്പെടുന്ന ദേശീയഫാസിസത്തിന്റെ ഭാഗമായ വികലസംസ്കൃതവുമാണ് മലയാളിയുടെ പുതുതലമുറയെ ഏതാണ്ടു കീഴ്പ്പെടുത്തിക്കഴിഞ്ഞ ചൂഷണകോളനികർ (Exploiting Colonizers).

കേരളസമൂഹം ഇന്നത്തെ ആഗോളസാഹചര്യത്തിൽ നാഗരിക ITM കളായി മാറിക്കഴിഞ്ഞുവെന്നു ചിന്തിക്കുന്നതിൽ തെറ്റില്ല.

EGIDS ഉം ആറാം കൂട്ടവിനാശവും

ആറാമത്തെ കൂട്ടവിനാശം (Sixth Mass Extinction) എന്നത് പാരിസ്ഥിതിക ഭാഷാവിചാരം പരമപ്രധാനമായി ചർച്ചചെയ്യുന്ന സംഗതിയാണ്. ആന്തൊണി ബർനോസിയും പതിനൊന്നു സഹചിന്തകരും ചേർന്നെഴുതിയ 'Has the Earth's sixth mass extinction already arrived?' എന്ന പ്രവചനാത്മക ഗവേഷണലേഖനമാണ് ഇതിനെപ്പറ്റി ചർച്ചചെയ്യുന്ന ഏറ്റവും ആധികാരികമായ രേഖ. കഴിഞ്ഞ അഞ്ചു കൂട്ടവിനാശങ്ങളിൽനിന്നും ഈ വരാനിരിക്കുന്ന ആറാമതു വിനാശത്തിന്റെ വ്യത്യാസം, മനുഷ്യൻ എന്ന ജീവിവർഗ്ഗമാണ് ആറാം വിനാശത്തിന്റെ കാരണക്കാർ എന്നതാണ്. മനുഷ്യന്റെ ആ ചെയ്തികളെന്തെന്നും അവർ വർണ്ണിക്കുന്നു. "through co-opting resources, fragmenting habitates, introducing non-native species, spreading pathogens(പകർച്ചവ്യാധികളുടെ വ്യാപനം), killing species directly, and changing global climate."

ആറാം സമഗ്രവിനാശത്തെ ജൈവവൈവിദ്ധ്യനാശത്തിന്റെ പശ്ചാത്തലത്തിൽ പിന്നീടു വിശദീകരിച്ചവതരിപ്പിച്ച ഹിറാർദൊ സെവാല്ലോസി (Gerardo Ceballos)ന്റെയും കൂട്ടരുടെയും പഠനത്തെ.[15] പാരിസ്ഥിതിക ഭാഷാചിന്ത നീണ്ട ആകാംക്ഷയോടെ പില്ക്കാലത്തു സ്വീകരിക്കുകയും വികസിപ്പിച്ചെടുക്കുകയും ചെയ്തു. We focus exclusively on species, ignoring the extirpation of populations – the units relevant to ecological functioning and the delivery of ecosystem sercices, എന്നത് ആ ലേഖനത്തിലെ ഒരു ശ്രദ്ധേയവാക്യമാണ്. ഓരോ ജീവിവർഗ്ഗത്തിനുമുള്ള പാരിസ്ഥിതികധർമ്മവും പരിസ്ഥിതിവ്യവസ്ഥയിലെ സേവനങ്ങളും അതുപോലെ ഓരോ ഭാഷയും നിർവ്വഹിക്കുന്നുവെന്നതാണ് സത്യം. എന്നാൽ, നമ്മുടെ പരമ്പരാഗത വ്യാകരണഭാഷാശാസ്ത്രപഠനത്തിന്റെ ഏകശിലാമയച്ചിട്ട ഭാഷയുടെ പാരിസ്ഥിതികധർമ്മങ്ങളെ കാണുന്നതിൽനിന്നും നമ്മെ വിലക്കി. *തൊൽക്കാപ്പിയം, ലീലാതിലകം, കേരളകൗമുദി, സാഹിത്യസാഹ്യം, ഭാഷാപരിചയം...* ആദിയായവയിലെല്ലാമുള്ള ഭാഷയുടെ ജീവിസംസ്കാരസൗന്ദര്യശാസ്ത്രത്തിലേക്കു വെളിച്ചംവീശുന്ന പുതിയ 'കല്ലുവഴിച്ചിട്ട' ഇനി വികസിക്കേണ്ടതായിട്ടാണിരിക്കുന്നത്.

ഭാഷകളുടെ അന്തരോല്പാദനക്ഷമതയുടെ ഭ്രംശനങ്ങൾ (intergenerational disruption) പരിശോധിച്ചുകൊണ്ട് ഭാഷകളുടെ നിലവിലെ 'ആരോഗ്യ'ത്തെ വിലയിരുത്തി ക്രമപ്പെടുത്തുന്ന EGIDS, പതിമൂന്നുസ്കെയിൽ വരുന്ന ഒരു അളവുപ്രക്രിയയാണ്. അതിങ്ങനെയാണ്.

അളവ് Level	അടയാളം Label	വിവരണം Description	യുനെസ്കോ നിർണ്ണയം
0	അന്തർദ്ദേശീയത	കച്ചവടം, വിജ്ഞാനവിനിമയം, അന്തർദ്ദേശീയ നയവിനിമയം മുതലായവയ്ക്ക് രാജ്യങ്ങൾക്കിടയിൽ ഇത്തരം ഭാഷ ഉപയോഗിക്കപ്പെടുന്നെങ്കിൽ	സുരക്ഷിതം
1	ദേശീയമായത്	ദേശവ്യാപകമായി; വിദ്യാഭ്യാസം, തൊഴിൽ, ബഹുജനമാധ്യമം, സർക്കാർ എന്നിവ ഇത്തരം ഭാഷ ഉപയോഗിക്കുന്നുവെങ്കിൽ	സുരക്ഷിതം
2	പ്രാദേശികം (provincial)	ഒരു രാജ്യത്തിന്റെ സംസ്ഥാനം പോലുള്ള ഭരണഉപവിഭാഗത്തിന്റെ സർക്കാർ, വിദ്യാഭ്യാസം, തൊഴിൽ, മാധ്യമം ആദിയായവയിൽ ഉപയോഗിക്കുന്നു	സുരക്ഷിതം
3	വിപുലമായ വിനിമയത്തിന്	ഔദ്യോഗികപദവിയില്ലാതെ തന്നെ ഒരു പ്രത്യേക സ്ഥലത്തെ ഭാഷാവ്യത്യാസങ്ങളെ അതിജീവിച്ച് തൊഴിലിനും മാധ്യമമേഖലയിലും ഉപയോഗിക്കുന്നു.	സുരക്ഷിതം
4	വിദ്യാഭ്യാസത്തിന്	ഭാഷയ്ക്ക് വ്യാപകമായ ഭാഷണോപയോഗമുണ്ട്. സാക്ഷരവിനിമയത്തിലൂടെ ഔപചാരികവിദ്യാഭ്യാസത്തിൽ പ്രധാന്യത്തോടെ ഉപയോഗിക്കുന്നു.	സുരക്ഷിതം
5	വികസന പ്രക്രിയയിൽ	സമ്പൂർണ്ണ സാക്ഷരല്ലാത്ത സമൂഹമാണെങ്കിലും; സാമൂഹികപ്രവർത്തനത്തിൽ ഭാഷയുടെ ലിഖിതരൂപം കാര്യമായി ഉപയോഗിക്കുന്നു.	സുരക്ഷിതം
6a	ഊർജ്ജസ്വലത (Vigorous)	സുസ്ഥിരമായ നിലവാരത്തിൽ എല്ലാതലമുറകളും ഭാഷയെ വർത്തമാനം ചെയ്യുന്നു.	സുരക്ഷിതം

6b	ഭീഷണിയുള്ളത്	സുസ്ഥിരഭാഷണോ പയോഗത്തിന്റെ ഏതെങ്കിലും സാഹചര്യം പരുക്കു നഷ്ടപ്പെട്ടുകഴിഞ്ഞ പറ്റാവുന്നത് വിധത്തിലാണ് തലമുറകളെല്ലാം ഈ ഭാഷ ഉപയോഗിക്കുന്നത്. ഭാഷയുടെ തുടർനിലനില്പിന് ഈ പ്രതിഭാസം ഭീഷണിയാണ്.	
7	മാറിക്കഴിഞ്ഞത്	കുട്ടികളെ പെറ്റുവളർന്ന മുതിർന്നതലമുറകൾ തികച്ചും ക്കിടയിൽ വംശ	
ഭാഷ ഉപയോഗിക്കുന്നു നാശ		ണ്ടെങ്കിലും ആ ഭാഷ കുഞ്ഞുങ്ങൾക്കിടയിൽ നല്കുന്നില്ല.	ത്തിലേക്കു പോകുന്നു
8a	ആസന്നമരണ ഭാഷയിലെ ഗുരുതരമായി (Moribund) സജീവപ്രയോക്താക്കൾ വംശനാശം വൃദ്ധതലമുറമാത്രം നേരിടുന്നു		
8b	ഏതാണ്ടു സമ്പൂർണനാശ ത്തിനടുത്ത	വൃദ്ധതലമുറയ്ക്കറിയാം എങ്കിലും ഇത്തരം ഭാഷകൾ വിഷമസന്ധിയിൽ അവർപോലും അപൂർവ്വമായേ ഉപയോഗിക്കുന്നുള്ളൂ	വംശനാശ
9	അചേതനം	വിദഗ്ദ്ധഭാഷകൾ ഇല്ല. ഒരു വംശീയസമൂഹത്തിന്റെ പാരമ്പര്യസ്വത്വം എന്നനിലയിൽ നശിക്കു ചില പ്രതീകാത്മകവിനിമയങ്ങൾ മാത്രം ഇത്തരം ഭാഷകളിലൂടെ നടക്കുന്നു	ന്നത് (Extinct)
10	പൂർണ്ണമായി നശിച്ചു ഭാഷയുമായി ബന്ധപ്പെട്ട ഒരു വംശീയസവിശേഷതയും, നശിച്ചത് കേവലം പ്രതീകങ്ങൾപോലും ആർക്കും ഉപയോഗിക്കാനറിയില്ല		

ലോകഭാഷകളുടെ സ്ഥിതി വിവരക്കണക്കായ Ethnologue ന്റെ 17–ാമത് പതിപ്പിനെ ആസ്പദമാക്കിയാണ് ഈ പറയപ്പെട്ട അവലോകനം ഗാരിസൈമൺസും പോൾലെവിസും നടത്തിയത്. ഇങ്ങനെ കണക്കാ

ക്കിയ നിലവാരങ്ങൾ അനുസരിച്ച് ഓരോ ലെവലിലും എത്രയെത്ര ഭാഷകൾ വരുന്നുവെന്നും അവർ തിട്ടപ്പെടുത്തുകയുണ്ടായി. അപ്രകാരം 7400 ഭാഷകളിൽ 5% വരുന്ന 377 ഭാഷകൾ നശിച്ചതായി കണ്ടെത്തി.

ഈ അളവുമാതൃക ഉപയോഗിച്ച് മലയാളഭാഷയുടെ നിലവിലെ സാഹചര്യം നമുക്ക് പരിശോധിക്കാവുന്നതേയുള്ളൂ. ലെവൽ 2 ആണ് ശരിക്കും മലയാളത്തിനു ബാധകം. ആ നിലയിൽ നമ്മുടെ ഭാഷ സുരക്ഷിതമാണ്. പക്ഷേ, വിപണി മുതലാളിത്തം വിദ്യാഭ്യാസപ്രക്രിയയിൽ അടിച്ചേല്പിക്കുന്ന കൃത്രിമ ആത്മാഭിമാനം 6b യുടെ നേരിയ പ്രവണതകൾ അടിച്ചേല്പിക്കാൻ ശ്രമിക്കുന്നതുകാണാതിരുന്നുകൂടാ.

പരിസ്ഥിതിഭാഷയും ഭാഷാപരിസ്ഥിതിയും

ഭാഷകളുടെ മരണത്തെപ്പറ്റി ഇത്രയും പറഞ്ഞതുകൊണ്ട് പാരിസ്ഥിതികഭാഷാശാസ്ത്രത്തിന്റെ മുഖ്യപഠനമേഖല അതു മാത്രമാണെന്ന് അർത്ഥമില്ല. 2018 ആദ്യം പുറത്തുവന്ന The Routledge Handbook of Ecolinguistics, നാലു പ്രധാനവിഭാഗങ്ങളായിത്തിരിച്ചാണ് അവയിലെ പഠനങ്ങളെ ക്രമീകരിച്ചിരിക്കുന്നത്. ഭാഷാപരിസ്ഥിതിയുടെ സാമ്പത്തികമൂല്യം, ഭാഷാപരിണാമം, ഭാഷാസൂത്രണം, ബഹുഭാഷാസംസ്കാരം, പരിസ്ഥിതി അന്തര്യാമിഭാഷാശാസ്ത്രം (Ecosystemic Linguistics), ക്ഷേമാത്മക വ്യവഹാരാപഗ്രഥനം, ദൃശ്യഭാഷ, നിഘണ്ടുവിജ്ഞാനം, വിദ്യാഭ്യാസം, ആഗോളതാപനം... എന്നിങ്ങനെ പരമാവധിമേഖലകളിലേക്ക് ഭാഷാപരിസ്ഥിതിചിന്തയെ വ്യാപിപ്പിക്കുന്നതിന് ഇന്നു സാധിച്ചിരിക്കുന്നു.

കുർത് സിർസിൻജെർ (1972), ജോ ഡാർവിൻ പാൽമെർ (1974), ഴാൻ ബാറ്റീസ്ത് മാഴ്സെല്ലെസി (1975) മുതലായവരാണ് ഈ പറയപ്പെട്ട വർഷങ്ങളിലായി 'Ecolinguistics' എന്ന പ്രയോഗം ആദ്യമായി നടത്തിയതെന്നും അതല്ല 1972 ൽ ചിക്കാഗോയിലെ ഒരു കോൺഫറൻസിൽ വച്ച് ഹൗഗെനാണിത് ആദ്യമായി ഉപയോഗിച്ചതെന്നും വാദങ്ങളുണ്ട്. പാരിസ്ഥിതിക ഭാഷാശാസ്ത്രത്തിന് നാലരപ്പതിറ്റാണ്ടത്തെ ചരിത്രമുണ്ടെന്നത് ഈ വർഷങ്ങളുടെ അടിസ്ഥാനത്തിലാണ്. വാദങ്ങൾ ഇങ്ങനെ എന്തൊക്കെയായാലും പരിസ്ഥിതി ഭാഷാശാസ്ത്രത്തിന്റെ സാദ്ധ്യതകളെ ഓരോ ഭാഷാ സമൂഹത്തിലും പരിശോധിക്കുമ്പോൾ അതിന്റെ വളർച്ചയ്ക്ക് ആധാരമായ രണ്ടു ധാരകളാണ് പരിശോധിക്കേണ്ടത്. 1. ഭാഷയുടെ പാരിസ്ഥിതികത 2. പാരിസ്ഥിതികസ്വഭാവമുള്ള ഭാഷയും ഭാഷാശാസ്ത്രവും.

ഇതിലാദ്യത്തേത് തികച്ചും ഭാഷയുടെ ആന്തരവ്യവസ്ഥയുമായി ബന്ധപ്പെട്ടിരിക്കുന്നു. അതിനാഗരികതയുടെ കടന്നുകയറ്റം മലയാളഭാഷയുടെ പാരിസ്ഥിതിക വൈവിദ്ധ്യത്തെ പലതരത്തിൽ അതിക്രമിച്ചു നശിപ്പിച്ചിട്ടുണ്ട്. ഓരോ ഭാഷണസമൂഹവും അതിന്റെ ഭാഷയോടോ ഭാഷാഭേദങ്ങളോടോ പുലർത്തുന്ന ജീവശാസ്ത്രപരമായ അടുപ്പത്തിനു നിദാനം ഭാഷയുടെ പാരിസ്ഥിതികതയാണ്. ഭാഷയിലെ ഈ പാരിസ്ഥിതിക അംശ

മാണ് മാനുഷികേതരമായ അസ്തിത്വത്തിലേക്ക് സഞ്ചരിക്കാൻ മനുഷ്യനെ സഹായിക്കുന്നത്. *ആടുജീവിത*ത്തിലെ സാഹിത്യജീവിയായ ആട് മനുഷ്യേതരമായ അതിന്റെ അസ്തിത്വത്തിലൂടെ മനുഷ്യനോടുള്ള ബന്ധം ഉറപ്പിക്കുന്നത് നജീബ് അവയോടു വിനിമയം ചെയ്യുന്ന പരിസ്ഥിതിവികാരത്തിലൂടെയാണ്.

മലയാളത്തിലെ പാരിസ്ഥിതികഭാഷയുടെ കാര്യവും ഇതുപോലെയാണ്. മലയാളത്തിലെ പരിസ്ഥിതി സാഹിത്യ വിമർശനം അതിനു തെളിവാണ്. ഡോ. ടി പി സുകുമാരനും ഇന്ദുചൂഡൻമാഷും പ്രൊഫ. എസ് ശിവദാസും ഉപയോഗിച്ച ഭാഷ അതാണ്. പ്രകൃതി പഠനങ്ങളിലെ മനുഷ്യരെ അവതരിപ്പിക്കാൻ ടി ആർ പ്രേം കുമാർ[16] 'ഭൂമി നിറയെ നിറുകയിൽ പൂവിരിഞ്ഞ മനുഷ്യർ' എന്ന പ്രയോഗം നടത്തുന്നു. നമ്മുടെ പൂപ്പാട്ടിൽ നിന്നാണ് അതിന്റെ സൗന്ദര്യഭാഷ അദ്ദേഹം സ്വീകരിച്ചത്.

തുമ്പേലരിമ്പേലൊരീരമ്പൻ തുമ്പ
തുമ്പ കൊണ്ടമ്പതു തോണി ചമച്ചു
തോണി തലയ്ക്കൊരാലു മുളച്ചു
ആലിന്റെ കൊമ്പിലൊരുണ്ണി പിറന്നു
ഉണ്ണിക്ക് കൊട്ടാനും ഉണ്ണിക്കു പാടാനും
തുടിയും തുടിക്കോലും പറയും പറക്കോലും
പൂവേ പൊലി പൂവേ പൊലി പൂവേ
എന്ന പാട്ടിന്റെ നിറുകയിൽ നിന്ന്.

ഹരിത പരിസ്ഥിതി

മലയാളഭാഷാസമരത്തിന്റെ ഐക്യബോധം പാരിസ്ഥിതികമാണെന്നത് തർക്കമില്ലാത്ത കാര്യമാണ്. *മാതൃഭാഷയ്ക്കുവേണ്ടിയുള്ള സമര*ത്തിൽ പി പവിത്രൻ അതു വ്യക്തമാക്കുന്നു.

മലയാളത്തോടൊപ്പം കേരളത്തിലെ ന്യൂനപക്ഷഭാഷകളെയും ആദിവാസിഭാഷകളെയും അംഗീകരിക്കാനും അവയ്ക്കുവേണ്ടി വാദിക്കാനും നമ്മെ ആ വിചാരങ്ങൾ പ്രേരിപ്പിക്കേണ്ടതുണ്ട്. ഇതരഭാഷകൾ സംസാരിക്കുന്നവരിലേക്കുള്ള തിരശ്ചീനമായ കടന്നുകയറ്റമല്ല; ഭരണകൂടത്തെ ജനാധിപത്യവല്ക്കരിക്കുന്ന ലംബമാനതലമാണ് ഭാഷാ സമരങ്ങൾക്കുണ്ടായിരിക്കേണ്ടത് (2014 ജൂൺ: 94).

പാരിസ്ഥിതിക ഭാഷാവിജ്ഞാനശാഖയെ വികസിപ്പിച്ചെടുത്തതിന്റെ ക്ലേശവും അതംഗീകരിക്കപ്പെട്ടപ്പോഴുണ്ടായ സന്തോഷവും ആരൻസ്റ റിബ്ബി, തന്റെ പുസ്തകത്തിന്റെ ചൈനീസ് വിവർത്തകനായ ഗ്വെൻ ഹുവാങുമായുള്ള അഭിമുഖത്തിൽ വിശദീകരിക്കുന്നുണ്ട്. അവിടെ അദ്ദേഹം ഊന്നിപ്പറയുന്ന കാര്യമിതാണ്. Part of the role of ecolinguistics is resisting the stories that underpin an unequal and ecologically destructive society, but an equally important part is the search for new stories to live by. Positive discourse analysis involves looking at cultures around the world to search for positive forms of language that encourage respect and care for the natural world.

പരിസ്ഥിതിവിനാശത്തെ സംബോധനചെയ്തുകൊണ്ട് പാരിസ്ഥിതി കവിമർശനം (Ecocriticism)മുന്നോട്ടുവയ്ക്കുന്നത്ര വൈകാരികസമര തന്ത്രം പാരിസ്ഥിതികഭാഷാവിജ്ഞാനത്തിനുണ്ടാവില്ല. പക്ഷേ, ജനജീ വിതത്തിന്റെ വസ്തുനിഷ്ഠപരിശോധനകളുമായി ബന്ധപ്പെട്ട സൂക്ഷ്മ വിചാരങ്ങളുടെ തലത്തിൽ പാരിസ്ഥിതികവിമർശനത്തെക്കാൾ വ്യാപന ശക്തി പാരിസ്ഥിതികഭാഷാശാസ്ത്രത്തിനുണ്ട്. പാരിസ്ഥിതികവിമർശന ത്തിന്റെ അന്വേഷണതടം പ്രകൃതിയും മനുഷ്യസംസ്കാരവുമായി ബന്ധ പ്പെട്ട പരസ്പരബന്ധമാണെന്നാണ്, ചെറിൽ ഗ്ലോട്ട്ഫെൽറ്റിയുടെ അഭി പ്രായം. വില്യം റൂക്കേർട്ടിൽനിന്നും ജോസഫ്മീക്കറിൽനിന്നും സ്വീകരിച്ച വെളിച്ചമാണ് പാരിസ്ഥിതിക വിമർശന ചിന്തകളെ ക്രോഡീകരിക്കാൻ, 1996 ൽ (The Ecocriticism Reader) ഗ്ലോട്ട്ഫെൽറ്റിയെ സഹായിച്ചത്. അതിനാൽ നടത്തിയ വിപുലമായ യത്നം സ്റ്റിബ്ബിയുടേതിനെക്കാൾ വലു താണ്.[17]

പാരിസ്ഥിതികവിമർശനത്തിന്റെ പ്രവർത്തനഭൂമി (landscape) തെളിച്ചെടുക്കാൻ യത്നിച്ച വ്യക്തികൾ ലിയൊമാർക്സിനെയും റേച്ചൽ കാഴ്സനെയും ആൾഡൊ ലിയൊപോൾഡിനെയും ഹെന്റി നാഷ്സ്മി ത്തിനെയും പോലുള്ളവരാണ്. അവരുടെ ഗഹനമായ രചനകളുടെ പിന്തു ണയോടെയാണ് ഭാഷയുടെയും സാഹിത്യത്തിന്റെയും സാംസ്കാരിക നിർമ്മിതികളെ പാരിസ്ഥിതികവിമർശനം പഠിക്കാനെടുത്തത്. അങ്ങനെ യൊരു സാംസ്കാരികഭാവുകത്വത്തിന്റ ബലത്തിലാണ് റൂസോ, തോറോ, ഇറ്റാലിയൻ ഫ്യൂച്ചറിസ്റ്റുകൾ എന്നിവരിലാരംഭിച്ച് കേരളീയമായ പരി സ്ഥിതി സൗന്ദര്യശാസ്ത്രത്തിലേക്ക് ഡോ. ടി പി സുകുമാരനും എത്തി ച്ചേർന്നത്.

ഇങ്ങനെയൊരു പ്രവർത്തനഭൂമിയുടെ തെളിച്ചെടുക്കലാണ് നമ്മുടെ പാരിസ്ഥിതിക ഭാഷാശാസ്ത്രം ഇനി ചെയ്യാനുള്ളത്. അതിനെ ഹരിതം എന്നുമാത്രം അഭിസംബോധനചെയ്താൽ മതിയാവുമോ എന്നതും സംവാദാത്മകമാണ്. The Association for the study of literature and environment (ASLE) ന്റെ 'കോലായ ചർച്ചകളിൽനിന്ന് ഹരിതവായന (green reading) യുടെ ലക്ഷ്യങ്ങളെന്തൊക്കെയെന്ന് ഉരുത്തിരിഞ്ഞി ട്ടുണ്ട്.[18] ഹരിതം എന്നു പറയുന്നതൊക്കെയും ആദ്യാവസാനം സാഹി ത്യപരമായ ആകാംക്ഷകൾ മാത്രമാണ്. 'ഈ കൃതിയിൽ എത്രകണ്ട് പ്രകൃ തിയുണ്ട്.' 'വന്യത എങ്ങനെ രൂപപ്പെടുന്നു?,' 'നഗരസംസ്കാരം എങ്ങനെ ഗ്രാമീണ/ വനപ്രകൃതികളോടു ശത്രുത നിർമ്മിക്കുന്നു?,' 'ശാസ്ത്രവും പ്രകൃതിവിജ്ഞാനവും സാഹിത്യപഠനത്തിൽ എന്തു പങ്കാണു വഹിക്കു ന്നത്? മുതലായ അന്വേഷണങ്ങളാണ് ഹരിത ചിന്തയുടെ പ്രമേയങ്ങൾ. എന്നാൽ ഇക്കോലിംഗ്വിസ്റ്റിക്സിന്റെ അന്വേഷണമേഖല ഹരിതത്തെ ക്കാൾ സൂക്ഷ്മവും വിവൃതവും സങ്കീർണ്ണവുമാണ്. എന്നാൽ അതൊരു

താർക്കികവസ്തുതയൊന്നുമല്ല താനും.

കുറിപ്പുകൾ

1. *Beyond the cultural Turn: New Directions in the Study of Society and culture*, Victoria E Bonnell and Lynn Hunt (Eds.), University of California Press, 1999.
2. "I think in the next twenty five years we are going to have to teach biologists another language.... I don't know what it's called yet; nobody knows." Capra, F., the web of Life, Abchor Books, 1996: xviii.
3. Ecolinguistics, Stibbe, A., Routledge, 2015:11
4. *The Ecology of Language Evolution*, Salikoko S Mufwene, Cambridge, 2001:16.
5. Mc Luhan M., Understanding Media, Cha. 6: 63-67, www.//robynbacken. com/text/nw_research. pdf. 20/5/2018, 12.30 m
6. a. Sapiens: A brief history of Humankind, Yuval Noah Harari, vintage, 2014:64.

b.The Dordogne, France: Lascaux's Prehistoric Cave Paintags, https://youtube.com/watch? v = UnSqOc7j M-A, 21/5/2018, 12.08pm

7. *The Ecolinguistics Reader: Language, Ecology and Environment*, Fill, A and Muhlhausler, P. (eds), Continuum, 2001.
8. *On Biocultural Diversity: Linking Language, Knowledge and the Environment* എന്ന പുസ്തകത്തിലെ L Maffi (ed.) ലേഖനം. On the evolution of Cultural, Linguistic and Biological diversity (2001: 107).
9. *Language Dealth: Factual and theoretical Explorations with special reference to East Africa* എന്ന പുസ്തകത്തിലെ M Brenzinger (ed.). Theory of language Death എന്ന ലേഖനം (1992:7)
10. *The world's Languages in Crisis*, Krauss, 1992.
11. UNESCO's Intangible cultural Heritage unit's Ad Hoc Expert Group On Endangered Languages
12. Skutnabb, T and Harmon, D. Biological Diversity and Language Diversity: Parallels and Differences എന്ന ലേഖനം. The Routledge Handbook of Ecolinguistics (Alwin F Fill and Hermine Penz (Eds.), 2018:15.

13. ഗാരിസൈമൺസും പോൾലെവിസും ചേർന്നെഴുതിയത്.

14. Mufwene, S S (2002).Colonisation, Globalisation and the future of languages in the twenty first century.

15. *Accelerated modern human- induced species losses: Entering the sixth mass extinction.*

16. പ്രകൃതിപാഠങ്ങൾ, മുഴിക്കുളം ശാല, 2010:08, 22

17. *The Formation of a field: Ecocriticism in America*- An Interview with Cheryll Glotfelty, Michelle Balaev, PMLA, Vol, 127, May 2012, p 607-616.

18. *Blues in the Green: Ecocriticism under critique*, Michael P Cohen, Environmental History, Vol.9, Jan. 2004, p. 9-36

നാളെയുടെ ഗുരു

ഗുരുവിൽ, ധ്യാനം അതിന്റെ സിമെട്രിക്ക് ആയ അളവിൽ ശാന്തിയെ പ്രാപിച്ചിരുന്നു. മനുഷ്യൻ നിർമ്മിക്കുന്ന പ്രശ്നങ്ങളെ ഒന്നൊന്നായി വിശദീകരിക്കുമ്പോൾ, മനുഷ്യർ അന്യജീവജാലങ്ങൾക്ക് അർഹമായ ശാന്തിയെ അവർക്കു നല്കുന്നില്ല എന്ന വിമർശനം ഗുരു ഉന്നയിച്ചു. അവിടെ കുറുക്കന്റെയും അതു ഭക്ഷിക്കുന്ന ഞണ്ടിന്റെയും ഉപമ ഗുരു പറഞ്ഞു. യെല്ലോ സ്റ്റോൺ നാഷണൽ പാർക്കിൽ, നദിയുടെ ഗതി മടക്കിക്കൊണ്ടുവന്നത് കുറുക്കൻമാരുടെ പുനരാഗമനമാണെന്നത് പ്രസിദ്ധമായ പാരിസ്ഥിതിക വെളിപാടായി മാറിയ കാലമാണിത്.

ആദ്ധ്യാത്മികമായ ശാന്തിയെക്കുറിച്ചുള്ള പരമ്പരാഗത സ്വാർത്ഥതയെ നിരാകരിക്കാൻ എന്നും ഗുരുവിനു കഴിഞ്ഞിരുന്നു. ഈ നിരാകരണം വാക്കുകൾകൊണ്ടും വാക്കിനെക്കാൾ ആഴമേറിയ മൗനംകൊണ്ടും ഗുരു വിശദീകരിച്ചിരുന്നു. വാക്കുകൾ ചിന്തകളെ നന്നായി പ്രതിഫലിപ്പിക്കാറില്ല എന്നു സിദ്ധാർത്ഥ ചിന്തിച്ചതുപോലെയാണ് ഗുരു രമണമഹർഷിയെ കണ്ടപ്പോൾ ചിന്തിച്ചത്. മഹർഷിയും മൗനത്തിന്റെ ഇടിമുഴക്കങ്ങൾ കൊണ്ടാണ് ഗുരുവിനോടു സംസാരിച്ചത്.

തിരുവണ്ണാപുരത്തെ കുന്നുകയറി ഗുരുവും ശിഷ്യരും കൂടി രമണാശ്രമത്തിലേക്കു നടന്നു. വല്ലപ്പോഴുമൊന്ന് പുറത്തിറങ്ങിയാലാകുന്ന മഹർഷി. അന്നു ഗുരുവിനെ കാണാൻ ആശ്രമം വിട്ടു താഴേക്കു മെല്ലെ വന്നു. അവർ, ഒരു സത്യത്തിന്റെ രണ്ടു കണ്ണുകളായി പരസ്പരം ദർശിച്ചു. പിന്നെ അകന്നു പോയി. ഒന്നും മിണ്ടിയില്ല. മടക്കയാത്രയ്ക്കു മുമ്പ്, അവിടെ, മരച്ചുവട്ടിലിരുന്ന് 'നിർവൃതിപഞ്ചക' ത്തിന്റെ കാവ്യശില്പം പൂർത്തിയാക്കിയിട്ടാണ് ഗുരു താഴ്വരയിലേക്കിറങ്ങിയത്. സൗഹൃദത്തിന്റെയോ പരിചയപ്പെടലിന്റെയോ വിചിത്രമായ മറ്റേതെങ്കിലും ഉപചാരവാക്യത്തി

ന്റെയോ മട്ടിലല്ല ആ രണ്ടു മഹത്തുക്കൾക്കിടയിൽ മാനസികാശ്ലേഷം സംഭവിച്ചത്.

ജ്ഞാതാജ്ഞാത സമഃ സ്വാന്യ-
ഭേദശൂന്യഃ കുതോഭിദാ?
ഇത്യാദി വാദോപരതിർ
യസ്യ തസ്യൈവ നിർവൃതി

അറിഞ്ഞതും അറിയാത്തതും സ്വന്തവും അന്യവും എന്ന തോന്നലുകളുടെയൊക്കെ ഭേദങ്ങളൊഴിയുന്നേടത്ത് വാദങ്ങൾ അവസാനിക്കുകയും നിർവൃതി വന്നുചേരുകയും ചെയ്യുമെന്ന സാർവ്വദേശീയതത്ത്വത്തെ നിർവൃതി പഞ്ചകത്തിലെഴുതി ഗുരു, ആ സന്ദർശനത്തെ മൗനത്തിന്റെ ചരിത്രത്തിലെ മഹാസംഭവമാക്കി.

ഗുരുവിന്റെ മാനസികാവസ്ഥയുടെ സിമെട്രി മനസ്സിലാക്കാൻ കഴിയുന്ന, ആന്തരികവും ബാഹ്യവുമായ പ്രധാനപ്പെട്ടൊരു തെളിവാണിത്. ഗുരുവിനെ അത്യുതപ്രവൃത്തികളോടെ തെളിയിക്കേണ്ട ഗതികേട് നമുക്കു വന്നുചേരാത്തത് ഇത്തരം തെളിവുകൾ സുവിശദമായി, ചരിത്രപരമായി നമ്മുടെ മുന്നിലുള്ളതുകൊണ്ടാണ്. യേശുവിന്റെ നസറേത്ത് ജീവിതമോ യെരുശ്ശലേം അനുഭവങ്ങളോ പീഡാനിമിഷങ്ങളോ ഒന്നും തർക്കവസ്തുതയല്ലാത്തത് അവയുടെ ചരിത്രമൂല്യം വസ്തുതാപരമായി നമ്മുടെ മുന്നിലുള്ളതുകൊണ്ടാണ്. എ ഡി 130 ലെ ജോൺ റൈലന്റ് പാപ്പിറസ് താളും എ ഡി 155 ലെ യെസ്റ്റർബീറ്റി പാപ്പിറസും പുതിയനിയമത്തിന്റെ പുരാവസ്തുരേഖകളായി മുന്നിൽ നില്ക്കുന്നതുപോലെ, ശക്തമായ തെളിവുകൾ ഗുരുവിനെക്കുറിച്ചും ഒന്നൊന്നായി നമ്മുടെ മുന്നിലുണ്ട്. ചരിത്രത്തിൽ തീരെ അകലെയല്ലാത്ത ഒരു കാലത്ത് ഗുരു പ്രവർത്തിച്ചതെങ്കിലും – ഗുരുവിനെക്കുറിച്ച് പ്രചരിക്കാൻ സാദ്ധ്യതയുള്ള അവാസ്തവങ്ങളെ ആ തെളിവുകൾ ഒന്നൊന്നായി ഖണ്ഡിക്കുന്നു. ഗുരു, ആധുനികവും യുക്തിഭദ്രവുമായ ഒരു സാഹചര്യത്തിൽ ജീവിച്ചു എന്നു മാത്രമല്ല; ഗുരു – ആധുനികവും യുക്തിഭദ്രവുമായി ചിന്തിച്ചു എന്നുകൂടി നാം മറന്നുപോകരുതാത്തതാണ്.

ഒരു അർത്ഥത്തിൽ നിന്ന് മറ്റൊന്നിലേക്ക് അകന്നകന്നു പോകുന്ന, അർത്ഥങ്ങളുടെ സാനന്തമായ ലീലയെപ്പറ്റി, പറയാൻ 'differance' എന്ന പ്രയോഗത്തെ ദരിദ ഉപയോഗിച്ചല്ലോ. .... ചിറകുകൾ തമ്മിലുടക്കി പറക്കാനാവാതെ കുരുങ്ങി ജഡരാവുന്നതുപോലെയാണ്, 'പ്രിയം' എന്ന മനുഷ്യതാല്പര്യത്തിന്റെ കാര്യവും. മുതലാളിത്ത സാമൂഹികക്രമത്തിന്റെ ഏറ്റവും വലിയ അപകടം, മനുഷ്യനെ ഒറ്റയൊറ്റയായി കാണുകയും ആഗ്രഹത്തെ ദുരയായി വളർത്തുകയുമാണ്. ഉപഭോഗസംസ്കാരം നിലനില്ക്കണമെങ്കിൽ മനുഷ്യനിൽ ഈ ആർത്തി നിലനിന്നേ മതിയാവൂ എന്ന് അതിനറിയാം. ഈ സാമൂഹികക്രമം വളർന്നു വളർന്ന് മനുഷ്യൻ തൻകാര്യത്തിലേക്കും തന്റെ ലോകത്തിലേക്കും ചുരുങ്ങുന്ന ഒരു ഘട്ടം 2040 കളോടെ ഉണ്ടായിത്തീരുമെന്ന് വിശദീകരിക്കുന്ന നോവലാണ് ജോസ്

ഷെൽഡൻ എഴുതിയ *Individutopia*. ഇതൊരു പ്രവചനമല്ല; മുന്നറിയിപ്പാണെന്നാണ് ഷെൽഡൻ പറയുന്നത്.

നാലു കാര്യങ്ങൾ ആ ഘട്ടത്തിൽ മറ്റൊരിക്കലുമില്ലാത്തവണ്ണം പ്രബലമായിത്തീരും. (1) സ്വകാര്യവല്ക്കരണം (2) പരസ്പരസഹകരണത്തെ തട്ടിമാറ്റി പരസ്പര മത്സരം (3) വ്യക്തിബന്ധങ്ങളുടെ അപ്രത്യക്ഷമാകൽ (4) പകർച്ചവ്യാധിപോലെ പടരുന്ന മാനസികോന്മാദം.

കേരളത്തിലെ ഫ്യൂഡൽ ജാതിവ്യവസ്ഥയുടെ സാമൂഹികമനഃശാസ്ത്രത്തിൽ, ഇതിൽ നാലാമതു പറഞ്ഞത് മഹാരോഗം പോലെ പടർന്നിരുന്നു. 'ഭ്രാന്താലയം' എന്ന് വിവേകാനന്ദൻ അഭിസംബോധന ചെയ്തത് അതു കണ്ടിട്ടാവണം. ഷെൽഡൻ വിളിച്ചറിയിച്ചതും വരാനിരിക്കുന്നതുമായ സ്വകാര്യതകളുടെ സ്വാർത്ഥകാലത്തിനുള്ള ഔഷധത്തെ *ആത്മോപദേശ ശതകത്തിൽ* നാം കണ്ടുമുട്ടുന്നു.

പ്രിയമൊരു ജാതി, യിതെൻപ്രിയം ത്വദീയ
പ്രിയപരപ്രിയ, മെന്നനേകമായി
പ്രിയവിഷയം പ്രതിവന്നിടും ഭ്രമം; തൻ
പ്രിയപരപ്രിയമെന്നറിഞ്ഞിടേണം

ഇതൊരു സിദ്ധൗഷധമായിരുന്നുവെങ്കിൽ ലോകത്തെ കടലുപ്പുപോലെ നിറച്ചുവച്ച മുദ്രാവാക്യമായിരുന്നു 'ഒരു ജാതി, ഒരു മതം, ഒരു ദൈവം' എന്നത്. ഈ വാക്യം ഏത് ആരാധനാലയച്ചുവരിലും നമുക്ക് എഴുതിവയ്ക്കാവുന്നതും എന്നാൽ നാമാരും എഴുതിവയ്ക്കാത്തവരുമാണ്. ദ്വൈതിയെയും അദ്വൈതിയെയും സാന്ത്വനിപ്പിക്കുന്ന വൈരുദ്ധ്യാത്മകത അതിലുണ്ട്. ഈ തത്ത്വമാണ് ലോകഗവൺമെന്റ് എന്ന ആശയത്തിന്റെയും സ്വരൂപത്തിനു നിദാനം. അറ്റ്ലാന്റിക്കിനു നടുവിൽവച്ച് നടരാജനെക്കണ്ടുമുട്ടിയ ഗാരിഡേവിസ്, ലോകഗവൺമെന്റ് എന്ന തന്റെ വിശ്വാസം ഭ്രാന്തല്ലെന്നു തിരിച്ചറിഞ്ഞത് നടരാജൻ ഗുരുവിന്റെ ഈ മുദ്രാവാക്യം പറഞ്ഞപ്പോഴാണ്.

ഗുരുവിന്റെ ദർശനത്തെ, വേദാന്തംകൊണ്ടു വ്യാഖ്യാനിക്കാൻ എളുപ്പമാണ്. എന്നാൽ, അതു പുതിയ ഭാവുകത്വം (sensibility) നമുക്കു നല്കണമെന്നില്ല. നമ്മെ കൂടുതൽ വിധേയരും കൂടുതൽ ഭക്തരുമാക്കിത്തീർത്തേക്കാം എന്നതിനപ്പുറം ഗുരുവിനെ വിമർശാത്മകമായി വികസിപ്പിക്കുന്നതിനുള്ള വേരുകളാണ് നാം അലഞ്ഞു കണ്ടെത്തേണ്ടത്. അതിൽ ഏറെ സമകാലിക പ്രാധാന്യമുള്ള ഒന്നാണ് ഗുരുവിന്റെ പാരിസ്ഥിതികമായ തത്ത്വചിന്താവിശാലത. മനുഷ്യൻ നശിപ്പിക്കുന്ന ഭൂമിയെപ്പറ്റി നൂറു കൊല്ലത്തിനുമുമ്പ്, ഇക്കോസ്ഥിക്കായി കേരളത്തിലിരുന്നു പറഞ്ഞ ഗുരു പിന്നീടു വികസ്വരമായിത്തീർന്ന ലോകപാരിസ്ഥിക വീക്ഷണത്തിൽ ഭാരതീയമുഖത്തെ നിർവ്വചിക്കുകയായിരുന്നു. ഒരു സംഭാഷണത്തിനു മദ്ധ്യേ ഗുരു സഹോദരൻ അയ്യപ്പനോട് ഇങ്ങനെ പറഞ്ഞു.

ഇത്, മനുഷ്യൻ സൃഷ്ടിച്ചു കൂട്ടിയ ലോകനാശങ്ങളുടെ വേഗതയെ; അങ്ങനെ മനുഷ്യനാൽ നശിപ്പിക്കപ്പെട്ട ഭൂമിയുടെ കാലത്തെ ആന്ത്രോ

പ്പൊത്തീൻ എന്നു നാം വിളിച്ചു തുടങ്ങിയിരിക്കുന്നു; ആ വേഗതയെ ഗുരു വിമർശിക്കുകയായിരുന്നു. ഇതു വായിക്കുമ്പോഴാണ്, *ദൈവദശക*ത്തിലെ അവസാന ശ്ലോകത്തിന് ആന്തരികമായ ഒരു വിശാലാർത്ഥമുണ്ടെന്ന് നമുക്ക് മനസ്സിലാവുക.

ആഴമേറും നിൻ മഹസ്സാ-
മാഴിയിൽ നമ്മളാകവേ
ആഴണം വാഴണം നിത്യം
വാഴണം വാഴണം സുഖം

നമ്മൾ വാഴണം എന്നാണ്. 'നമ്മൾ,' ജാതീയമോ മതപരമോ വംശീയമോ ആയ ഉണ്മ (entity) യല്ല. അങ്ങനെയും ചിന്തിക്കുന്നവരുണ്ട്. ഗുരുവിന്റെ ശാന്തിചിന്തയുടെ പാരിസ്ഥിതിക വിചാരമാർഗ്ഗം അനുസരിച്ചു പറഞ്ഞാൽ ഈ നമ്മൾ മനുഷ്യൻ മാത്രമല്ല. നമ്മൾക്ക് നരവംശശാസ്ത്രപരമായ സവിശേഷതകൾ മാത്രമല്ല വേണ്ടത്. എല്ലാ ചരാചരങ്ങളും നമ്മൾ ആണ്. അവ, മഹത്ത്വത്തിന്റെ ആഴമേറിയ വാസ്തവലോകത്ത് – അതിനെ ദൈവമെന്നോ പ്രകൃതിയെന്നോ വിളിച്ചാലും – ശാന്തിയോടെ വാഴുക തന്നെ വേണം. വാഴ്ചയെന്നത്, ഭൂമിയുടെ സൂക്ഷ്മമായ സമസംഗീത (delicate equilibrium)ത്തിനുള്ളിൽ എല്ലാം ഒരേ ഭാവനയോടെ ആവസിക്കുകയും സമാധാനം അനുഭവിക്കുകയും ചെയ്യുന്ന അവസ്ഥയാണ്.

യുക്തിഭദ്രമാവുക എന്നത് വിശ്വാസിയെ സംബന്ധിച്ച് നിഷേധാത്മകമായ (deterministic) ഒരു തത്ത്വമാണ്. മതത്തിന്റെയോ ആത്മീയതയുടെയോ ഭാഗമായിക്കഴിഞ്ഞാൽ പിന്നെ യുക്തി (reason) പാപമാണെന്നാണ് നമ്മുടെ ബഹുഭൂരിപക്ഷവും വിശ്വസിക്കുന്നത്. ഇത് അപകടകരമായ ഒരു ധാർമ്മികപ്രശ്നമാണ്.

യുക്തിയെ പണയംവച്ച് ജീവിച്ചവരാരും മാനസികമായ സ്വാതന്ത്ര്യം അനുഭവിച്ചിട്ടില്ല. യവനപുരാണത്തിലെ പ്രൊമിത്യൂസ് സ്വർഗ്ഗത്തിൽനിന്ന് അപഹരിച്ചതായി പറയപ്പെടുന്ന അഗ്നി, യുക്തിയും അതിന്റെ സ്വാതന്ത്ര്യവുമാവാം. പഞ്ചഭൂതങ്ങളിൽ ഊർജ്ജത്തിന്റെ അതിവ്യാപനശേഷിയുള്ള ശക്തിയായി അഗ്നിയെയാണ് വിശേഷിപ്പിച്ചിട്ടുള്ളത്. അഗ്നിയെന്ന ഗുരുവാണ് ജാബാലയുടെ പുത്രൻ സത്യകാമനെ ഉന്മേഷത്തിന്റെ ആത്മവിദ്യ പഠിപ്പിക്കുന്നത്.

അഗ്നിയുടെ സ്ഫുലിംഗം പരമവും സാത്ത്വികവുമായി നമ്മുടെ ചുറ്റിലും എപ്പോഴും പ്രകാശമാനമായിരിക്കെ അതെങ്ങനെ സ്വർഗ്ഗത്തിൽ നിന്ന് അപഹരിക്കേണ്ടിവന്നു എന്ന ആലോചനയിലാണ് യുക്തി കുടിയിരിക്കുന്നത്. ചിന്തയുടെയും ഏകാന്തതയുടെയും ഭാവനയുടെയും കല യുക്തിയിൽനിന്നാണ് രൂപപ്പെടുന്നത്. എന്നാൽ, യുക്തിയുടെ അതിജീവനശക്തി നഷ്ടപ്പെടുന്നതോടെ മനുഷ്യന് ഭാവനയുടെമേലും ചിന്തകളുടെമേലും ഏകാന്തതയുടെമേലുമുള്ള നിയന്ത്രണമില്ലാതാവുകയും സ്വയം സ്കീസൊഫ്രീനിക് ആയിത്തീരുകയും ചെയ്യും. കലയിലെയും സാഹിത്യത്തിലെയും ഉത്തരാധുനികത അത്തരം സ്കീസോഫ്രീനിയയുടെ ആവി

ഷ്കാരമാണെന്ന ഒരു ദർശനം ദെല്യൂസും (Deleuze and Guattari) ഗൊഥാരിയും അവരുടെ പുസ്തകത്തിൽ (Anti-Oedipus) അവതരിപ്പിക്കുന്നുണ്ട്.

സ്കീസൊഫ്രീനിയയുടെ ഈമാതിരി പ്രതിഭാസത്തെപ്പറ്റി ആദ്യം പറഞ്ഞ, പ്രസിദ്ധ മാർക്സിസ്റ്റ് ചിന്തകനായ ഫ്രഡറിക് ജയിംസൻ അതിനെ മാധ്യമസംസ്കാരവുമായിക്കൂടി ബന്ധപ്പെടുത്തിയാണ് ചിന്തിച്ചതും അവതരിപ്പിച്ചതും. ഈ ചിത്തവിഭ്രമം വ്യക്തിയെ ലോകത്തിൽ നിന്ന് വിച്ഛേദിച്ച് – ജീവിക്കുന്ന രാഷ്ട്രീയകാലത്തിൽ നിന്ന് അന്യവല്ക്കരിക്കുന്നു. ഉപഭോഗമുതലാളിത്തത്തിന്റെ കൃത്രിമവും വിചിത്രവുമായ കൈകൾ മനുഷ്യരെ നിർജ്ജീവമാക്കിത്തീർക്കുന്നു. ആസക്തി–കപടമായ ഇച്ഛാശക്തിയായിത്തീരുന്നു. അങ്ങനെയൊരു സംസ്കാരത്തിന് ഭാഷയോടും ഭാഷണത്തോടും ഇടപെടാനുള്ള ഓജസ്സുണ്ടാവുകയില്ല. Such a culture is rootless, seperated from history, and outside of 'human time'... എന്നാണദ്ദേഹം പറയുന്നത്.

ജയിംസണിൽനിന്നും കുറേക്കൂടി അപഗ്രഥനാത്മകമാണ് ദെല്യൂസിന്റെയും ഗൊഥാരിയുടെയും വിചിന്തനം. നാനാഭാവശക്തിയുള്ള (polymorphous) തും വിനാശകാരിയുമായ മുതലാളിത്തത്തിന്റെ അന്തർദ്ദേശീയ പരീക്ഷണശാലകളാണ് ലോകത്തിന്റെ ഓരോ കഷണവും. അവ രാജ്യങ്ങളാവാം; പ്രാദേശിക സംസ്കാരങ്ങളാവാം. അത് മനുഷ്യവിനിമയത്തിന്റെ സാദ്ധ്യതകളെ വിപണിവല്ക്കരിച്ചതോടെ ഓരോവ്യക്തിയും ദുർബ്ബലമായ മാനസികശക്തിയുടെ ഉടമകളായിത്തീർന്നു.

മേൽപ്പറഞ്ഞ ചിന്തകർ, ലോകത്തിന്റെ പ്രശ്നത്തെ ഏതെങ്കിലും ഒരിടത്തെ മാത്രം പ്രശ്നമായല്ല അവതരിപ്പിക്കുന്നതെന്ന് ശ്രദ്ധിക്കണം. മാനവസമൂഹത്തിന്റെ ആന്തരസംസ്കാരത്തിന്റെ പൊരുത്തത്തെ (harmony) ആകെ ഇതു ബാധിച്ചിട്ടുണ്ട്. അതായത്, ഈ ചിത്തവിഭ്രമം ആത്മീയതയുടെ ജനാധിപത്യത്തെയും ബാധിച്ചിട്ടുണ്ട്. അതിനെ വർഗീയത, വംശീയത മുതലായ വാക്കുകളോടൊപ്പം തന്നെ മൂലധനാധിഷ്ഠിതമായ വർഗ്ഗീയത (capitalist fundamentalism) എന്ന് വിളിക്കാമെന്ന് തോന്നുന്നു.

വിശ്വാസത്തിന്റെ ഭാവന എന്ന്, തുടക്കത്തിൽ നാം ഉപയോഗിച്ച പ്രയോഗത്തിന്റെ സാദ്ധ്യതകൾ ഇത്തരം പുതിയ ചിന്തകളിലാണ് പ്രതിഫലിച്ചുകാണുന്നത്.

ഇവിടെ, ചെറിയൊരുദാഹരണത്തിനാണ് വിമോചന പാരിസ്ഥിതികവാദ (liberation ecology) ത്തെ സൂചിപ്പിച്ചത്. ചെറുതെങ്കിലും അതിന്റെ വ്യാപ്തി ഏറെ വലുതാണ്. ലോകത്തിന്റെ വ്യത്യസ്തവും വിദൂരവുമായ ദേശങ്ങളിൽ ഇതിന്റെ അലയൊലികൾ നാം കേട്ടുതുടങ്ങിയിരിക്കുന്നു. ബെല്ലാമി ഫോസ്റ്ററെയും ഫുക്കുവോക്കയെയും പോലുള്ള സൈദ്ധാന്തിക–പ്രായോഗിക പരിസ്ഥിതിചിന്തകരോടും അവരുടെ പ്രവർത്തനങ്ങളോടും ഐകദാർഢ്യപ്പെടുന്ന വിശാലമായ മാനവികത അതിനുണ്ട്. ഹരോൾഡ് ബ്രൗൺ, ഹോഫ്മാൻ മുതലായ പേരുകളൊന്നും അത്ര അപരിചിതവു

മല്ല.

എന്നാൽ, ആത്മീയതയിലെ ഇത്തരം വികാസരേഖകളൊന്നും സ്കീസോഫ്രീനിക് ആത്മീയവാദികൾക്ക് മനസ്സിലാവുന്ന കാര്യങ്ങളേയല്ല. ജയിംസൺ പറഞ്ഞപോലെ അവർ ചരിത്രത്തിന് പുറത്താണ്, അവർ വേരുകൾ നഷ്ടപ്പെട്ടവരാണ്.

സാംസ്കാരിക ഭാവനാദാരിദ്ര്യം

ഭാവനയെ പ്രതിഭയുടെ ഉദാത്തമായ സംസ്കാരമായി ദർശിച്ച നാടാണ് ഭാരതം. രാജശേഖരാചാര്യന്റെ പ്രതിഭാനിർവ്വചനം സാഹിത്യം പഠിക്കുന്നവർക്കും മറ്റുള്ളവർക്കും അത്രതന്നെ പരിചയമുള്ളതുമാണ്. അങ്ങനെയൊരു നാട്ടിലാണ് നിരന്തരമായി പ്രതിഭകൾ കൊലചെയ്യപ്പെടുന്ന സാഹചര്യമുണ്ടായത്. ഉണ്ടായിക്കൊണ്ടിരിക്കുന്നത്. ഇതിന്റെ കാരണം, വളരെ വ്യക്തമാണ്. ആരംഭത്തിൽ നാം പറഞ്ഞതുപോലെ, ഇവർ പ്രചരിപ്പിക്കുന്ന ആത്മീയത ഒട്ടുംതന്നെ ചലനാത്മകമല്ലാത്ത ഭാവനാദരിദ്രമായ ആത്മീയതയാണ്.

എന്നാൽ, ആത്മീയതയുടെ ഈ ഭാവനാദാരിദ്ര്യം ഇന്നോ, ഇന്നലെയോ തുടങ്ങിയതാണെന്നും കരുതാനാവില്ല. പുരോഹിത പ്രബലമായ മതകേന്ദ്രലോകത്തിനകത്ത് ഓരോ ഘട്ടത്തിലും പ്രതിഭകളടക്കം, അനേകർ ഇത്തരം പീഡനങ്ങൾ ഏറ്റുവാങ്ങേണ്ടി വന്നിട്ടുണ്ട്. ഇസ്ലാമിക ചിന്തയുടെ ചരിത്രത്തിൽ, അങ്ങനെ പീഡനം ഏറ്റുവാങ്ങേണ്ടിവന്ന മഹാനായ തത്ത്വചിന്തകനാണ് മൻസൂർ അൽ ഹല്ലാജ്. എ ഡി 922 ൽ ബാഗ്ദാദിൽ വച്ച് അദ്ദേഹം ദയനീയമായി കൊലചെയ്യപ്പെട്ടു. കഴുമരത്തിലേറ്റുംമുമ്പ്, അദ്ദേഹം ചെയ്ത പ്രഭാഷണം മഹത്തായ ചിന്തയുടെ ചരിത്രത്തിൽ ആലേഖനം ചെയ്യപ്പെട്ടിട്ടുള്ളതാണ്. “നിന്റെ മതത്തോടുള്ള ആർത്തിപൂണ്ട് നിന്റെ പ്രീതി ആർജ്ജിക്കുന്നതിനുവേണ്ടി എന്നെ വധിക്കുവാൻ കൂട്ടം കൂടിയിട്ടുള്ള നിന്റെ ഈ ഭൃത്യന്മാർക്ക്, സ്രഷ്ടാവേ, നീ പൊറുത്തുകൊടുക്കണേ. നീ എനിക്ക് വെളിപ്പെടുത്തി തന്നിട്ടുള്ളതിനെ അവർക്ക് നീ വെളിപ്പെടുത്തിക്കൊടുത്തിരുന്നെങ്കിൽ അവർ ഇങ്ങനെ ചെയ്യുമായിരുന്നില്ല. അവരിൽ നിന്ന് മറച്ചുവച്ചിട്ടുള്ളതിനെ എന്നിൽനിന്ന് നീ മറച്ചുവച്ചിരുന്നെങ്കിൽ ഞാൻ ഇങ്ങനെ ഒരു വ്യഥ അനുഭവിക്കുമായിരുന്നില്ല.”

(കടപ്പാട്: *ഇസ്ലാമിലെ ചിന്താപ്രസ്ഥാനങ്ങൾ*: വക്കം അബ്ദുൽ ഖാദർ)

എത്ര വരിഷ്ഠമാണ് ഹല്ലാജിന്റെ മനസ്സ്. അത്, ഈശ്വരനെ അറിഞ്ഞവരുടെ മനസ്സാണ്. ഒരു വർഗ്ഗീയവാദിക്ക് ഒരിക്കലും ഉണ്ടാവാത്ത മനസ്സാണത്. വർഗ്ഗീയവാദം, കപടമായ ആത്മീയതയാണ്. ചൂഷണവും വിദ്വേഷവുമാണ് അതിന്റെ തത്ത്വചിന്ത. സ്നേഹിക്കാത്തവർക്ക് വിശ്വാസമില്ല എന്ന് പഠിപ്പിച്ച പ്രവാചകന്റെ മതമാണ് ഇസ്ലാം. അതിനെ മനസ്സിലാക്കാൻ കഴിയുന്നവർക്ക് ഐ എസ് ഐ എസ് ഇസ്ലാമല്ലെന്ന് പറയാൻ, മറ്റൊരു

ചിന്തയുടെയും കാലതാമസവും ആവശ്യമില്ല.

അപ്പോൾ, ഇതിൽ നിന്നൊക്കെ നമുക്ക് മനസ്സിലാവുന്ന ഏറ്റവും ആലോചനാമൃതമായ വാസ്തവം ആത്മീയതയും അതിന്റെ ദാർശനിക സംഭരണികളായ ദർശനങ്ങളും അടിസ്ഥാനപരമായി വിഭാഗീയമല്ല എന്നു തന്നെയാണ്. മഹാനായ ഷഹ്റസ്താനിയുടെ തത്ത്വചിന്താപുസ്തകത്തിൽ അൽകിന്ദി, ഹുസൈൻ ഇബ്നു ഇസ്ഹാക്ക് മുതൽ ഇബ്നു സീനാവരെയുള്ളവരുടെ ചരിത്രം സംക്ഷേപിച്ചിട്ടുണ്ട്. അദ്ധ്യാത്മശാസ്ത്രത്തിന്റെ ചിന്താവിഷയം സത്തയാണെന്ന് വിശ്വസിച്ച ചിന്തകനാണ് ഇബ്നു സീനാ. സത്താകേന്ദ്രിതമായിരുന്നതും അല്ലാത്തതുമായ ധാരാളം ചിന്തകൾ ആധുനികവാദത്തിനകത്തും ക്രോഡീകരിച്ചിരുന്നതായി നമുക്കറിയാം.

ഇതൊന്നും ഒരു വർഗ്ഗീയവാദിയുടെയും വിഷയമോ, ചിന്തയോ അല്ല. മനസ്സ് മുരടിച്ച, കരത്തിൽ വിദ്വേഷത്തിന്റെ ആയുധമേന്തിയ പരമതവാദികൾ, പരമതവിദ്വേഷവാദികൾ യുദ്ധങ്ങളെ സൃഷ്ടിക്കുന്നവരാണ്. അങ്ങനെയുള്ളവരെക്കുറിച്ചാണ്, അവർ മാനവ നന്മയെ ഹനിക്കുന്നവരാണെന്ന് നാരായണഗുരു പറഞ്ഞത്.

ചെറുതല്ലാത്ത മനുഷ്യരുടെ പാർപ്പിടങ്ങൾ
ചട്ടമ്പിസ്വാമിയും ജീവകാരുണ്യലോകവും

സാംസ്കാരികപ്രകൃതിശാസ്ത്രത്തിന്റെ ദീപ്തമായ സങ്കല്പനങ്ങൾ ചട്ടമ്പിസ്വാമികളുടെ ഓരോ കൃതിയിലുമുണ്ട്. തർക്കശാസ്ത്രത്തെ (logic) തന്റെ വിചാരരീതിയുടെ മുഖ്യോപാധിയായി സ്വീകരിച്ച അദ്ദേഹത്തിന്റെ കൃതികൾക്ക് അവ എഴുതിയകാലത്തോ, അതു പ്രസിദ്ധീകരിക്കപ്പെട്ടിട്ടുണ്ടെങ്കിൽ അക്കാലത്തോ ഉണ്ടായിരുന്ന പ്രസക്തിയെക്കാൾ വലുതാണ് ഇന്ന് അവയുടെ മനഃശാസ്ത്രപരമായ പാരിസ്ഥിതികമൂല്യം. സ്വാമികൾ ഒരു സവിശേഷകാലത്തിന്റെ ജീനിയസ് ആയിരുന്നു. ധൈഷണികമായ ഏകാഗ്രതയോടെ വ്യത്യസ്ത ജ്ഞാനമണ്ഡലങ്ങളെ അപഗ്രഥിച്ച അദ്ദേഹത്തിൽനിന്നു ലഭിച്ച ഈ സംഭാവനകളെ പരമ്പരാഗതഭക്തിയോടെ മാത്രം വായിച്ചാൽ പോര.

മൃദുലവും കഠിനവുമല്ല

അദ്ദേഹത്തിന്റെ ഓരോ കൃതിയുടെ പിന്നിലും വലിയ ആസൂത്രണമുണ്ട്. അദ്ദേഹം അതു പ്രകടമായി പറയുകയില്ല. കൃതിയുടെ ഘടനയിൽനിന്ന് അതു വായിച്ചെടുക്കാം. 'പ്ലാനും തോതും' എന്ന് പൊയ്കയിൽ അപ്പച്ചൻ പറഞ്ഞതുപോലെ സ്വാമികളുടെ സാംസ്കാരികദർശനം, തന്റെ പ്രവർത്തനപദ്ധതികളെ വിപുലമായി ആദർശവല്ക്കരിച്ചുകൊണ്ട് ഓരോരോ കൃതികളായി പുറത്തുവരുകയായിരുന്നു. അവയിൽച്ചിലതിനു സാമുദായികമായ ചരിത്രപരത ഉണ്ടായിരുന്നുവെങ്കിലും, അതവയുടെ പരിമിതിയായി നിലകൊള്ളുന്നില്ല.

അദ്ദേഹത്തിന്റെ മാസ്റ്റർപീസ് എന്നു പറയാവുന്ന *വേദാധികാര നിരൂപണം* അതിനുദാഹരണമാണ്. വേദങ്ങളുടെ കർത്തൃത്വവും പ്രാമാണ്യതയും അധികാരവും വിശകലനാത്മകമായി രേഖപ്പെടുത്തപ്പെടുന്ന ആ

കൃതിക്കു നിയതമായ സാമൂഹികാർത്ഥമാണുള്ളത്. ഹിന്ദുധർമ്മത്തിനുള്ളിലെ ഭിന്നജാതികൾക്കിടയിൽ വേദങ്ങളുടെ വ്യാപനത്തിനു നേരിട്ടിരുന്ന തടസ്സങ്ങളെ താർക്കികമായി ചോദ്യംചെയ്യുന്ന ആ കൃതിക്ക്, ഇതരമതധർമ്മങ്ങളുടെ ആന്തരരാഷ്ട്രീയത്തെയും അഭിസംബോധന ചെയ്യുന്നതിനുള്ള സർഗ്ഗാത്മകതയുണ്ട്.

സ്വാമികളുടെ പരിശോധനാരീതികളിൽ, കഠിനം എന്നു പറയാവുന്ന, ഖണ്ഡനസ്വഭാവമുള്ള താർക്കികതയാണു വേദാധികാരനിരൂപണത്തിലേത്. 'ന സ്ത്രീ ശൂദ്രൗ വേദമധീയതാം' എന്ന വാക്യത്തിന്റെ യാഥാസ്ഥിതിക വ്യാഖ്യാനത്തെ ഖണ്ഡിക്കുകയാണല്ലോ സ്വാമികൾ ചെയ്യുന്നത്. ഇന്നുപോലും, പലരും കാട്ടാൻ ഭയപ്പെടുന്ന അപാരമായ ധൈര്യമാണത്. അദ്ദേഹം പറയുന്നു: "ഇതിന്റെ അർത്ഥം എന്തെന്നാൽ, സ്ത്രീകളും ശൂദ്രരും പഠിച്ചേ കഴിയൂ എന്നില്ല; എന്നല്ലാതെ പഠിച്ചേകൂടാ എന്നല്ല. എന്നാൽ ഇതിനെ വ്യാഖ്യാനിച്ചവർ പഠിച്ചേകൂടാ എന്നർത്ഥം പറഞ്ഞിരിക്കുന്നല്ലോ എന്നാണെങ്കിൽ, ഇതിലേക്ക് അവരെ കുറ്റംപറവാൻ പാടില്ലാ. ഇങ്ങനെയുള്ള ഗ്രന്ഥങ്ങൾക്കു വ്യാഖ്യാനം ചെയ്യുന്നവർ തല്ക്കാലത്തിൽ നടന്നുവരുന്ന ആചാരഗൗരവത്തിനു യാതൊരു ന്യൂനതയും നേരിടാതിരിക്കുന്നതിലേക്കുവേണ്ടി സ്പഷ്ടമായ വാക്യങ്ങൾക്കെല്ലാം കൃത്രിമമായി അർത്ഥകല്പനം ചെയ്യുന്നത് ലോകപ്രസിദ്ധമാകുന്നു."

ഇങ്ങനെ വായിച്ചെടുക്കുന്നത് ജീവചരിത്രപരമായ ഒരു തൊങ്ങലണിയിക്കാനല്ല. വ്യക്തിപരമായി ഒരാളെ മഹത്ത്വവല്ക്കരിക്കുന്നതിന്, ജീവചരിത്രരചയിതാക്കൾ സ്വീകരിക്കുന്ന ആഖ്യാനപരമായ തന്ത്രങ്ങളിലൊന്നാണ് ജീവചരിത്രപരമായ തൊങ്ങലണിയിക്കൽ. സ്വാമികളുടെ ധിഷണ, അത്തരം നാടകീയതകളെ മാറ്റിവച്ച് സാമൂഹികസന്ദർഭങ്ങളെ നേരിട്ട് അഭിസംബോധന ചെയ്യുകയായിരുന്നു. സാംസ്കാരിക നരവംശശാസ്ത്രത്തിന്റെ ഉപാധികൾ കൈവശമുള്ള ഒരു ധൈഷണികനെന്ന നിലയിൽ സ്വാമികൾക്കെതിനു പ്രയാസമുണ്ടായിരുന്നില്ല.

വേദം എന്നത്, സാമാന്യാർത്ഥത്തിൽ വിശാലമായ ലോകവീക്ഷണമാണ്. എല്ലാ മതങ്ങളും പ്രാമാണികമായ അർത്ഥത്തിൽ, വേദപദവിയോടെ സംരക്ഷിക്കുന്ന ചില വിചാരസംഹിതകളുണ്ടാവും. വേദാധികാരനിരൂപണത്തിന്റെ യുക്തിഭാഗമായ അഞ്ചാമദ്ധ്യായം തുടങ്ങുന്നിടത്ത്, ഇത്തരമൊരു സാമാന്യനിരീക്ഷണം കാണാം.

"ഏതു മതഗ്രന്ഥത്തെ എടുത്താലും പരമപദപ്രാപ്തിക്കു ജീവാത്മപരമാത്മസ്വരൂപജ്ഞാനവും ധർമ്മാനുഷ്ഠാനവും തന്നെയാണു ഹേതുവെന്നു പറഞ്ഞിരിക്കുന്നതായിക്കാണാം."[1]

ലോകജീവിതത്തെ ഭാവനചെയ്യുന്നതിനു മഹത്തുക്കൾ പ്രദർശിപ്പിക്കുന്ന സമതുലനത്തിന്റെ വ്യാഖ്യാനപരത ഇതിലുണ്ട്. ആധിപത്യപരവും വിശേഷാൽ വിഭാഗീയവുമായിരുന്ന വ്യാഖ്യാനശാസ്ത്രമാണ് ഇവിടെയുണ്ടായിരുന്നത്. അതിനെ നേരിടുന്നതിനാണ്, സമഭാവനാപരമായ ഒരു വ്യാഖ്യാനശാസ്ത്രം സ്വാമികൾ ഉപയോഗിച്ചത്. *ബൈബിളും*

ഖുർആനും സാധാരണക്കാരായ വിശ്വാസികൾക്കു വായിക്കുന്നതിനും സ്വന്തമായി മനസ്സിലാക്കുന്നതിനും സ്വന്തമായി ഉപയോഗിക്കുന്നതിനുമുള്ള അധികാരം വളരെപ്പിന്നീടുമാത്രമാണ് കൈവന്നതെന്ന ചരിത്രയാഥാർത്ഥ്യം മനസ്സിലാക്കിയാൽത്തന്നെ വേദാധികാരനിരൂപണത്തിന്റെ ജനാധിപത്യപരതയും മതേതരസാദ്ധ്യതയും നമുക്കു ബോദ്ധ്യമാകും.

ക്രിസ്തുമതച്ഛേദനത്തെ മുൻനിർത്തി, സ്വാമികളുടെ മതസങ്കല്പത്തെയും മതേതരവീക്ഷണത്തെയും നിരാകരിക്കുന്നവർ ശ്രദ്ധിക്കാതെ വിടുന്ന സമന്വയതത്ത്വമാണു വേദാധികാരനിരൂപണത്തിലേത്. പില്ക്കാലത്തു വ്യാപകമായിത്തീർന്ന വ്യവഹാരപഠനത്തിന്റെ ചില തലങ്ങൾ അതിലുപയോഗിച്ചിട്ടുണ്ട്. വേദം എന്നാലെന്ത്? അതിന്റെ കർത്താവാര്? മുതലായ വിഷയങ്ങളിൽ ശ്രൗതന്മാരുടെയും പ്രപഞ്ചവേദികളുടെയും വാദങ്ങളെ സമന്വയിപ്പിക്കുന്ന സ്വാമികൾ, പൊതുബോധത്തോടാണ് ഈ സംവാദം നടത്തുന്നത്.

ആരംഭത്തിൽത്തന്നെ, സംവാദത്തിനകത്ത്, പരസ്പരവിരുദ്ധമായ ആശയങ്ങളെ സംയോജിപ്പിക്കുന്ന യുക്തി സ്വാമികൾ സ്വീകരിക്കുന്നു. അതിലൊരു യോഗിയുടെ മനഃശാസ്ത്രമുണ്ട്. സമൂഹത്തെ നേരിടുന്നതിനുള്ള പുതിയഭാഷയുണ്ട്. ആ ഭാഷയുടെ ജീനിയസ്, ആദിമദ്ധ്യാന്തം വർത്തമാനകാലത്തോടു സംവദിക്കുന്നു. ക്ലാസിക്കൽ പ്രഭാഷണകല, അതിന്റെ ശില്പസൗന്ദര്യത്തിന്റെ ശക്തിയായി കൊണ്ടാടിയിരുന്ന മൂന്നുകാര്യങ്ങൾ, ആ ജീനിയസ്സിനെ സമ്പുഷ്ടമാക്കുന്നു. Inventio, dispositio, elocutio എന്നിവ. അതിനൂതനമായ ആശയങ്ങളെയും വാദഗതികളെയും അന്വേഷിക്കലാണ് inventio, അവയെ അടുക്കിപ്പറയുന്നതാണ് dispositio, അതിന്റെ രചനാപരമായ സംഘാടനമാണ് elocutio. ഇതത്രയും വേദാധികാരനിരൂപണത്തിനുണ്ട്. ലോകനന്മയെ വിചാരവിപ്ലവം ചെയ്യുന്ന മനീഷികളിൽ ഒത്തൊരുമിക്കുന്നതാണിത്. സ്ഥിരബുദ്ധിയോടെ പ്രവർത്തിക്കുന്നതാണിത്.

വിച്ഛേദവും പരസ്പരാകർഷണവും

വിവാദം, ഒരു വായനസ്വഭാവമായിത്തീരുന്ന കൃതിയാണു ക്രിസ്തുമതച്ഛേദനം. സംഘടിതമായ പ്രചാരണപ്രവർത്തനങ്ങൾക്കുവേണ്ടി എഴുതപ്പെട്ടതാണിത് എന്ന സൂചന അതിൽത്തന്നെയുണ്ട്. "അല്ലയോ ഹിന്ദുക്കളേ, നിങ്ങൾ ദയവുചെയ്ത് ഈ പുസ്തകത്തെ ചിത്തസമാധാനത്തോടുകൂടി ആദ്യം തുടങ്ങി അവസാനംവരെയും വായിച്ചുമനസ്സിലാക്കുകയും ഇതിൽ കാണിച്ചിട്ടുള്ള ന്യായങ്ങളാൽ ക്രിസ്തുമതം ഛേദിക്കപ്പെട്ടോ ഇല്ലയോ എന്നു നല്ലതിൻവണ്ണം ചിന്തിച്ചുനോക്കുകയും ചെയ്വിൻ."

ഹിന്ദുക്കളെ ക്രിസ്തുമതത്തിലേക്കു പരിവർത്തനം ചെയ്യിക്കുന്നവരുടെ വാദങ്ങളെ ഖണ്ഡിക്കുന്നതിനുവേണ്ടിയുള്ള, സ്വാമികളുടെ പരിശ്രമം അക്കാലത്തും ഇന്നും പലരും നടത്തുന്ന ഖണ്ഡനങ്ങളിൽനിന്ന്

പല തലങ്ങളിലും വ്യത്യസ്തമാണ്. ഉള്ളടക്കം, സമീപനം, അപഗ്രഥനം, നിരാകരണം, വിചാരണം, വിമർശനം... എന്നിങ്ങനെയാണ് ആ തലങ്ങൾ. ക്രിസ്തുവിനോടും ക്രിസ്തുദർശനത്തോടും അടഞ്ഞ സമീപനമല്ല തനിക്കുള്ളതെന്നതിനു സ്വാമികളുടെ ഇതരകൃതികളിൽ ചിലത് സാക്ഷിയുമാണ്.

കേരളത്തിന്റെ കൊളോണിയൽ സാമൂഹികജീവിതപരിസരത്ത്, പ്രശ്നാത്മകമായി ചർച്ചചെയ്യപ്പെട്ടിരുന്ന ഒരു വിഷയത്തെ വൈകാരികമായി ചർച്ചചെയ്യുകയല്ല സ്വാമികൾ ചെയ്തത്. അങ്ങനെയെങ്കിൽ, ആ കൃതി ഇന്നു കാണുന്ന രൂപത്തിൽ പുറത്തുവരുകയോ ചരിത്രത്തിൽ നില്ക്കുകയോ ചെയ്യുമായിരുന്നില്ല. തന്റെ അവതരണത്തിന് ആമുഖമായി അദ്ദേഹം ക്രിസ്തുമതസാരത്തെയും അവസാനഭാഗമായി ഗഹനപരിസ്ഥിതിബോധത്തിന്റെ തത്ത്വങ്ങളെയും വിശദമാക്കുന്നത് തന്റെ ഉദ്യമത്തെ ചരിത്രപരവും ശാസ്ത്രീയവുമാക്കുന്നതിനാണ്. അങ്ങനെയാണ്, ഇവയെല്ലാം ഉൾക്കൊള്ളുന്ന തന്റെ പുസ്തകത്തിനു *ക്രിസ്തുമതനിരൂപണം* എന്ന് അദ്ദേഹം പേരിട്ടത്. അതാണദ്ദേഹത്തിന്റെ ആദ്യപുസ്തകവും.

ഇത്തരം മതവിമർശനങ്ങളെ ഫണ്ടമെന്റലിസ്റ്റുകൾക്കു വേണമെങ്കിൽ തോന്നുംപടി എടുത്തുപയോഗിക്കാം. അനുകൂലമായും പ്രതികൂലമായും ഉപയോഗിക്കാം; രണ്ടായാലും ഫണ്ടമെന്റലിസ്റ്റുവായന സ്വാമികളെ അടുത്തറിയുന്നതിന് ഉപകാരപ്പെടുകയില്ല. മതത്തിന്റെ ദൈനംദിനവ്യവഹാരങ്ങളുടെ ദാർശനികമായ പൊതുസ്വഭാവങ്ങളിലൊന്നാണ് അതു നേരിടേണ്ട വിമർശനം. ഏതു മതവും രൂപപ്പെടുന്നത്, നിലവിലെ ഒരു വ്യവസ്ഥയെ വിമർശിച്ചുകൊണ്ടായിരിക്കും. പിന്നീടതു നിലനില്ക്കുന്നതും അനേകം വിമർശനങ്ങളെ നിർമ്മിച്ചുകൊണ്ടും നേരിട്ടുകൊണ്ടുമാവും. തത്ത്വചിന്ത എന്ന നിലയിൽ മതത്തിന്റെ മൗലികമായ പ്രവർത്തനഘടനയുടെ ഭാഗമാണു വിമർശനത്തിന്റെ ഈ തലം.

മതനിഷേധത്തിന്റെ സത്തയെക്കുറിച്ചു പറയുന്നിടത്ത്, ഷ്ളെയെർമാക്കെർ ഓർമ്മിപ്പിക്കുന്ന ഒരു കാര്യമാണു മതനിഷേധത്തിനുവേണ്ടി വരുന്ന പരിശ്രമം[2]. ഒരാൾക്കും, മതത്തെ ഒരു നിഴലെന്നപോലെ കണ്ടുകൊണ്ട് അതിനെ എതിർക്കാൻ കഴിയില്ല. കാരണം, ഏതു മതവും മനുഷ്യജീവിതത്തെ പലനിലകളിൽ കൈകാര്യം ചെയ്യുന്നുണ്ട്. വിശ്വസിക്കുക എന്നതുമാത്രമല്ല; വിശ്വസിപ്പിക്കുന്നതിനുള്ള മാർഗ്ഗരേഖ രൂപപ്പെടുത്തേണ്ട കടമയും മതത്തിനുണ്ട്.

സംയോജനത്തിന്റെ തർക്കശാസ്ത്രം

ഒരു ഫണ്ടമെന്റലിസ്റ്റിനെപ്പോലെ ഇതരമതവിരോധത്തിന്റെ അടിസ്ഥാനത്തിലല്ല ചട്ടമ്പിസ്വാമികൾ ക്രിസ്തുമതത്തെ വിമർശിക്കുന്നത്. വിമർശനത്തിന്റെ (വിച്ഛേദത്തിന്റെ) മുന ചെന്നുകൊള്ളുന്നത് സാധാരണക്കാരായ വിശ്വാസികൾക്കു നേരെയുമല്ല. 'അല്ലയോ ക്രിസ്തീയ പ്രസംഗികളേ' എന്നതാണ് ഓരോ ഖണ്ഡനത്തിലെയും അഭിസംബോധന.

ശാസ്ത്രീയസംയോജിതതർക്കശാസ്ത്രത്തിന്റെ വഴിയാണ്, തന്റെ വാദങ്ങളുടെ സാധൂകരണത്തിന് അദ്ദേഹം ഉപയോഗിക്കുന്നത്. സ്വാമികളുടെ അഭിപ്രായരീതി വിശകലനംചെയ്ത് ഇതു മനസ്സിലാക്കാനാവും. *ക്രിസ്തുമതച്ഛേദനം* കഴിഞ്ഞാൽ *പ്രാചീനമലയാള*ത്തിലാണു ശക്തമായി ആ വിശകലനരീതി നാം കണ്ടുമുട്ടുന്നത്.

ശാസ്ത്രീയസംയോജനാനുമാനത്തിനു മൂന്നുലക്ഷണങ്ങളാണുള്ളത്. 1. യഥാർത്ഥതാർക്കികവാക്യങ്ങൾ സ്ഥാപിക്കൽ 2. വസ്തുതകളുടെ നിരീക്ഷണത്തിൽ ഉറയ്ക്കൽ 3. നിരീക്ഷിക്കപ്പെടുന്നവയിൽനിന്ന് ഇനിയും നിരീക്ഷിക്കേണ്ടവയിലേക്കുള്ള സഞ്ചാരം.[3]

ഇവ വകതിരിച്ചറിയാൻ ഒരു ഭാഗം നോക്കാം: "ആദ്യം സൃഷ്ടിക്കപ്പെട്ടപ്പോഴെ തന്നെ ആത്മാവിനു ശുദ്ധിയും ജ്ഞാനവും ഉണ്ടായിരുന്നുവെങ്കിൽ ആയതിനു വിധിയെ നിഷേധമെന്നും നിഷേധത്തെ വിധിയെന്നും മയങ്ങി വിപരീതമായിട്ടു ധരിക്കുന്നതിലേക്കു കാരണമായ അജ്ഞാനം എങ്ങനെയുണ്ടായി? ആ മയക്കം പിശാചിനാൽ വന്നതാകുന്നു. എന്നാൽ പുറമേയുള്ള കാരണമായ ആയിരം പിശാചു കൂടിയാലും ഉള്ളിലെ കാരണമായ അജ്ഞാനമില്ലാത്തപ്പോഴെങ്ങും മയക്കത്തെ ഉണ്ടാക്കുവാൻ കഴികയില്ല."

'നിങ്ങൾ എന്തിനുവേണ്ടിയെങ്കിലും നടന്നതുഘോഷിക്കുന്നത്' എന്നതുപോലെയുള്ള അഭിസംബോധനകൾ ഈ കൃതിയെ തികച്ചും ചരിത്രപരമാക്കുന്നു എന്നു നേരത്തേ പറഞ്ഞല്ലോ. ക്രിസ്തുമതത്തിന്റെ തത്ത്വങ്ങളെ യുക്തിയുക്തം എതിർക്കുന്നതിന് ഒരു പുസ്തകം എഴുതിത്തരണമെന്ന ഏറത്തു കൃഷ്ണനാശാന്റേയും കാളിയാങ്കൽ നീലകണ്ഠപ്പിള്ളയുടെയും അഭ്യർത്ഥന മാനിച്ചാണ് സ്വാമികൾ അതെഴുതിയതെന്നതാണ് ഈ രൂപത്തിൽ അതു പുറത്തുവരാനും കാരണം.

സ്വാമികളുടെ വാദഗതികളുടെ അടിസ്ഥാനപരമായ താപനില വിദ്വേഷത്തിന്റെ വൈകാരികതയല്ല. ഇത്രയും കഠിനമായ വിമർശനങ്ങൾ ഉന്നയിച്ചിട്ടും എല്ലാമതങ്ങളെയും നിരന്തരമായി പഠിച്ചുകൊണ്ടിരിക്കുക എന്ന തുറവ് എല്ലാവർക്കുമായി അദ്ദേഹം കാട്ടിത്തന്നു. തുറന്ന മനഃസ്ഥിതിയും ആരോഗ്യകരമായ ആദ്ധ്യാത്മികതയും തമ്മിലേ തോളോടുതോൾ ചേർന്നുപോവുകയുള്ളൂ എന്നതു താരതമ്യമതവിജ്ഞാനത്തിലെ സുപ്രധാനമായ പാഠമാണ്. ഇവ രണ്ടും സ്വാമികളിലുണ്ട്.

സംയോജനത്തിനുള്ള ശക്തമായ പ്രവണതയും പുതിയചിന്താധാരകൾക്കും വീക്ഷണസംവിധാനങ്ങൾക്കും രൂപംനല്കാനുള്ള കഴിവും തുറന്ന മനസ്സുള്ളവരുടെ ലക്ഷണമാണ്[4]. സ്വാമികളുടെ ഈ തുറന്നമനസ്സ് ആധുനികകേരളത്തിന്റെ ചരിത്രരചനയിൽ നിർണ്ണായകമായി ഇടപെട്ട ഒരു ശക്തിയായിരുന്നു. അതല്ലെങ്കിൽ, *പ്രാചീനമലയാളം* പോലൊരു കൃതി രചിക്കപ്പെടുമായിരുന്നില്ല. അതിലെ അദ്ധ്യായങ്ങളോരോന്നും കേരളചരിത്രരചനയിൽ ഇടപ്പെട്ട വഴി പഠനവിധേയമാക്കേണ്ടതാണ്. പ്രത്യക്ഷത്തിൽ മതേതരമല്ല അതിന്റെ ചരിത്രപദ്ധതിയെങ്കിലും,

വംശപരത (ethnicity) യുടെ കരുക്കൾ ഉപയോഗിച്ചുകൊണ്ടു മിത്തുകളെ അപനിർമ്മിക്കുന്ന രീതി പില്ക്കാലത്തു വലിയനിലയിൽ പ്രശംസിക്കപ്പെട്ടിട്ടുണ്ട്. കേരളചരിത്രപഠനത്തിൽ, പരോക്ഷമായ ഉപാദാനസാമഗ്രികളെന്നു പറയാവുന്നവയാണ് *കേരളമാഹാത്മ്യം*പോലെയുള്ള കൃതികൾ. അതുവരെ ആരും ചെയ്തിട്ടില്ലാത്ത വിധം അവയിലെ ചില പ്രമേയങ്ങളോട് അദ്ദേഹം കലഹിച്ചു. അങ്ങനെ കലഹിക്കുന്നതിനു വ്യക്തമായ കാരണം വേണമായിരുന്നു. അതിനാലാണതു വംശീയമായിത്തീർന്നത്. അതിലൂടെ, കേരളചരിത്രത്തെ കെട്ടിമുറുക്കിയിരുന്ന വ്യാജആത്മീയതയെയും, യാഗാധികാരങ്ങളെയും, കുക്ഷിപൂരണമതത്തെ അടിസ്ഥാനപ്പെടുത്തിയുള്ള ചാതുർവർണ്ണ്യത്തെയും (അദ്ധ്യായം 9) തള്ളിക്കളയുന്നതിനു സ്വാമികൾക്കു കഴിഞ്ഞു. അത്തരം വിശകലനങ്ങൾക്കു ശാസ്ത്രീയമായ മാർഗ്ഗം അവലംബിക്കണമെന്ന പക്ഷക്കാരനായിരുന്ന അദ്ദേഹം ശാസ്ത്രവിഷയങ്ങളോടു പുലർത്തിയിരുന്ന ധൈഷണിമായ ആഭിമുഖ്യം അതതിടങ്ങളിൽ ദൃശ്യമാണ്.

ജീവനസംഗീതം

ഒരു ഋഷിയുടെ കർമ്മശാസ്ത്രഭാവുകത്വം തന്റെ സാംസ്കാരികവിനിമയങ്ങളിലെല്ലാം പ്രദർശിപ്പിച്ചിരുന്ന സ്വാമികൾ സമൂഹത്തിന്റെ അവഗണനയും പീഡയും നേരിട്ടിരുന്ന ജീവജാലങ്ങളെക്കുറിച്ചു പറഞ്ഞകാര്യങ്ങൾ വിശേഷപഠനം ആവശ്യപ്പെടുന്നുണ്ട്. കേരളത്തിന്റെ സാമൂഹികനവോത്ഥാനപ്രക്രിയയിലെ മുന്നേറ്റശ്രമങ്ങളായി പില്ക്കാലത്തു പുനർവായിക്കപ്പെട്ട ഒന്നാണു സ്ത്രീവിമോചനത്തിന്റേത്. അതിനെക്കുറിച്ചു സ്വാമികൾ പറഞ്ഞകാര്യങ്ങൾ, കേവലമായ പ്രായോഗികവാദം മാത്രമല്ല മുന്നോട്ടു വയ്ക്കുന്നത്; സാമൂഹികവളർച്ചയുടെ സമഗ്രമായ ഒരു ദർശനമാണ്. പ്രപഞ്ചത്തിൽ സ്ത്രീപുരുഷന്മാർക്കുള്ള സ്ഥാനം എന്നത്, സ്വാമികളുടെ തത്ത്വചിന്തയിൽ സ്വതമായിനില്ക്കുന്ന ഒന്നല്ല. ഗാർഹികമായ സ്ത്രീഅഭ്യുന്നതി എന്ന പരമ്പരാഗതമൂല്യബോധത്തിലേക്കു തന്റെ ആശയത്തെ ഇറക്കിവയ്ക്കുകയല്ല അദ്ദേഹം അതിൽ ചെയ്യുന്നത്; സ്ത്രീയുടെ നേതൃപദവിയെസ്സംബന്ധിച്ച അനിഷേദ്ധ്യമായ പ്രകൃതിവിചാരം അവതരിപ്പിക്കുകയാണ്.

"കാര്യം ഇങ്ങനെയാണെങ്കിലും പുരുഷന്റെ അധികാരവലിപ്പവും ഗർവ്വുംകൊണ്ട് അയാളെ ഭർത്താവെന്നും സ്ത്രീയെ അബല എന്നുവച്ച് ഭാര്യ - ഭരിക്കപ്പെടുവാൻ യോഗ്യ - എന്നും വിളിക്കുന്നുവല്ലോ. ഇതിൽ അനല്പമായ അനൗചിത്യം സ്ഫുരിക്കുന്നുവെന്നു പറഞ്ഞേ തീരൂ. സ്ത്രീ തനിക്കുള്ള യഥാർത്ഥമായ അധികാരബലത്തെപ്പറ്റി സ്വതഃസിദ്ധമായ വിനയപ്രഭാവംകൊണ്ടും പുരുഷനെപ്പോലെ ഒച്ച പൊങ്ങിക്കുവാൻ ഭാവിക്കില്ല എന്നതാണു പുരുഷന്റെ ഈ അർത്ഥമില്ലാത്ത മുഷ്കിനും നാമത്തിനും ഇടയാക്കിയത്. പൗരാണികന്മാരും മറ്റഭിജ്ഞന്മാരും പ്രഥമസ്ഥാനം സ്ത്രീക്കാണ് കൊടുത്തിട്ടുള്ളത്. യഥാർത്ഥത്തിൽ സ്ത്രീയെ

ഭർത്തി – രക്ഷതി ഭരിക്കുന്നവൾ – എന്നാണു പറയേണ്ടത്. മൂലപ്രകൃതിയുടെ സൃഷ്ടിസ്ഥിതിസംഹാരാദി ചേഷ്ടകൾക്ക് സാക്ഷിമാത്രമായും ആയതുകളുടെ അനുഭവത്തിൽ യാതൊരു പങ്കുമില്ലാതെയും നിർവ്വികാരമായും ഇരിക്കുന്ന ബ്രഹ്മത്തിന്റെ അവസ്ഥപോലെയത്രേ പുരുഷന്റെ സ്ഥിതിയും. അപ്പോൾ സ്ത്രീക്ക് അവളുടെ ഏതവസ്ഥയിലും ഭാര്യ എന്നു നാമം കല്പിച്ചിരിക്കുന്നത് വെറും മൗഢ്യമൂലകമാണ് എന്നു തെളിയും."[5]

ഈ പ്രകൃതിവിചാരം സ്വാമികളുടെ അനുഭൂതിമണ്ഡലത്തിൽ അഗാധപരിസ്ഥിതിവിജ്ഞാനത്തിന്റെ ഭാഗമായാണു സംയോജിപ്പിക്കപ്പെട്ടിരുന്നത്. അങ്ങനെയായിരുന്നില്ലെങ്കിൽ, *ജീവകാരുണ്യനിരൂപണം* പോലൊരു കൃതി പ്രകൃതിശാസ്ത്രപരമായ പിന്തുണയോടെ പൂർത്തീകരിക്കാനും *ക്രിസ്തുമതച്ഛേദന*ത്തിലെ 'മൃഗാദി'ഭാഗത്തിന് ശാസ്ത്രീയമായ വിവരണാത്മകത കൊണ്ടുവരാനും അദ്ദേഹം ശ്രമിക്കുമായിരുന്നില്ല.

മൃഗങ്ങൾക്ക് അന്തഃകരണമില്ലെന്ന നിഷേധം വലിയ അറിവുകേടാണെന്നു സ്ഥാപിക്കുന്നതിനു വളരെ രസകരമായ ഒരു സംഭവത്തെ അദ്ദേഹം ഉദ്ധരിക്കുന്നു. സേഫൺ പറഞ്ഞ കാര്യമാണത്. കാലിനു പരിക്കുപറ്റിയ ഒരു സ്പാനിയൻനായയെ ഒരു സർജൻ ശുശ്രൂഷിച്ചു. അതിനെ വീട്ടിൽകൊണ്ടുവന്ന് കാലിനു കായംകെട്ടി രണ്ടുദിവസം കഴിഞ്ഞ് പറഞ്ഞുവിട്ടു. കാലു നല്ലവണ്ണം സുഖപ്പെടുംവരെ ആ നായ സർജനെ അന്വേഷിച്ചുവന്നുകൊണ്ടിരുന്നു. എന്നുമാത്രമല്ല, കുറെദിവസം കഴിഞ്ഞപ്പോൾ കാലിനു പരിക്കുപറ്റിയ മറ്റൊരു പട്ടിയെയുംകൂട്ടി അത് സർജനെത്തേടിവന്നു. മൃഗങ്ങൾക്കു മനസ്സും ബുദ്ധിയും ചിത്തവും പ്രവർത്തിക്കുന്നുണ്ടെന്ന അതിസൂക്ഷ്മജ്ഞാനത്തെ എടുത്തെഴുതുകയാണിവിടെ.

മനുഷ്യേതരജീവികളുടെ ബോധാബോധമണ്ഡലത്തെസ്സംബന്ധിച്ച അന്വേഷണങ്ങൾക്ക് ഇന്നു വലിയ വ്യാപ്തി വന്നിട്ടുണ്ട്. മനുഷ്യകേന്ദ്രിതമായ തത്ത്വചിന്തയുടെ പരിമിതികൾ ഒന്നൊന്നായി വിമർശിക്കപ്പെടുമ്പോൾ പ്രകൃതിക്കു ലഭിച്ചിരുന്ന പഴയ ഊന്നലിനു ഗൗരവം കൂടുതൽ കിട്ടുകയാണ്. 1919 ൽ എഴുതപ്പെട്ട ഹിന്ദ്സ്വരാജിലെ ആധുനികതാനിരാസം ഗാന്ധിയെ ഉത്തരാധുനികമാക്കുന്നു എന്ന ഒരു വായന ഉണ്ടായിട്ടുണ്ട് (Postmodern Gandhi and Other Essays: *Gandhi in the World and at Home*)[6]. സാംസ്കാരികവർത്തനം (cultural turn) വീക്ഷണങ്ങളിൽ രൂപപ്പെടുത്തിയ മാറ്റങ്ങളാണ് ഇതിനു കാരണം. ആന്ത്രോപൊസീനിക് ആയ ലോകവീക്ഷണമല്ല ഇന്നുള്ളത്. സ്വാമികൾ പുലർത്തിയ സൂക്ഷ്മമായ വിവേകം ജീവകാരുണ്യനിരൂപണത്തിലും മറ്റും മനുഷ്യകേന്ദ്രിതമായല്ല പ്രവർത്തിക്കുന്നത്. നമ്മുടെ സമൂഹം വ്യവസായവല്ക്കരണത്തിന്റെ പ്രവേഗങ്ങളിലേക്കു പ്രവേശിക്കുന്നതിനുമുൻപാണ് സ്വാമികളുടെ ഈ രചനകളൊക്കെയുംപുറത്തുവരുന്നത്. പക്ഷേ, യൂറോപ്യൻ വ്യവസായ നാഗരികതയെ വിമർശിച്ചിരുന്ന ആദികാല കാല്പ

നികപരിസ്ഥിതിവാദങ്ങളിലെ സൂക്ഷ്മവിചാരങ്ങളെ തന്റെ നിരീക്ഷണങ്ങളുടെ ആധികാരികത ഉറപ്പിക്കുന്നതിന് അദ്ദേഹം ധാരാളമായി ഉപയോഗിച്ചിരുന്നു. സാംസ്കാരികപ്രകൃതി ശാസ്ത്രമെന്നു വിളിച്ചത് ഈ സമീപനത്തെയാണ്.

മനുഷ്യവിചാരങ്ങളെ അറ്റോമിക് ആയി പ്രകൃതീകരിക്കുന്ന വികാസം, പ്രാണികളുടെ അഭിജ്ഞാനവുമായി (animal cognition) ബന്ധപ്പെട്ട് ഇതിനോടകം ഉണ്ടായിട്ടുണ്ട്. അത്തരം ആഖ്യാനങ്ങൾ പലതും വളരെ വേഗത്തിൽ ബെസ്റ്റ്സെല്ലറുകൾ ആവുകയും ചെയ്യുന്നു. ഫ്രാൻസ് ഡി വാളിന്റെ പുസ്തകമായ *Are we smart Animals Are?* എന്നത് ഈ മട്ടിലൊരു അന്വേഷണമാണ്[7]. മനുഷ്യവിജ്ഞാനത്തിന്റെ മുഖ്യധാരാചരിത്രം മൃഗാദികളുടെ ധൈഷണികതയെ അവഗണിച്ചതിനോടുള്ള വിമർശനം ഉന്നയിച്ചുകൊണ്ടാണ് ആ കൃതി ആരംഭിക്കുന്നത്.

മനുഷ്യന്റെ ഇടപെടലുകളെ നയിക്കുന്ന വ്യവസ്ഥാപിതമായ മൂല്യബോധത്തെ വിമർശനാത്മകമായി സമീപിക്കുന്നതിന് സഹായിക്കുന്നതാണ് പ്രാണികളുടെ ബോധമണ്ഡലത്തെക്കുറിച്ചുള്ള വിചാരശാസ്ത്രം. സ്വാമികൾ അന്നത്തെ നിലയിൽ ലഭ്യമായിരുന്ന പ്രകൃതിബോധത്തിന്റെ ശാസ്ത്രീയതയെ ധൈഷണികമായി ഉപയോഗപ്പെടുത്താൻ ശ്രമിച്ചിരുന്നു. പുതിയ കാലവായനകളിൽ അവ വികസിപ്പിക്കുന്ന സംവാദത്തിന്റെ ഗൗരവം ഉയർത്തുന്നതിൽ ഈയൊരു ഘടകത്തിന്റെ പ്രാധാന്യം വളരെ വലുതാണ്. മാംസഭക്ഷണത്തെ എതിർക്കാനാണ് *ജീവകാരുണ്യനിരൂപണം* എഴുതിയത്. എന്നാൽ അത് സസ്യഭോജനത്തിന്റെ ഗൗരവത്തെ പറയുന്നതിനപ്പുറം പ്രകൃതീയതയുടെ ഭാവനയിലേക്ക് കടന്നുചെല്ലുന്നു. അഹിംസയുടെ ദൈനംദിനമൂല്യത്തെയും അതിന്റെ ആഗോളീയമായ പ്രത്യയശാസ്ത്രസ്വീകാര്യതയെയും മാത്രമല്ല *ജീവകാരുണ്യനിരൂപണം* പറയുന്നത്. ഹിംസയുടെ മനോവികാരപരമായ പരിശോധനയുടെ ഘട്ടത്തിൽ കൊല്ലുന്ന മനുഷ്യരെ 'ദുഷ്ട ദുഷ്ട' എന്നു വിളിക്കണമെന്നു സ്വാമികൾ പറയുന്നുണ്ട്. വെജിറ്റേറിയൻ സൊസൈറ്റി അദ്ധ്യക്ഷനായിരുന്ന ഫ്രാൻസിസ് ന്യൂമാനെയും, Plain Living and High Thing എന്ന പ്രബന്ധമെഴുതിയ ജോൺ മെയറെയും ഉദ്ധരിച്ചുകൊണ്ട് പ്രാണിഹിംസയെ നിരാകരിക്കുമ്പോഴും അക്കാലത്തെ സസ്യവാദികൾക്ക് എത്തിച്ചേരാനാവാത്ത ഒരു അവബോധം ഔപനിഷദികമായ പ്രകൃതിസംഗീതത്തോടെ അദ്ദേഹം പങ്കുവയ്ക്കുന്നുണ്ട്.

ആരംഭത്തിൽ നാം പറഞ്ഞതുപോലെ സാംസ്കാരിക പ്രകൃതിശാസ്ത്രത്തിന്റെ ദീപ്തമായ സങ്കല്പമാണിതെല്ലാം. ഇതിൽ, ശാസ്ത്രീയ പരിണാമവാദത്തിന്റെ സൂക്ഷ്മമായ ഒരു തലം കൂടിയുണ്ട്. അതു നാം ആദിഭാഷയിൽ കാണുന്നു. മനുഷ്യോൽപ്പത്തിയും അതിന്റെ സാംസ്കാരിക വികേന്ദ്രീകരണവും എന്ന ചരിത്രപരമായ ആലോചനയെ ശരിവച്ചുകൊണ്ട് ആദിഭാഷയായി മൂലദ്രാവിഡത്തിലേക്ക് സ്വാമികൾ എത്തുന്ന രീതിയിൽ പരിമിതികളുണ്ട്. എന്നാൽ അതു ഭാഷയുടെ പാരിസ്ഥിതി

കതയെ ഉയർത്തിപ്പിടിക്കുന്നുണ്ട്. ആദിഭാഷയിൽ ഒരിടത്ത് സ്വാമികൾ പറയുന്നു: 'മനഃപൂർവം ഉച്ചരിക്കേണ്ടതല്ലാത്ത സ്വാഭാവികമായി ശബ്ദിക്കാവുന്ന അക്ഷരങ്ങൾ അടങ്ങിയ ഭാഷ എപ്പോഴും പ്രകൃതിയുടെ ഭാഷയായിരിക്കുമെന്ന് സാരം. ഈ ആദിഭാഷ ഏതെന്ന് കണ്ടെത്തുന്നതിലേക്ക് പ്രകൃതി സ്വയം ഉച്ചരിച്ചു പോകുന്നതരം അക്ഷരങ്ങളെത്തന്നെ ഒന്നാമതു തേടിപ്പിടിക്കേണ്ടതായി വരുന്നു.'[8] ഈ കാഴ്ചപ്പാട് സ്റ്റിബ്ബിയുടെ ഭാഷയിൽ ഇക്കോസഫിക് ആണ്. ചട്ടമ്പിസ്വാമികൾ ചരിത്രത്തിൽ ഇടപെട്ടതും ചരിത്രത്തെ അദ്ദേഹം സൃഷ്ടിച്ചതും ഏകമുഖമായ ഒരു പന്ഥാവിലൂടെയല്ല എന്നു വെളിപ്പെടുത്തുന്ന തിരിച്ചറിവുകളാണ് ഇവയെല്ലാം.

ഗവേഷണപ്രതിഭ

സ്വാമികളിൽ ഒരു ഗവേഷണപദ്ധതി ഉണ്ടായിരുന്നു. വിവരണാത്മകമായ സാമൂഹികഗവേഷണത്തിന്റെ ഒരു സ്വഭാവമാണ് അതിനുണ്ടായിരുന്നത്. ശ്രദ്ധയും പരിചരണവും കൂടുതൽ വേണ്ട ഗവേഷണരീതിയാണിത്.[9] ആ ഗവേഷണങ്ങളുടെ ചരിത്രവിജ്ഞാനീയം (historiography) പല കോണുകളിലൂടെ ചോദ്യം ചെയ്യപ്പെടാവുന്നതും ചിലേടത്തെങ്കിലും തീരെ ദുർബ്ബലവുമാണ്. എന്നാലത്, ചരിത്രത്തിന്റെ സൂക്ഷ്മമായ അധികാരഘടനയ്ക്കുള്ളിലേക്ക് പ്രവേശിക്കുന്നതിനുള്ള മാർഗ്ഗവും ധൈര്യവും പില്ക്കാലവായനക്കാർക്കും ഗവേഷകർക്കും ധാരാളമായി നല്കുന്നുണ്ട്. *പ്രാചീനമലയാള*ത്തിന്റെ രീതിശാസ്ത്രം ഇതിനെ വ്യക്തമാക്കും. മലയാളഭൂമിയുടെ ജന്മാവകാശം ആർക്ക് എന്ന സ്ഥാപനയാണ് ആ കൃതിയുടെ ലക്ഷ്യം. ഇതിനായി അദ്ദേഹം ഖണ്ഡനവും ആനുഭവികമായ യുക്തിവാദവും (empiricism) ഉപയോഗിക്കുന്നു. ഖണ്ഡിക്കുന്നത് *സഹ്യാദ്രിഖണ്ഡം, കേരളമാഹാത്മ്യം, കേരളോല്പത്തികൾ, കേരളാവകാശക്രമം* എന്നീ ഗ്രന്ഥങ്ങളെയാണ്. അദ്ദേഹത്തിന്റെ സ്ഥാപനയോട് നാം യോജിക്കണമെന്നില്ല; പക്ഷേ, ഖണ്ഡിക്കുന്നതിനുള്ള വിവരണാത്മകതയെ അദ്ദേഹം വളർത്തിയെടുക്കുന്നത് നമ്മെ പിടിച്ചുലയ്ക്കുകതന്നെ ചെയ്യും. തർക്കശാസ്ത്രത്തിന്റെ ഈ ധൈര്യം കേരളചരിത്ര രചനകളിൽ അപൂർവ്വമായിരുന്ന ഒരു കാലവുമാണത്.

അദ്ദേഹം എതിരിട്ടത് പാരമ്പര്യത്തിന്റെ പ്രത്യയശാസ്ത്ര അടിത്തറയെയാണ്. ഇവിടെ നിലനിന്ന ആഭ്യന്തര കോളനീകരണത്തിന്റെ ബലിഷ്ഠമായ പിടുത്തത്തിൽനിന്ന്, പുതിയ സമൂഹവായനകൾ സാദ്ധ്യമാവുന്ന തരത്തിൽ അദ്ദേഹമതു വ്യവസ്ഥ ചെയ്തു. സൂക്ഷ്മമായ ചില താല്പര്യങ്ങൾ സ്വാമികൾക്കും ഉണ്ടായിരുന്നു എന്നു കാണുമ്പോൾ ത്തന്നെ, ഭൂതകാലത്തിന്റെ ആയാസകരമായ ചട്ടക്കൂടുകളെ അതേപടി നിലനിർത്തുന്നതിനോടുള്ള അയവില്ലാത്തസമരം അദ്ദേഹത്തിന്റെ ധൈഷണികതയിലുണ്ടായിരുന്നു. സ്വാമികളുടെ അന്വേഷണങ്ങൾ നമ്മുടെ സാമൂഹിക നവോത്ഥാനത്തിനുള്ളിൽ പുതിയ ഒരു തലമുറയെ സൃഷ്ടിച്ചെടുക്കാനായിരുന്നു ഉതകേണ്ടിയിരുന്നത്. ആത്മവിശ്വാസവും ആത്മാ

ഭിമാനവുമുള്ള പുതിയ ഒരു തലമുറയെ. ഇന്നു നാം വലിയ സാദ്ധ്യതകളോടെ വായിച്ചെടുക്കുന്ന, സ്വാമികളുടെ പലനിരീക്ഷണങ്ങളും അവ എഴുതപ്പെട്ടു ദീർഘകാലം വെളിച്ചം കാണാതെ കിടന്നവയാണ്. അവയിൽ ഇന്നുകാണുന്ന പരിമിതികളാകട്ടെ ആ കാലഘട്ടത്തിന്റെ പരിമിതികളായിരുന്നു. ഇതിനൊക്കെ വേണ്ടി അദ്ദേഹം വ്യയംചെയ്ത ബൗദ്ധികതൃഷ്ണ ചിലേടത്തെങ്കിലും സന്ദിഗ്ദ്ധവും വൈരുദ്ധ്യപൂർണവുമാണ്. ഇത് അക്കാലത്തെ ഒരു പൊതുസ്വഭാവം തന്നെയായിരുന്നു. സംസ്കാരത്തിന്റെയും പ്രത്യയശാസ്ത്രത്തിന്റെയും സംഘർഷങ്ങളിലിടപെട്ടുകൊണ്ട് "ഇന്ത്യൻ സമൂഹത്തിന്റെ ഭാവിയെ കരുപ്പിടിപ്പിക്കാനുള്ള ബൗദ്ധികതൃഷ്ണ, പാരമ്പര്യത്തോടും ആധുനികതയോടുമുള്ള സമീപനത്തിൽ പലപ്പോഴും സന്ദിഗ്ദ്ധവും വൈരുദ്ധ്യപൂർണ്ണവുമായിരുന്നു."[9] എന്നാലവ ചെറിയമനുഷ്യർക്കു വലിയലോകം നല്കുന്നതിനുള്ള ഹരിതാഭമായ പരിശ്രമമായിരുന്നു; എല്ലാ അർത്ഥത്തിലും.

കുറിപ്പുകൾ

1. *ചട്ടമ്പിസ്വാമികൾ: ജീവിതവും കൃതികളും*, ഡോ. കെ മഹേശ്വരൻ നായർ (എഡി.), കേരളഭാഷാ ഇൻസ്റ്റിറ്റ്യൂട്ട്, 2016:219.
2. You do not like religion; we started from that assumption. But in conducting an honest battle against it, which is not completely without effort, you do not want to have fought against a shadow like the one with which we have struggled. Religion must indeed be something integral that could have arisen in the human heart... (*Scheleiermacher, on Religion*, Cambridge, 1996:21).
3. *അടിസ്ഥാനതർക്കശാസ്ത്രം*, പ്രൊഫ. ജി സുകുമാരൻനായർ, എൻ ബി എസ്, 1971:95.
4. തങ്ങളുടെ സംഹിതയെ വെല്ലുവിളിക്കുന്ന, തെറ്റെന്നു ചൂണ്ടിക്കാട്ടുന്ന എല്ലാ അറിവുകളെയും സംബന്ധിച്ച് അടഞ്ഞ മനഃസ്ഥിതിക്കാർക്ക് ഓർമ്മ കുറവായിരിക്കുമെന്നത് രസാവഹമത്രേ... സംയോജനത്തിനുള്ള ശക്തമായ പ്രവണത തുറവിയുള്ളവരുടെ ലക്ഷണമാണ്, ഈ പ്രതിഭാസം അടഞ്ഞ മനഃസ്ഥിതിയുള്ളവരിൽ കേവലം അശക്തവുമാണ്.... റോക്കിയാക്കിന്റെ പഠനമനുസരിച്ച് സ്വമതശാഠ്യത്തിന്റെ സ്കെയിലിൽ കൂടുതൽ പോയിന്റ് നേടിയ ആളുകൾ തന്നെയാണ് വ്യഗ്രതയുടെ സ്കെയിലിലും ഏറ്റവും കൂടുതൽ സ്കോർ ചെയ്തിട്ടുള്ളവർ." മതം മുഖം മാറുന്നു, *Translation of The Two Faces of Religion by Dr. N S Xavier* (വിവ.) ഫാ. ജെ ചിറയിൽ, പെല്ലിശ്ശേരി പബ്ലിക്കേഷൻസ്, 1991:196.
5. പുസ്തകം (1), പു. 709.
6. Lloyd I Rudolf and Susanne Hoeber Rudolf,The University of Chicago Press, 2006.

7. "Why is humanity so prone to downplay animal intelligence? We routinely deny them capacities that we take for granted in ourselves. What is behind this? In trying to findout at what mental level other species operate, the real challenge comes not just from the animals themselves but also from with in us" (Frans De wall, Granta, 2016:3).
8. പുസ്തകം (1), പു.906
9. " The procedures to be used in a descriptive study must be carefully planned. Because the aim is to obtain complete and accurate information, the research design must make much more provision for protection against bias than is required in exploratory studies. Because of the amount of work frequently involved in descriptive studies, concern with economy of research effort is extremely important. These considerations of economy and protection against bias enter at every stage: formulating the objectives of the study; designing the methods of data collection; selecting the sample; collecting, processing, and analyzing the data; and reporting the findings." (*Research Methods in Social Relations , Claire Selltiz*, et.al., Holt, Rinehart and Winston, 1967:67)
10. സംസ്കാരവും ദേശീയതയും, ഡോ. കെ എൻ പണിക്കർ, കറന്റ് ബുക്സ്, 2002: 9.

സീതമാരുടെ സീത

അനേകം വിനിമയങ്ങളിലൂടെ സ്ത്രീജീവിതത്തെ വായിക്കാൻ കഴിയുന്ന കാലമാണിത്. *ചിന്താവിഷ്ടയായ സീത* അതിന്റെ ഒരു നൂറ്റാണ്ടു തികയ്ക്കുകയുമാണ്. വിനിമയങ്ങളുടെ ബൃഹദാഖ്യാന സാദ്ധ്യതകൾ കൊണ്ട് വായനകളുടെ രാഷ്ട്രതന്ത്രത്തെ പുതുക്കിയെഴുതുന്ന പ്രതിപക്ഷ കൃതിയാണ് *സീത.* ആശാനെയും ആശാന്റെ മറ്റെല്ലാകൃതികളെയും പുനർനിർമ്മിക്കുന്നത്ര പ്രതിപക്ഷവൈദഗ്ദ്ധ്യമുണ്ട് അതിൽ.

ദീർഘകാലമെടുത്താണ്, ആശാൻ, ഇങ്ങനെയൊരു സീതയെ എഴുതിത്തീർത്തത്. തന്റെ മറ്റൊരു കൃതിയുടെയും പൂർത്തീകരണത്തിന് ആശാൻ ഇത്രയുംകാലം എടുത്തിട്ടില്ല.

'ഒരു ഉൽകൃഷ്ടകലയുടെ എല്ലാ അംശങ്ങളേയും പറ്റി ഗാഢമായും നിർഭയമായും ചിന്തിച്ച് ത്യാജ്യങ്ങളെ പാടുള്ളത്ര ത്യജിച്ചും ഗ്രാഹ്യങ്ങളെ കഴിയുന്നത്രഗ്രഹിച്ചും അല്ലാതെ' ഒരു മുക്തകംപോലും രചിക്കാത്ത കവിയാണ് താനെന്ന് ആശാൻ പറഞ്ഞിട്ടുമുണ്ട്. *സീത*യുടെ രചനാകാലത്തിൽ നേരിടേണ്ടിവന്ന ഈ നീണ്ട ഗർഭധാരണം, സിംഹപ്രസവത്തെയും ദീർഘമായ കുംഭീഗർഭത്തെയാണ് ഓർമ്മിപ്പിക്കുന്നത്.

സൃഷ്ടിവേളയിലെ ഈ കാലനീളം, *ചിന്താവിഷ്ടയായ സീത*യുടെ കാവ്യമനഃശാസ്ത്രത്തെ പരിപൂതം ചെയ്തെടുത്തിട്ടുണ്ടെന്നു കാണാം. സ്നേഹിക്കുന്ന മനുഷ്യരുടെ അസ്തിത്വത്തെപ്പറ്റി വിചാരശീലനായി പറഞ്ഞിട്ടുള്ള ആശാൻ അനുരാഗത്തിനു ഖനിജത്തിന്റെ രൂപകങ്ങൾ നല്കുന്നത് *സീത*യിൽ മാത്രമാണെന്നു തോന്നുന്നു. സഹസ്രാബ്ദങ്ങൾ വേണം, ഒരു ധാതു അതിന്റെ ഖനിയിൽ രൂപപ്പെടാൻ. സഹജവും അമലവുമായരാഗം, മനുഷ്യാസ്തിത്വത്തിന്റെ മാനസഖനിയിൽ രൂപപ്പെട്ടതങ്ങനെയാണ്.

സഹജമാമലരാഗമേ! മനോ-
ഗുഹയേലും സ്ഫുടരത്നമാണു നീ

ഈ കവിതയുടെ വസ്തുസംയോജക (Objective correlative) ങ്ങളിൽ, കാലത്തിനു നല്കിയിട്ടുള്ള ശക്തവും അബോധവുമായ ഖര സൂചനകൾ രചനാകാലദൈർഘ്യം കൊണ്ടായിരുന്നിരിക്കാനാണിട. കവി തന്റെ വികാരങ്ങളെ നേരിട്ടു വിസരണം ചെയ്യുന്നതിനു പകരം; ചില സന്ദർഭങ്ങൾ, വസ്തുക്കൾ, ആശയാവലികൾ എന്നിവയിലൂടെ അവതരിപ്പിക്കുന്ന സങ്കേതത്തെ ടി എസ് എലിയറ്റ് വിളിച്ച പേരാണ് വസ്തുസംയോജകം.

ഘനമാമനുകമ്പയിൽ തട-
ഞ്ഞനതിവ്യാകുലമായി നിന്നുടൻ
ജനകാത്മജതന്റെ ചിന്തയാം
വനകല്ലോലിനി പാഞ്ഞു വീണ്ടുമേ.

സ്തംഭിക്കുകയും പൊടുന്നനെ കാട്ടാറിനെപ്പോലെ ഒഴുക്കുവീണ്ടെടുക്കുകയും ചെയ്ത ചിന്തകളുടെ ബാധകൊണ്ടാണ് ആശാൻ സീതയെ നിർമ്മിച്ചെടുത്തത്. ഇത്രയും ദീർഘമായ ചിന്തയും അതിനു പ്രഭവമായിത്തീരത്തക്ക മാനസികശക്തിയും കേരളീയകാവ്യചരിത്രത്തിലെ അതുവരെയുള്ള സ്ത്രീകഥാപാത്രങ്ങൾ പ്രദർശിപ്പിച്ചിട്ടുണ്ടെന്നു തോന്നുന്നില്ല. മതിലേരികന്നിയുണ്ടെങ്കിലും അവളുടെ വീര്യത്തിന് സാമൂഹികവിമർശനത്തിന്റെ കരുത്തുണ്ടായിരുന്നില്ല. വിമർശനത്തിന്റെ രാഷ്ട്രീയ സന്ദർഭത്തിൽ വച്ചുതന്നെയാണ്,

സീത രാമനെ വിചാരണചെയ്യുന്നത്.
അരുതോർക്കിൽ, നൃപൻ വധിച്ചു നിഷ്
കരുണം ചെന്നൊരു ശുദ്രയോഗിയെ
നിരുപിക്കിൽ മയക്കിഭൂപനെ
തരുണീപാദജ ഗർഹിണീ ശ്രുതി!

കസാന്റ്, അന്ത്യ പ്രലോഭനത്തിൽ ജീസസിനുനല്കുന്ന പ്രകോപനപരമായ മാനസികകാലം പോലെ ഒന്നാണ് ഇവിടെ ആശാനും സീതയ്ക്കു നല്കുന്നത്. എൺപതാം ശ്ലോകത്തിനുശേഷമാണ്, വിമർശനാത്മകമായ വികാരശക്തിയിലേക്ക് സീത പ്രവേശിക്കുന്നത്. 'ഉച്ഛൃംഖലവിചാരയാണ് അവിടത്തെ സീത' എന്നാണ് അതെപ്പറ്റി സുകുമാർ അഴീക്കോട് പറഞ്ഞിട്ടുള്ളത്. (ആശാന്റെ സീതാകാവ്യം, 1960:69). രാമകൃത്യോപാലംഭമെന്ന്, ചിലരെങ്കിലും ആക്ഷേപിച്ചിട്ടുള്ള ആ ഭാഗം, ആശാന്റെ രചനാവ്യക്തിത്വവുമായി ഇഴപിരിയാതെ നില്ക്കുന്നു. 1919 ഡിസംബർ 8 എന്നാണ്, മുഖവുരയുടെ തീയതി. അതിനോടടുത്ത ദിവസങ്ങളിലാണ് താൻ 81–ാം ശ്ലോകംമുതലുള്ളത് എഴുതിത്തീർത്തതെന്നും കവി പറയുന്നു. 1914 ൽ രചനയാരംഭിച്ച കൃതിയുമാണിത്. അങ്ങനെയെങ്കിൽ, നാമിപ്പോൾ ആചരിക്കാനുദ്യമിക്കുന്ന രചനാശതാബ്ദി *ചിന്താവിഷ്ടയായ സീത*യുടേതല്ല, ഉച്ഛൃംഖലവിചാരയായ സീതയുടേതാണ്. അതിനുകാരണം

അവളിലുണ്ടായ ഒരു പരകീയശക്തിയുടെ ഭീകരാവേശമാണെന്നും അതിന്റെ പേരാണ് ഉപബോധമെന്നും അഴീക്കോട് പറഞ്ഞപ്പോൾ, കവിയുടെ അരേക്ഷണചാതുര്യമാണ് അതിനുകാരണമെന്നായിരുന്നു അവതാരികയിൽ ആറ്റൂർ കൃഷ്ണപ്പിഷാരടിയുടെ നിരീക്ഷണം. അവ രണ്ടും ഒരേനിലയിൽ ഇന്നു പ്രസക്തവുമാണ്. കാരണം, അത്തരമൊരു ഭീകരാവേശം കേരളീയ സാമൂഹികമനസ്സിന് അനുപേക്ഷണീയമായ കാലമായിരുന്നു അത്. അതിനുവേണ്ട മൂലധനം നല്കുന്നതിന് പര്യാപ്തമായ യുദ്ധകാലവുമായിരുന്നു അത്. അക്കാലത്തെ ആശാന്റെ കത്തുകൾ പരിശോധിച്ചുനോക്കിയാൽ അസ്വസ്ഥതകളുടെ ഭീകരാവേശ മർമ്മരം നമുക്കു കാണാനാവും.

നൃപനീതിയല്ല പാടൽകൾ

സുപരീക്ഷിതമായ രാഗവും
കൃപയുംകൂടി മറന്നുകേവലം
കൃപണോക്തികൾ കേട്ടു ബുദ്ധികെ-
ട്ടപകൃത്യത്തിനു ചാടുമേ നൃപർ.

പല സന്ദർഭങ്ങളിലായി കവിത 'നൃപർ' എന്ന ബഹുവചനപ്രയോഗത്തെ സാമാന്യമായി ഉപയോഗിക്കുന്നുണ്ട്. 'നൃപഗാഢവിചിന്തനം' എന്ന് തൊട്ടുമുന്നിലെ ശ്ലോകത്തിലാണതിലൊന്ന്. ഇത്തരം വിമർശനങ്ങളിലൂടെ രാമൻ എന്ന പുരുഷാധികാരത്തെ മാത്രമല്ല; രാജാധികാരത്തിന്റെ ദൈനംദിന വ്യവഹാരങ്ങളെയാണ് സീത വിമർശിച്ചത്. നാഗരികമായ പൗരജീവിതങ്ങളുടെ കേന്ദ്രം നൃപനീതിയാകയാൽ, അവരും ആ വിമർശനത്തിനു വിധേയരായി. ഒരുപക്ഷേ, സീതയിൽനിന്ന് വലിയ തരംഗദൈർഘ്യത്തിൽ മുഴങ്ങുന്നത് ആ വിമർശനമാണെന്നും വരാം.

പരപുച്ഛവുമഭ്യസൂയയും
ദുരയും ദുർവ്യതിയാനസക്തിയും
കരളിൽ കുടിവച്ചു ഹാ! പര-
മ്പരയായ് പൗരികൾ കെട്ടുപോയിതേ!

തങ്ങളിലെ ദോഷത്തെത്തന്നെ അന്യരിലും ആരോപിച്ച് പാപസമൂഹമായി ജീവിക്കുന്ന മഞ്ഞക്കാമലപിടിപെട്ടവരാണവർ. പരമ്പരയായി അങ്ങനെ ജീവിച്ചു കെട്ടുപോയവരാണവർ. സീതയുടെ ബോധമനസ്സ് രൂപപ്പെടുത്തുന്ന ഈ പൗരീവിമർശനം, വിമോചനത്തെക്കുറിച്ചുള്ള പെണ്ണിന്റെ ആലോചനകളുടെ രാഷ്ട്രീയവല്ക്കരണവും മാനവികമായ ഒരു പുതിയ ദൈവശാസ്ത്രത്തിനുവേണ്ടിയുള്ള കുമാരനാശാന്റെ ആഗ്രഹത്തിന്റെ പ്രത്യക്ഷീകരണവുമായിരുന്നു. അതിനാൽത്തന്നെ സീതയുടെ ചിന്താവേശങ്ങളിലൂടെ അവതരിപ്പിക്കപ്പെടുന്ന വിമർശനങ്ങൾക്കുള്ളിൽ, ആശാനിൽ അവശേഷിച്ചിരുന്ന പുരുഷാധികാരപ്രത്യയശാസ്ത്രത്തിന്റെ കണ്ണികളും ഉണ്ടായിരുന്നിരിക്കുമെന്നുറപ്പാണ്.

ഈ രണ്ടുതരം ഒഴുക്കിനെയും രണ്ടായിത്തന്നെ വായിക്കാൻ

കഴിയുമെന്നതാണ് ഈ കൃതിയുടെ സാംസ്കാരികവിനിമയബലം.

സീത എന്ന ഭൂമി

ഈ കവിതയിലെമ്പാടും സീത ഭൂമിയാണ്. അവൾ ഭൂമിയുടെ അഭേദ്യമായ ഭാഗം തന്നെയാണെന്ന സൂചന കാവ്യാരംഭത്തിലേ ആശാൻ തരികയും ചെയ്യുന്നു.

വനമുല്ലയിൽ നിന്നു വായുവിൻ
ഗതിയിൽ പാറിവരുന്ന പൂക്കൾപോൽ
ഘനവേണി വഹിച്ചുകൂന്തലിൽ
പതിയും തൈജസകീടപംക്തിയെ

കരിമേഘംപോലെ വർഷച്ഛായയുള്ള അവളുടെ തലമുടിയിൽ ഒരുകൂട്ടം മിന്നാമിനുങ്ങുകളെ വനമുല്ലയിൽ പൂക്കളെന്നപോലെ സങ്കല്പിച്ചുനല്കിയ കുമാരനാശാന്റെ ജൈവ സംഗീതഭാവന, സീതയുടെ അന്ത്യനിമിഷങ്ങൾക്കുനല്കിയ ആഖ്യാനവേഗത

പുതിയ കവികളെപ്പോലും അത്ഭുതപ്പെടുത്തുന്നതാണ്.

വേണ്ടാ ഖേദമെടോ, സുതേ! വരികയെ-
ന്നോതും മുനീന്ദ്രന്റെ കാൽ-
ത്തണ്ടാൽ നോക്കിനടന്നധോവദനയായ്
ചെന്നസ്സഭാവേദിയിൽ
മിണ്ടാതന്തികമെത്തി, യൊന്നനുശയ
ക്ലാന്താസ്യനാം കാന്തനെ-
ക്കണ്ടാൾ പൗരസമക്ഷ, മന്നിലയിലീ
ലോകം വെടിഞ്ഞാൾ സതീ.

ആദിധാമ (ജ്യോതിസ്സ്, ശ്ലോ 184) മാകുന്ന പിതാവിലേക്കും ഭൂമിയാകുന്ന അമ്മയിലേക്കും (ശ്ലോകം 181) മടങ്ങിച്ചെല്ലുന്ന സീതയെ, ലോകം വെടിഞ്ഞവൾ എന്നു വിശേഷിപ്പിക്കുന്നതിലാണ് ആശാൻ, പുതിയ ദൈവരാജ്യത്തിന്റെ ആലോചനയിലേക്കു തന്റെ വിശ്വാസങ്ങളെ ഘടിപ്പിച്ചു നിർത്തുന്നത്. അതാകട്ടെ, ഒരു സ്ത്രീയിലൂടെ മാത്രം സാദ്ധ്യമാകുന്ന സങ്കല്പനവീകരണവുമാണ്.

സീതയുടെ നവീനമായ ചിന്തകളുടെ ആവിഷ്കാരം പുതിയൊരാകാശത്തിനും പുതിയൊരുലോകത്തിനുംവേണ്ടിയുള്ള അദമ്യമായ താല്പര്യങ്ങളുടെ ശരീരമാണ്. പുരുഷാധിപത്യപരമായ ക്രിസ്തീയ ദൈവരാജ്യ സങ്കല്പത്തെ തിരുത്തുന്നതിന് നീത്ഷെയ്ക്കുശേഷമുള്ള സ്ത്രീവിമോചന പ്രത്യയശാസ്ത്രം നടത്തിയ ഇടപെടലുകളെക്കുറിച്ചു പറഞ്ഞ മേരി ഡാലി (Mary Daly) യുടെ ചിന്ത സീതയെ മനസ്സിലാക്കാൻ സഹായകമായിരിക്കും.

പിതൃരാധിപത്യ സാമൂഹികവ്യവസ്ഥിതിയെ അബോധമായി, അടിച്ചേല്പിക്കുന്ന ദൈവപിതാവ് സങ്കല്പമാണ് പാശ്ചാത്യ മതവിശ്വാസങ്ങൾക്കുള്ളത്. വിശേഷിച്ചും സെമറ്റിക് മതതത്ത്വചിന്തയ്ക്കുള്ളത്. അധികാ

രത്തിന്റെ ഏകാധിപത്യംപോലെ ഒന്ന് പുരുഷഗുണത്തിനുള്ളിൽ സ്വാഭാവികമാണെന്നു വരുത്തിത്തീർക്കാൻ ഈ തത്ത്വചിന്തകൾക്കു കഴിഞ്ഞു. അതുകൊണ്ടാണ് 'ആൺ' എന്ന ലൈംഗിക പദവിയുടെ വാർപ്പുമാതൃകയ്ക്ക് കൂടുതൽ സ്വീകാര്യതയും ആധികാരികതയും സമൂഹത്തിൽ കല്പിച്ചുകിട്ടിയത്. ആണിനാണ് കൂടുതൽ യുക്തിഭദ്രതയും വിശ്വാസ്യതയും ആധികാരികതയും ആക്രമണോത്സുകതയുമെന്നെല്ലാമുള്ള വിശ്വാസങ്ങൾ ഉറച്ചത്. ഈ വ്യവസ്ഥയോട് അവിശ്വാസം പുലർത്തുന്നവരെയും, ഈ വ്യവസ്ഥയുടെ മൂല്യവ്യവസ്ഥയ്ക്കു പൊരുത്തപ്പെടാത്തവരെയും നിർഭയം പുറത്താക്കുന്നതിൽ അത് ഒരു മടിയും കാണിക്കുകയില്ല. രാമരാജ്യം സീതയ്ക്കുകല്പിച്ച അവിശ്വാസം അങ്ങനെയൊരു മൂല്യവ്യവസ്ഥയുടെ സൃഷ്ടിയായിരുന്നു. അതുകാരണമായി അവൾ അനുഭവിച്ച വേദനയെ അഭിസംബോധനചെയ്യാൻ അതേ രാമരാജ്യഭാഷയ്ക്കോ, അതിന്റെ ദാസ്യവൃത്തി നയിക്കുന്ന പൗരോഹിത്യഭാഷയ്ക്കോ സാദ്ധ്യമായിരുന്നില്ല. രാമനോടു തനിക്കുള്ള അചഞ്ചലമാണെന്നു ബോദ്ധ്യപ്പെടുത്തിയ 'സുപരീക്ഷിതമായ' സ്നേഹത്തെ കൃപയില്ലാതെ മറക്കാൻ നിർബ്ബന്ധിക്കുന്ന നൃപനീതിയെന്ന് സീത വിമർശിക്കുന്നത് ആ ഏകാധിപത്യ പിതൃവ്യവസ്ഥയെയാണ്. അതിലൂടെ തന്റെ രാമനെ വീണ്ടെടുക്കുന്നതിനും, കൂടുതൽ തീവ്രമായി രാമനെ സ്നേഹിക്കുന്നതിനും സീതയ്ക്കു സാദ്ധ്യമായി. യേശുവിനെ റാഡിക്കൽഫെമിനിസം വീണ്ടെടുക്കുന്നതിനെക്കുറിച്ചുള്ള മേരിഡാലിയുടെ നിരീക്ഷണവും ഇതിനുസമാനമാണ്.

അമിതാധികാരപ്രമത്തനായ ആൺദൈവം എന്ന പഴയനിയമാവലികളിൽ നിന്നു ഭിന്നനാണ് പുതിയ സുവിശേഷങ്ങളിലെ യേശുവിന്റെ ദൈവം. നസറേത്തിലെ സാധാരണ മനുഷ്യനായും വിനയാന്വിതനായും നടന്നുപോകുന്ന യേശുവിൽ മുൻവിധികളില്ല. അദ്ദേഹത്തിന്റെ സഭയിൽ സ്ത്രീകൾ വാർപ്പുമാതൃകകളല്ല. എന്നാൽ ഏകാധിപത്യസഭാപ്രേഷണത്തിന്റെ മനുഷ്യവിരുദ്ധനിയമാവലികൾ ചവച്ചുജീവിക്കുന്ന പുരോഹിതവർഗ്ഗത്തിന്റെ സഭയിൽ സ്ത്രീകൾക്കു നിലനില്പും സ്വാതന്ത്ര്യവുമില്ല.

സീതയുടെ വിചാരധാരകളുടെ സാരം, ഫ്യൂഡൽ- അക്രമാസക്തമായ ഏകാധിപത്യ കൃപണോക്തികളുടെ രാമരാജ്യത്തിൽനിന്നു രാമനെ വീണ്ടെടുക്കുകയാണ്. രാജ്യജീവിതത്തെക്കാൾ ആനന്ദകരമായിരുന്ന വനജീവിതത്തെക്കുറിച്ചാണ് സീത നല്ലവാക്കുകൾ പറയുന്നത്. നൃപനായ രാമനെക്കാൾ, വലിയ പങ്കാളിയാണ് വന ജീവിയായ രാമൻ. ആ രാമനെ 'കളിയാടും പ്രിയനന്നുകുട്ടിപോൽ' എന്നാണ് സീത നിറമനസ്സോടെ വിളിക്കുന്നത്. അതേ രാമൻ, രാജ്യാധികാരിയായിത്തീർന്നപ്പോഴോ? ജീവിതപങ്കാളിയെ കാട്ടിലെറിയുന്ന ശ്രുതിദോഷക്കാരനായി മാറി. ആ രാജാവിനെ ഗുണഗണങ്ങളാണെങ്കിലോ?

സമദൃഷ്ടി, സമാർത്ഥ ചിന്തനം,
ക്ഷമ, യന്യോന്യഗുണാനുരാഗിത,

ക്രമമായിവയെക്കരണ്ടിടാം
ശ്രമമറ്റാന്തര ഗർവമൂഷികൻ (126)
വിഭവോന്നതി, കൃത്യവൈഭവം,
ശുഭവിഖ്യാതി, ജയങ്ങൾ മേല്ക്കുമേൽ
പ്രഭവിഷ്ണുതയെന്നിവറ്റയാൽ
പ്രഭവിക്കാം ദുരഹന്തയാർക്കുമേ (127)

ശ്രീരാമനെ ഈ ദുരന്തങ്ങളിലേക്കു നിപതിപ്പിച്ച വ്യവസ്ഥയെയാണു സീത വിമർശിക്കുന്നത്. രാമൻ എന്ന മനുഷ്യനെ അവൾ വീണ്ടും വീണ്ടും സ്നേഹിക്കുകയും ചെയ്യുന്നു. തന്നെ ഉപേക്ഷിച്ചതിനാലുള്ള പീഡകളെ രാമന്റെ ശരീരവും മനസ്സും നേരിട്ടതിനെ സീത സങ്കല്പിക്കുന്നേടത്തുണ്ട് രാമനോടുള്ള സീതയുടെ സ്നേഹത്തിന്റെ ആഴം.

ചിലതിന്നൊലി കേട്ടുമന്തരാ
ചിലതിൽഛായകൾ കണ്ടുമാർത്തനായ്
നിലയിൽ ചിറകാട്ടിയും ഭവാൻ
വലയാം ചഞ്ചുപുടങ്ങൾ നീട്ടിയും (154)
തനിയേ നിജശയ്യയിൽ ഭവാ-
നനിവാര്യാർത്തികലർന്നുരുണ്ടിടാം
കനിവാർന്നു പുലമ്പിടാം കിട-
ന്നനിശം ഹന്ത! കിനാവു കണ്ടിടാം (155)

ചിന്താവിഷ്ടയായ സീത മുന്നോട്ടുവയ്ക്കുന്ന രാഷ്ട്രീയവും മറ്റൊന്നല്ല.

സീതയാൽ വിമർശിക്കപ്പെട്ട അധികാരിയായ രാമരാജാവിലേക്കു തിരികെ നടക്കുന്ന ഒരിന്ത്യയെ വിഭാവനചെയ്യുന്ന സംഘപരിവാര പ്രത്യയശാസ്ത്രത്തിന്റെ ദുരയും ദുർവൃതിയാനാസക്തിയും പകയും വായിച്ചെടുക്കാൻ ഈ കൃതിയുടെ വായന സഹായകമാണ്. മനുഷ്യനും നിസ്സഹായനും സ്നേഹിതനുമായ രാമനെ വീണ്ടെടുക്കാനും.

ചിരിയുടെ സാമൂഹികബോധം

ആശാന്റെ കൃതികളിൽ ചിരിക്കുന്ന കൃതി *ചിന്താവിഷ്ടയായ സീത* മാത്രമേയുള്ളൂ.

അത്ര അസാധാരണമാണ് അതിനുള്ളിലെ സാമൂഹികവിമർശനം. നഗരാധുനികതയെ അത്രമേൽ ആ കൃതി പരിഹസിക്കുന്നുണ്ട്. ഇത് അക്കാലത്തെ ഒരു വലിയ ജനാധിപത്യസംഭവമായിരുന്നു. അതുസാദ്ധ്യമാവുന്നതിനുള്ള കാല്പനിക വിച്ഛേദവും, റിയലിസ്റ്റ് ഭാവനാശൈലിയുമാണ് ആശാൻ സീതയ്ക്കുവേണ്ടി ഉപയോഗിച്ചത്.

ലിംഗസമത്വത്തെക്കുറിച്ചു പറയുന്നതിനും ഭൂമിയുടെ സൗന്ദര്യശാസ്ത്രത്തെ വിവരണം ചെയ്യുന്നതിനുമാണ് റിയലിസത്തിന്റെ ആഖ്യാനശൈലി ആശാൻ ഉപയോഗിച്ചത്. വ്യക്തിപരമായി, അദ്ദേഹത്തിലെ പുരുഷൻ ഉദാരമാനവികവാദിയുടെ തലപ്പാവണിഞ്ഞുകൊണ്ടാണ് ഇതൊ

ക്കെയും സാദ്ധ്യമാക്കിയത്. ആ പ്രക്രിയയിൽ തന്നിലെ പുരുഷാധികാരമനോഭാവങ്ങളെ പരിപൂർണ്ണമായി കുടഞ്ഞുകളയാൻ ആശാനുകഴിഞ്ഞിട്ടില്ലെന്നുകൂടി വിമർശനാത്മകമായി നാം കാണേണ്ടതുണ്ട്. ഈ കുറവ് കേരള നവോത്ഥാനത്തിന്റെ പ്രധാനപ്പെട്ട പോരായ്മയായിരുന്നുതാനും.

തന്നിലെ യാഥാർത്ഥ്യവാദി, തികച്ചും ഭൗതികവാദപരമായ വസ്തുതാബോദ്ധ്യങ്ങളോടെ ആത്മവിദ്യയെ സമീപിക്കുകയാണ് സീതയിൽ വേണ്ടതെന്ന് തുടക്കം മുതലേ ആശാൻ തീർച്ചപ്പെടുത്തിയിരിക്കണം. അതിനാൽ, വാല്മീകിയിലൂടെ നിത്യഭാസുരമായിത്തീരേണ്ട സനാതനമായ ആശ്രമവ്യവസ്ഥയെക്കുറിച്ചു പറയുന്നേടത്തെല്ലാം ആപാദമധുരമായ ജനസമത്വസങ്കല്പത്തിന്റെ കലാഭാഷയാണ് ആശാൻ ഉപയോഗിച്ചത്. കൊടുങ്ങല്ലൂർ കുഞ്ഞിക്കുട്ടൻ രാജയോടു വിയോജിച്ച് *കവിരാമായണ*മെഴുതിയ മൂലൂർ, *കവിരാമായണ*ത്തിലെ വാല്മീകിയായി ശ്രീനാരായണഗുരുവിനെയാണു പ്രതിഷ്ഠിച്ചതെന്നോർക്കുമ്പോൾ ആത്മവിദ്യയുടെ ജനാശ്രമവീണ്ടെടുപ്പിനുവേണ്ടി ആശാൻ വാല്മീകിയുടെ ആശ്രമത്തിലിരുന്നാണ് സീതയുടെ ചിന്തകളുടെ പുടവയ്ക്കു തീകൊളുത്തിയതെന്നതിൽ അത്ഭുതപ്പെടേണ്ടതില്ല.

ECO ART/പാരിസ്ഥിതിക കല

പാരിസ്ഥിതികകല ആവാസവ്യൂഹത്തിന്റ നിലനില്പിനെക്കുറിച്ചുള്ള കലയാണ്. നമ്മുടെ സൗന്ദര്യബോധത്തെയും അറിവുകളെയും അവ അന്തർവൈജ്ഞാനികമായി സന്നിവേശിപ്പിക്കുന്നു. നരവംശകേന്ദ്രിതമായ വ്യക്തിവാദ (Individualist Anthropocentrism)ത്തെ നിരാകരിക്കുന്ന കലാതത്ത്വമാണ് ഈ അന്തർവൈജ്ഞാനികതയ്ക്കു നിദാനം. സൂസി ഗബ്ലിക് (Suzi Gablic) അതിനെ വിളിക്കുന്നത്, ഇഴചേർന്ന സൗന്ദര്യശാസ്ത്രം (conective aesthetic) എന്നാണ്. സംസ്കാരവും പ്രകൃതിയും തമ്മിലുള്ള ഇഴയടുപ്പത്തെ ശക്തിപ്പെടുത്തുന്നതിന് കല, ശാസ്ത്രം, മതം, രാഷ്ട്രമീമാംസ എന്നിവയ്ക്കിടയിലെ അകലങ്ങളെ ആ സൗന്ദര്യശാസ്ത്രം ഇല്ലാതാക്കുന്നു. ആധുനികതയുടെ ജ്ഞാനശാസ്ത്രമാണ് അത്തരം അകലങ്ങളെ സൃഷ്ടിച്ചതെന്ന് ഗബ്ലിക് വിമർശിക്കുന്നു. വിശാലവും അന്തർവൈജ്ഞാനികവുമായ ആ പുതിയ സൗന്ദര്യബോധം, പുതിയ ഒരു കലാബോധത്തെ നിർമ്മിക്കുന്നു. പാരിസ്ഥിതികമായ മുറിവുകളെ ഭേദപ്പെടുത്തുന്നതും (healing) പുനരുപയോഗങ്ങളെ (renewal) പ്രോത്സാഹിപ്പിക്കുന്നതുമായ പുതിയ കല, പാരിസ്ഥിതികകല എന്നു വിളിക്കുന്നത് അതിനെയാണ്. കാഴ്ചക്കാർ / ആസ്വാദകർ എന്ന പഴയമട്ടിലുള്ള സന്ദർശകർക്ക് ദൃശ്യവിരുന്നൊരുക്കുന്ന (spectatorial) അന്യവല്ക്കരണമായിരുന്നു ഇതുവരെ കല ചെയ്തിരുന്നത്. അതിൽനിന്നു ഭിന്നമായി, ഇത്, കലാനുഭവത്തിന്റെ പങ്കാളികളാക്കി ആസ്വാദകരെ മാറ്റുന്നു. 1960 കൾ അവസാനവും എഴുപതുകൾ പാതിവരെയുമുള്ള കാലത്താണ് സമകാലികമായ പരീക്ഷണങ്ങളെന്ന നിലയിൽ ഈ പുതിയ കലാമാതൃക ചരിത്രത്തിലേക്കു കടന്നുവന്നത്. ഹാൻസ്ഹാക്കിന്റെ കലാനിർമ്മിതികൾ ഇതിന് ഏറ്റവും വലിയ ഉദാഹരണങ്ങളാണ്. Condensation cube (സാന്ദ്രീകരണ-ക്യൂബ്) അതിലൊന്നാണ്. അക്രിലിക് പ്ലാസ്റ്റിക്കിനാൽ നിർമ്മിക്കപ്പെട്ട അത് — ഹാക് പറയുന്നതുപോലെ കാഴ്ചയുടെ സന്ദർഭത്തിൽ ആസ്വാദകരെയും കല ഉൾക്കൊള്ളുന്ന പരിസ്ഥിതിയുടെ ഭാഗമാക്കുന്നു.

ഹാക്കിന്റെ ഈ കലാനിർമ്മിതിവച്ചുതന്നെ പാരിസ്ഥിതികകലയുടെ നിലനില്പ് രണ്ടു ഘടകങ്ങളെ ആശ്രയിച്ചാണെന്നു നമുക്കു മനസ്സിലാക്കാം. പാരിസ്ഥിതികനീതി (Ecological Ethic)യും ക്രമസിദ്ധാന്ത(system theory)വുമാണവ. പാരിസ്ഥിതികമൂല്യത്തെ അകക്കണ്ണിൽ പ്രതിഷ്ഠിച്ചുകൊണ്ട്, അന്വേഷണാത്മകമായ ചോദ്യങ്ങൾ കലാകാരൻ ചോദിക്കുന്നു. അവ, മുഴുവൻ ആവാസവ്യവസ്ഥയുടെയും നിലനില്പിനെച്ചൊല്ലിയുള്ള ആകുലമായ ചോദ്യങ്ങളാണ്. മേല്പ്പറഞ്ഞ രണ്ടു ഘടകങ്ങളും, ആ ആവാസവ്യവസ്ഥയുടെ ഭൗതികവും ജീവശാസ്ത്രപരവും സാംസ്കാരികവും രാഷ്ട്രീയവും ചരിത്രപരവുമായ പാരസ്പര്യങ്ങളെ അഭിസംബോധനചെയ്യുന്നു.

പ്രചോദനത്തെ സംബന്ധിച്ച ക്ലാസിക്കൽ-റൊമാന്റിക് നിർവ്വചനങ്ങൾ പാരിസ്ഥിതികകലാകാരർ പരിഗണിക്കുന്നില്ല. ഹരിതവ്യവസ്ഥയെ പുനരവലോകനം (re-envision) ചെയ്യുമ്പോഴാണ് അവർ പ്രചോദിപ്പിക്കപ്പെടുന്നത്. അത് അദ്ധ്വാനവീര്യമുള്ള (potent) രൂപകങ്ങളെയും ജൈവികമായ അലങ്കാരമാതൃകകളെയും കണ്ടെത്താനും ഉപയോഗിക്കാനും പ്രേരിപ്പിക്കുന്നു. പാരിസ്ഥിതികഭാഷാശാസ്ത്രത്തിലെ പ്രമുഖ സൈദ്ധാന്തികരിലൊരാളായ ആരെൻ സ്റ്റിബ്ബിയുടെ പുസ്തകത്തിന്റെ പേര് *The Stories we live by* എന്നാണ്. അതിൽ സൂചിപ്പിക്കുന്ന മാതിരി പാരിസ്ഥിതികകല പുതിയ 'കഥകൾ' പറയുന്നു. 'കഥകൾ' എന്നത് ആദിമദ്ധ്യാന്തപ്പൊരുത്തമുള്ള സംഭവവിവരണങ്ങളാണ് എന്ന അർത്ഥത്തിലല്ല, ജീവിതപരിസരത്തിന്റെ ഏതു ഘടനയും ഒരു കഥയാണ് എന്ന അർത്ഥത്തിൽ. അതിലൂടെ പാരിസ്ഥിതികകല വിനാശങ്ങൾക്കെതിരെയുള്ള പരിഹാരങ്ങളെ നിർദ്ദേശിക്കുന്നു. അവ ഹരിതപുനരുദ്ധാരണത്ത സഹായിക്കുന്നു. ആയിരത്തിത്തൊള്ളായിരത്തി തൊണ്ണൂറുകളിൽ ഇക്കോ ആർട്ട് കൂടുതൽ ജനകീയമാവുന്നതു കാണാം. അവയ്ക്ക് ആസ്പദമായ കലാപ്രദർശനങ്ങൾ കൊണ്ട് വ്യാപകമാണ് അക്കാലം. പാരിസ്ഥിതികവിനാശത്തിനെതിരെ ജനകീയദർശനങ്ങൾ ലോകമെമ്പാടും വികസിച്ചുവരുന്ന കാലമാണത്. *Ecovention: Current Art to Transform Ecologies* എന്ന കലാപ്രദർശനത്തിലൂടെയും (പിന്നീട് അതേ പേരിലിതു പുസ്തകമായി), ആമിലിപ്ടണും സ്യൂ സ്പെയിഡും പരിചയപ്പെടുത്തിയ Ecovention എന്ന പദം പിന്നീടു വലിയ ചലനങ്ങളുണ്ടാക്കി. സ്വാഭാവികപ്രകൃതിയെയും നഗരപരിസ്ഥിതിയെയും ഉപയോഗിച്ചു നിർമ്മിക്കുന്ന കല എന്ന നിലയിലാണ് 'Ecovention' പ്രസിദ്ധമായിത്തീർന്നത്. പാരിസ്ഥിതികമാധ്യസ്ഥം എന്നർത്ഥംവരാവുന്നവിധം Ecology, Intervention എന്നീ വാക്കുകളെ സംയോജിപ്പിച്ചാണ് അവരതുണ്ടാക്കിയത്. കലാകാരൻ മുൻകൈയെടുത്ത് ഒരു

പ്രാദേശികപരിസ്ഥിതിയെ കലാനുഭവമായി പിരവർത്തിപ്പിക്കുന്നതാണിത്.

1974 ൽ സാൻഫ്രാൻസിസ്കോയിൽ ബോണി ഷെർക്കും (Bonnie Ora Sherk) ജാക്ക് വിക്കേർട്ടും (Wickert) കൂടി സ്ഥാപിച്ച The Farm അഥവാ Crossroads Communtiy എന്നത് വിശാലമായ ഒരു പാരിസ്ഥിതികകലാസങ്കല്പമാണ്. 1987 വരെ അതു പ്രവർത്തിച്ചു. സ്വതന്ത്രവിനിമയത്തിനുള്ള പരിസരം, മദ്ധ്യത്തിൽ വലിയ ഇരുനിലക്കെട്ടിടം; ഇതായിരുന്നു The Farm. കെട്ടിടത്തിന്റെ താഴെ നിലയിലായിരുന്നു കൃഷിസ്ഥലം. അവിടെ കൃഷിച്ചെടികളും ജീവികളും. മേൽനിലയിൽ ലൈബ്രറിയും ആർട്ട്ഗ്യാലറിയും. ബ്യൂനവിസ്തയിലെ കുട്ടികൾ സ്വതന്ത്രവിഹാരത്തിനും പഠനത്തിനും അവിടെ വരുമായിരുന്നു.

സ്പെയിഡിനെപ്പോലുള്ളവർ മുന്നോട്ടുവച്ച കാഴ്ചപ്പാട് ഈ പുതിയ കലാദർശനം പാരിസ്ഥിതികഗുണമേന്മയ്ക്കു നല്കുന്ന സംഭാവനകളെ വിശദീകരിക്കുന്നുണ്ട്. പുനർവികസനത്തിനു സാദ്ധ്യതയുള്ളതും ഉപയോഗിച്ചു നശിപ്പിച്ചിരിക്കുന്നതോ തരിശിട്ടതോ ആയ ഭൂമിയുടെ വീണ്ടെടുപ്പ്, ജൈവവൈവിദ്ധ്യസംരക്ഷണം, നഗരസൗകര്യങ്ങളെ പാരിസ്ഥിതികമായി മെച്ചപ്പെടുത്തൽ എന്നിങ്ങനെ ബഹുമുഖമാണ് അവർ ചൂണ്ടിക്കാട്ടിയ കാഴ്ചപ്പാട്.

പ്രമുഖ ഇസ്രയേലി പാരിസ്ഥിതികകലാകാരിയായ സീഗലിക് ഈതെൽ ലൻഡാവു (Sigalit Ethel Landau) ചാവുകടലിലെ ഉപ്പുപരലുകളെ, സ്വാഭാവികമായി നിത്യോപയോഗവസ്തുക്കളിൽ പറ്റിപ്പിടിപ്പിച്ച്, മിനുസംവരുത്തുന്ന കലാവസ്തുക്കൾ Salt Sculptures എന്ന പേരിൽ ഏറെ ശ്രദ്ധനേടിയവയാണ്. നിത്യോപയോഗവസ്തുക്കളായ ഫ്രോക്കുകൾ, ചെരിപ്പുകൾ പോലെയുള്ളവ കടലിൽ താഴ്ത്തിവച്ച് ഉപ്പുപരലുകൾക്കു സാന്ദ്രതയേറുന്ന വേനലിൽ അവയെ കടലിൽ സൂക്ഷിച്ച് പിന്നീട് പുറത്തെടുക്കുന്നു. അതാതു വസ്തുക്കളുടെ രൂപത്തിൽ ഉപ്പിന്റെ കലാവസ്തു (Salt Sculpture) പരിസ്ഥിതികലാനിർമ്മിതി (Eco-Artfact) ആയി അതു മാറുന്നു. സമുദ്രജീവിതങ്ങളുടെ ജൈവവൈവിദ്ധ്യത്തെ അടയാളപ്പെടുത്താനായി റൂത്ത് വാലെൻ, നിർമ്മിച്ച പ്രോജക്ടായ, The Sea as Sculptures (1980, 2010) ഇതിനു മറ്റൊരുദാഹരണമാണ്.

പ്രകൃതിയുടെ സൗന്ദര്യഘടന സങ്കീർണ്ണവും ക്രമമില്ലാത്തതുമാണ്. എന്നാൽ, അവ സുനിശ്ചിതമായ പാറ്റേണുകളായി അടുക്കപ്പെട്ടിരിക്കുന്നു. അജ്ഞാതമായ ആകർഷിണികൾ (strnge attractors) എന്നു വിളിക്കപ്പെടുന്ന അവയെ തിരിച്ചറിയുന്നതിലും കലാനിർമ്മിതിയിൽ അവയെ ഉപയോഗപ്പെടുത്തുന്നതിലും ദത്തശ്രദ്ധരാണ് പാരിസ്ഥിതികകലാകാരർ. ഹെലൻ മൈയർ, ന്യൂട്ടൻ ഹാരിസൻ മുതലായവർ ചേർന്നു രൂപപ്പെടുത്തിയ അത്തരമൊരു പാറ്റേൺ പ്രോജക്ടാണ് പെനിൻസുല യൂറോപ്പ്. തങ്ങൾ കണ്ടെത്തിയ പാറ്റേണുകളെ അവർ ബൃഹദ്രൂപകങ്ങൾ (Potent Metaphors) എന്നാണു പേരിട്ടത്. ഉയർന്ന പ്രതലത്തിൽനിന്നുള്ള വീക്ഷണകേന്ദ്രത്തിലൂടെ യൂറോപ്പിനെ ഒരു വലിയ ഉപദ്വീപുപോലെ ചിത്രീക

രിക്കുന്ന അത്, യൂറോപ്പിന്റെ ഭൗനികവും ഭൗതികവുമായ സവിശേഷതകളെ കലാത്മകമായി അവതരിപ്പിക്കുന്നു. യൂറോപ്പിന്റെ ജൈവവ്യവസ്ഥ, നീരൊഴുക്ക്, ഹരിതതാനങ്ങൾ എന്നിവയെയാണ് ബൃഹത്തായ രൂപകങ്ങളായി അവർ അവതരിപ്പിച്ചത്. വനനശീകരണത്തിനും ജലചൂഷണത്തിനും ജലദൗർലഭ്യത്തിനുമെതിരെ പ്രകൃതിബോധത്തിലൂന്നിയ പ്രതിരോധമായി രൂപപ്പെടുത്തിയ അത് വനപുനരുജ്ജീവന (reforesting), ജലപരിപാലനം എന്നിവയെ അവയുടെ ലക്ഷ്യമായി വിഭാവനചെയ്തു. കലയുടെ പരമ്പരാഗത ഉള്ളടക്കങ്ങളെ അതിലംഘിക്കുന്ന വളരെ വിസ്തൃതമായ ആഖ്യാന(larger narrative)മാണ് അവ കൊണ്ടുവരുന്നത്.

പാരിസ്ഥിതികകല ജീവശാസ്ത്രപരമായും—സാമ്പത്തികവും സാമൂഹികവുമായും പാരിസ്ഥിതികവിഷയങ്ങളെ കൈകാര്യം ചെയ്തുകൊണ്ട് പരിസ്ഥിതിയുടെ സാമൂഹികശാസ്ത്രത്തെ നേരിട്ട് അഭിസംബോധന ചെയ്യുന്നു.

സമുദ്രംകൊണ്ട് നോവലിനെ എഴുതുമ്പോൾ

നോവൽ മനുഷ്യനെ തുറന്നുവയ്ക്കുന്ന സവിശേഷമായ ആഖ്യാന രൂപമാണ്. അങ്ങനെയല്ലായിരുന്നെങ്കിൽ 1755 ൽ സാമുവെൽ ജോൺസൺ തന്റെ നിഘണ്ടുവിലെഴുതിയ നോവലിന്റെ നിർവ്വചനം ഇന്നും നമുക്കു സ്വീകാര്യമായേനെ. 1719 ൽ *റോബിൻസൺ ക്രൂസോ*യും 1740 ൽ സാമുവെൽ റിച്ചാഡ്സന്റെ *പാമെല*യും പുറത്തുവന്നതിനുശേഷവും, ജോൺസൺ നോവലെന്നതിന് മിക്കവാറും പ്രണയത്തെ ചുറ്റിപ്പറ്റിയുള്ള കൊച്ചുകഥ (A small tale, generally of love) എന്നു പറഞ്ഞത് ചരിത്രത്തിൽ പിന്നീടാരും ശ്രദ്ധിച്ചുമില്ല.

ഇരുപതാം നൂറ്റാണ്ടൊടുവിലെ കോളിൻസ് നിഘണ്ടു നോക്കിയാൽ കാണുന്ന പുതിയ നിർവ്വചനം, ലോകനോവലിന്റെ ചരിത്രം തിരുത്തിയെഴുതപ്പെട്ടതിന്റെയും രേഖയാണ്. "ഭാവനാ മനുഷ്യരുടെ സാഹസങ്ങളിലൂടെയും വികാരങ്ങളിലൂടെയും കടന്നുപോവുന്ന ഗദ്യാത്മകമായ കെട്ടുകഥ. മനുഷ്യജീവിതത്തിന്റെയും സ്വഭാവസവിശേഷതകളുടെയും വൈവിദ്ധ്യങ്ങളും, മനുഷ്യക്രിയകളുടെയും ചിന്തകളുടെയും വിവരണങ്ങളും നിറഞ്ഞു നില്ക്കുന്ന ആവിഷ്കാരങ്ങളാണ് അവ" എന്നാണ് ആ നിർവ്വചനം. മറ്റൊരു സാഹിത്യരൂപത്തിനും സാദ്ധ്യമാകാത്തത്ര വിപുലനം ഏതാണ്ടു രണ്ടരനൂറ്റാണ്ടിനകം നോവൽ നേടിയെടുത്തു എന്നതിനും തെളിവാണത്.

വലിയ ക്യാൻവാസിലെഴുതുന്നത് എന്ന ജ്യാമിതീയമായ സവിശേഷത മാത്രമല്ല നോവലിന്റെ നിർമ്മാണസാദ്ധ്യത. മനുഷ്യജീവിതത്തിന്റെ ഭൂമിക്ക് മറ്റൊരു ഭൂപടം തന്നെ അതു വരയ്ക്കുന്നു. ഉള്ളിലുള്ളിലേക്കു കടന്നുചെന്ന്, നോവൽ, ആന്തരമാനവന്റെ സ്വാതന്ത്ര്യസമരമായിത്തീരുന്നു; അതിന്റെ വിസ്തൃതമായ ഉടമ്പടിരേഖകളായിത്തീരുന്നു. അല്പം

ഔപചാരികതയോടെ മർജോരി ബൗൾട്ടനെ വായിച്ചാലും ലോഡ്ജിന്റെ *ദി ആർട്ട് ഓഫ് ഫിക്ഷൻ* വായിച്ചാലും റുഷ്ദിയും കുന്ദേരയും മോറിസണും അടങ്ങുന്നവരുടെ രചനാനുഭവങ്ങൾ വായിച്ചാലും നോവലിന്റെ മുനയുളിത്തച്ച് നമ്മളെ അതിന്റെ ക്ലാസ് മുറിയിലെടുക്കാതിരിക്കില്ല.

നോവലും കടലും

ഇങ്ങനെയൊരു പ്രബന്ധത്തിന്റെ സാധുതയിലേക്കു കടക്കും മുമ്പ് കടലും നോവലും തമ്മിലുള്ള പാരസ്പര്യത്തിന്റെ ചരിത്രം പരിശോധിക്കാവുന്നതാണ്. അതിനു സഹായകമായ പുസ്തകമാണ് ഡോ. മാർഗ്രറ്റ് കൊയെൻ (Margaret cohen) എഴുതിയ *The Novel and the sea.* യൂറോപ്യൻ നോവൽ ചരിത്രത്തെയാണ് അവർ മുഖ്യമായും ആധാരമാക്കുന്നതെങ്കിലും കടലിനെ നോവലിനുള്ളിലെ ആഴമുള്ള ഉപചരിത്രവിഷയമാക്കി മാറ്റാൻ ആ പുസ്തകത്തിനു കഴിയുന്നുണ്ട്.

സ്ഥലത്തിലും സമയത്തിലും ഒരുപോലെ ഇടപെട്ടു വികസിക്കുന്ന നോവലിന്റെ ഉപ്പുപരതയെ(Saltness) അടുത്തറിഞ്ഞാലേ അതിലെ കടലിന്റെ വസ്തുത നമുക്ക് ഉന്മേഷകരമായിത്തീരൂ. അതൊരു പി കവിതപോലെ കവിയുടെ കടല്പാടുകൾ ആവാം. *ചെമ്മീനി*ന്റെ ചലച്ചിത്രാവിഷ്കാരം കാണാൻ പലവട്ടം സിനിമാകൊട്ടക കയറിയിറങ്ങിയ പി യോട് പത്രക്കാർ സിനിമയെങ്ങനെയുണ്ട് എന്നുചോദിച്ചതായി ഒരു കഥയുണ്ട്. സിനിമയോ? ചെമ്മീനോ? ഏതു സിനിമ? ഏതു കറുത്തമ്മ? ഞാനതിലെ കടൽ കാണാനാണ് വീണ്ടും വീണ്ടും കയറിയതെന്ന കുഞ്ഞിരാമൻ നായരെപ്പറ്റിയുള്ള കഥ.

വീട്ടുവിഷയ(Domestic) നോവലുകൾ എന്ന റൊമാൻസിന്റെ പാരമ്പര്യത്തെക്കാൾ, സമുദ്രനോവലുകൾ ക്രിയാപരതയുടെ ഉത്സവപ്പറമ്പുകളാണ്. കോയന്റെ ഭാഷയിൽപ്പറഞ്ഞാൽ, അത്തരം നോവലുകളുടെ ശില്പഘടനപോലും ആവേശദായകമാണ്. 'Which encourages heroic performance in dangerous zones, often at the edges of existing knowledge and society' എന്നാണ് അവർ പറയുക. ശില്പവിദ്യ, ശൈലീഋജുത, ആധികാരികതയുടെ വിശ്വാസ്യത (Promise of authenticity) എന്നീ മാനദണ്ഡങ്ങൾ സമുദ്രസംബന്ധിയായ നോവലുകളുടെ മുഖ്യസവിശേഷതകളാണ്.

വില്യം ഡാംപിയറുടെ സാഹസികസഞ്ചാരങ്ങളുടെ വിവരണഗ്രന്ഥമായ *A new voyage Round the world* മായി റോബിൻസൺക്രൂസോയെ കമ്പോട്ടുകമ്പ് താരതമ്യം ചെയ്താണ് കോയെൻ തന്റെ വാദമുഖങ്ങൾ സ്ഥാപിക്കുന്നത്. ഡീഫോയെത്തുടർന്നു വന്ന ചെറ്റ് വുഡ്, ലിസാഷ് (le sage), പ്രിവൂ(Prevost), സ്മൊളെറ്റ് എന്നിവരെയും പഠിക്കുന്നു. തൊട്ടടുത്ത എൺപതുവർഷങ്ങളെ (1720(1740) + 80) ആധുനികതയിലേക്കുള്ള അതിരിടൽ (Frontiers of Modernity) എന്ന നിലയിലാണു സമുദ്രനോവലുകളിൽ കാണുന്നത്.

അടുത്തതായ മൂന്നാംഘട്ടത്തിൽ കടൽ കാല്പനികമായി ഉദാത്തീകരിക്കപ്പെടുന്നു. കടൽ, വന്യവും മനുഷ്യജീവിതരഹിതവുമായ വിദൂരതയിലെ സൗന്ദര്യമായി മാറുന്നു. ഇതൊരു നിർണ്ണായകമായ സാംസ്കാരികമാറ്റമായി കാണാം. സമുദ്രത്തിന്റെ ഉദാത്തീകരണം എന്ന് കോയെൻ വിളിക്കുന്ന ഈ മാറ്റം തന്നെയാണ് മിക്കവാറും മലയാളനോവലുകളിലെ സമുദ്രത്തെയും ഇപ്പോഴും നിശ്ചയിക്കുന്നത്.

തൊട്ടടുത്തഘട്ടം ഫെനിമോർ കൂപ്പറിന്റെ സമുദ്രനോവൽ കാലമാണ്. അദ്ദേഹത്തിന്റെ The Pitot (1824) നെ പത്തൊൻപതാം നൂറ്റാണ്ടിലെ സമുദ്രനോവലുകൾക്ക്, കാവ്യമൂശയുടെ അടിസ്ഥാനമായിത്തീർന്ന കൃതി എന്നുവിളിക്കണം. എന്നാൽ *പൈലറ്റും റെഡ്റോവറു*മൊന്നും സൃഷ്ടിച്ച തരംഗമല്ല പത്തൊൻപതാം നൂറ്റാണ്ടൊടുവിലും തുടർന്നുമുണ്ടായത്.

സമുദ്രയാനം, സുരക്ഷിതവും കൂടുതൽ സാങ്കേതികകണിശവുമായിത്തീർന്നതോടെ സമുദ്രനോവൽ ശില്പവിദ്യയിലും സാംസ്കാരിക പ്രഭയിലും മങ്ങിത്തുടങ്ങി. സമുദ്രം അപരിചിതമല്ലാതായി മാറി. ഹെർമൻ മെൽവിലും ഹ്യൂഗോയും കോൺറാഡും സൃഷ്ടിച്ച കടൽക്കഥകൾ കടൽയാത്രാവൈദഗ്ദ്ധ്യത്തിന്റെ നാടകീയസൗന്ദര്യമായി മാറി. അവ ഭാഷയിലും മനുഷ്യമനസ്സിലെ ഭാവനാസമുദ്രത്തിലും അടഞ്ഞുകിടന്ന് കടലിനെ പറഞ്ഞു. ഷൂൾവേണിന്റെ *ലോകം ചുറ്റി എൺപതുദിനങ്ങൾ* ആ വഴിക്കു നമ്മെ നയിച്ച വലിയ കൃതിയുമാണ്.

നമ്മുടെ കടൽ

"കടപ്പുറം വിജനമാകുന്ന ദിവസങ്ങളിൽ മണിക്കൂറുകളോളം ഓളപ്പരപ്പിനപ്പുറത്തെ നീലിമയിലേക്ക് കണ്ണുനട്ടിരിക്കുമ്പോൾ ബോധധാരയിലൂടെ വന്യമായ ഏകാന്തതയുടെ നിറഭേദം ഉള്ളിലറിയും. പുറമെ ശാന്തമെങ്കിലും അകമെ വികാരങ്ങളുടെ പ്രവാഹമുള്ള മനുഷ്യമനസ്സ് പോലെ ഒഴുക്കുകളുടെ സിരാപടലം കടലിന്റെ ആന്തരിക ഭൂപടമാണ്" എന്നെഴുതുന്ന ഡോ. സോമൻ കടലൂർ, അനുഭവത്തിൽനിന്ന് കടലിനെ ഭാഷയുടെ കാല്പനികതയിലേക്ക് ഇറക്കിക്കൊണ്ടുവരികയാണ് (*കടൽരേഖകൾ*, 2013 :27–9).

ഓളപ്പരപ്പിനപ്പുറത്തെ നീലിമയിലേക്ക് കണ്ണുനട്ടിരിപ്പ്, വന്യമായ ഏകാന്തത, വികാരങ്ങളുടെ പ്രവാഹമുള്ള, ഒഴുക്കുകളുടെ സിരാപടലം എന്നീ പ്രയോഗങ്ങളെല്ലാം ആഴത്തെ അഭിസംബോധന ചെയ്യുന്ന ചലനാത്മകപ്രതീകങ്ങളാണ്. സമുദ്രോപരിതലത്തിലെ കട്ടമരമോ വള്ളമോ പ്രതിനിധാനം ചെയ്യുന്ന കടൽപ്പണിയുടെ ജലോപരിതല കാഠിന്യം ആന്തരികമായി ഈ അനുഭൂതിയിലെല്ലാം കാല്പനികവല്ക്കരിക്കപ്പെട്ടിരിക്കുന്നു. ഈ കാല്പനികവല്ക്കരണം ഒരു അയഥാർത്ഥപരമാർത്ഥം (Aotifactuality) അല്ല. പരമ്പരാഗതധാരണകളുടെ വ്യൂഹത്താൽ നിർണ്ണയിക്കപ്പെടുന്നതും ഭാഷണത്തിലും രചനയിലും പ്രത്യക്ഷപ്പെടുന്നതുമായ കൃത്രിമനിർമ്മിതി (artificial production) യെ ദറിദ വിളിച്ച വാക്കാണത്.

സമുദ്രം അന്യവല്ക്കരിക്കപ്പെട്ട കാല്പനികാനുഭവമാകുന്നതും, അദ്ധ്വാനത്തിന്റെയോ അടുത്തറിയലിന്റെയോ പരമാർത്ഥമാകുന്നതും നോവലിനു പ്രതലമോ പാത്രമോ ആയിത്തീരാറുണ്ട്. ചെമ്മീനിൽ അതൊക്കെ പ്രകടമാണ്. ആ നോവലിൽ കടൽ അദ്ധ്വാനവും പ്രമേയവും വൈകാരികപ്രതിരോധവും മരണവും ഒക്കെയായി പ്രാഥമികതലത്തിലും, വിശ്വാസവും ഐതിഹ്യവുമായി പരോക്ഷതലത്തിലും കടലിനെയും അതിന്റെ സാംസ്കാരികനിർമ്മിതി (cultural artifacts) കളെയും സമൃദ്ധമായി ഉപയോഗിച്ചെഴുതിയ നോവലാണ്. എന്നാൽ കടലല്ല കടപ്പുറമാണ് *ചെമ്മീനി*ലെ സ്ഥലമണ്ഡലം എന്നതാണു ശരി. കാരണം, കടലിനുമുകളിലെ ജലോപരിതലത്തിൽ സംഭവിക്കുന്ന ക്രിയകളുടെ വിവരണം ആ നോവലിൽ ഒരേയൊരു ഭാഗത്തുമാത്രമേയുള്ളൂ. അവസാന അദ്ധ്യായത്തിലെ മൂന്നാംഖണ്ഡത്തിൽ പഴനി സ്രാവിനെ വേട്ടയാടി മരിക്കുന്ന ഖണ്ഡം മാത്രമാണത്. അവിടെയും എഴുത്തുകാരന്റെ വീക്ഷണകോൺ കടലിനകത്തിരുന്നില്ല എന്നതിന്റെ തെളിവ് ആ ഖണ്ഡം തുടങ്ങുന്നതു വായിച്ചാൽ നമുക്കു ബോദ്ധ്യമാവും.

"അങ്ങങ്ങു പുറം കടലിൽ ഒരു സ്രാവു ചൂണ്ട കൊത്തി.

ഒരു പെരുത്ത സ്രാവ്! അന്നോളം അത്രയും വലിയ ഒരു സ്രാവ് അയാളുടെ ചൂണ്ടയിലെന്നല്ല, ആരുടെ ചൂണ്ടയിലും കൊത്തിയിട്ടില്ല. ആ കടലിൽ ഒരു മുക്കുവനും അത്രയും വലിയ ഒരു മീൻ കിട്ടിയിട്ടില്ല.

ചൂണ്ട വിഴുങ്ങിയ ഉടൻ ആ വലിയ മീൻ അതിന്റെ വാലു വച്ച് ഒരടി അടിച്ചു. ആ പ്രദേശമാകെ കലങ്ങി അങ്ങാകാശത്തേക്കു വെള്ളം തെറിച്ചു." (*ചെമ്മീൻ*, 1979 ഫെബ്രു:269)

ഈ വിവരണം നോക്കുക: അങ്ങങ്ങു പുറം കടൽ, ആ കടലിൽ, വലിയ മീൻ, ആ പ്രദേശമാകെ, അങ്ങാകാശത്തേക്ക്.... എന്നിങ്ങനെ ദൂരവാചിസർവ്വനാമ പ്രയോഗങ്ങളിലൂടെ അന്യവല്ക്കരിക്കപ്പെടുന്നു ഇതിലെ ആകെയുള്ള കടൽപോലും. ഇത്തരത്തിലെ അന്യവല്ക്കരിക്കപ്പെട്ട കാല്പനികകടലനുഭവം, വിശ്വാസത്തിന്റെ പ്രതീതിശക്തിയിൽ കടലിനെ ഉദാത്തീകരിച്ചേക്കാം. പക്ഷേ, നോവലിന്റെ സ്വാഭാവികശക്തിയിൽ ഇടപെടാനാവാത്ത ദുർബ്ബലപ്രവാഹമായി മാറിനില്ക്കുകയേ ഉള്ളൂ.

കപ്പൽച്ചേതത്തിന്റെ കടലുകൾ

കടൽക്കഥകളുടെ വിചിത്രലോകത്തെ മറ്റൊരു സാഹസികവിഭാഗമാണ് കപ്പൽച്ചേത ആഖ്യാനങ്ങൾ. ഗബ്രിയേല മാർക്കേസിന്റെ വിശ്വവിഖ്യാത നോവലുകളിലൊന്ന്, പേരുകൊണ്ട് *കപ്പൽച്ചേതം വന്ന നാവിന്റെ കഥ* എന്നാണെങ്കിലും അതിലൊരിടത്തും കപ്പൽത്തകർച്ചയില്ല. നോവലിൽ, യുദ്ധക്കപ്പലായ കാൽഡസ് ഒരുവിധമായ കപ്പലപകടത്തിലും പെടുന്നില്ല. കൊടുങ്കാറ്റ് കടലിലെറിഞ്ഞ അലജാന്ദ്രോവെലാസ്കയുടെ പത്തുനാളത്തെ കടൽ ജീവിതം 1955 ൽ *El-Espectador* പത്രത്തിനുവേണ്ടി രണ്ടാഴ്ച ഫീച്ചർസ്റ്റോറിയാക്കിയ മാർക്കേസ് എഴുപതിലാണ് അതിനെ

നോവൽരൂപത്തിലേക്കു മാറ്റുന്നത്.

ലൈഫ് ഓഫ് പൈ കപ്പൽച്ഛേതഗണത്തിൽപെടുത്താവുന്ന കൃതിയാണ്. പക്ഷേ, അതിലെ കപ്പൽച്ഛേതം പൈയുടെ മാനസികാവസ്ഥയ്ക്കു പുറത്ത് വിവരണത്തിൽ അത്ര പ്രധാനമായ സംഭവമല്ല. മുങ്ങുന്ന കപ്പലിനകത്തെ മനുഷ്യേതര ജീവികളുമായി മനുഷ്യനുണ്ടാകുന്ന സവിശേഷ ബന്ധത്തെ പ്രസക്തമാക്കുന്ന നിലയിലാണ് ഇവിടെ കപ്പൽച്ഛേതത്തെ നാം കാണുന്നത്.

റോബിൻസൺ ക്രൂസോയിൽ കപ്പൽച്ഛേതം നാടകീയതയും വിധിയുടെ അസാധാരണ പിരിമുറുക്കവും സൃഷ്ടിക്കുന്നുണ്ട്. തകർച്ചയെന്ന വിധിനാടകം അതിലും തീവ്രമായി ആവിഷ്കരിച്ചിട്ടുള്ളത് കോൾറിഡ്ജിന്റെ 'The Rime of the Ancient Mariner' എന്ന കവിതയിലാവണം. അതിൽ ഒരു ആൽബട്രോസ് പക്ഷിയെ അകാരണമായി വധിച്ചതിന്റെ പാപഫലമാണ് കപ്പൽച്ഛേതമെന്ന മതാത്മകവിധിയായി രൂപംമാറുന്നത്. ഈയൊരു വിചാരധാർമ്മികത പൈയിലും നമുക്കു കണ്ടെത്താം.

നീലവെളിച്ചത്തിന്റെ ആഴം

പച്ചനിറമുള്ള കടൽ നീലനിറമുള്ള കടലാഴത്തെക്കാൾ ആഴംകുറവിന്റെ ലക്ഷണമാണ് എന്നത് രക്ഷപ്പെടാനുള്ള ബോട്ടിലിരുന്ന് പൈ വായിക്കുന്ന സുരക്ഷാരേഖയിലെ (Survival manual) ഒരു വരിയാണ്. ഉൾക്കടലിൽ ഒറ്റപ്പെട്ടവർ നിർബ്ബന്ധമായും പാലിക്കേണ്ട മുൻകരുതലുകളിൽ പ്രധാനമാണത്. നോവലിന്റെ സാഹിത്യശരീരത്തിൽ കടൽ വ്യവഹാരത്മകമായി എങ്ങനെ ആവിഷ്കൃതമാകുന്നു എന്നതിന്റെ തെളിവാണ് ആ ഭാഗം.

നോവലിന്റെ ഘടനാവിശകലനത്തിനുപയോഗിക്കുന്ന ഏകകങ്ങളായ കഥ, വീക്ഷണകോൺ, കഥാപാത്രചിത്രണം, സംഭാഷണം, പ്രമേയം എന്നിവയിലൊന്നുമല്ല കടൽ സ്വതന്ത്രയാഥാർത്ഥ്യമെന്നനിലയിൽ സ്വാധീനശക്തിയായിത്തീരുന്നത്. കഥയുടെ പശ്ചാത്തലഭൂമിക (Background) എന്ന നിലയിലാണ്. ഊഹനീയപര്യവേഷണം (Extrapolation), പരോക്ഷസൂചന (Allusion) എന്നിങ്ങനെ ആധുനികനോവലുകൾ ഉപയോഗിക്കുന്ന തന്ത്രങ്ങളിൽ കടൽ പിടികൊടുക്കുന്ന രഹസ്യഭൂമികയായല്ല; നാടകീയ പശ്ചാത്തലഭൂമിയായി സ്പഷ്ടമായി വരും.

മനുഷ്യജീവിതാഖ്യാനം എന്ന നിലയിൽ, കഥാപാത്രങ്ങളെ വളർത്തിയെടുക്കുന്നതിന് ഏറെ പ്രയാസമുള്ള ഇടമാണ് കടൽ. സാഹചര്യം, അനുഭവവല്ക്കരണം, സങ്കീർണ്ണമായ മനോവ്യാപാരങ്ങൾ, പ്രകടനാത്മകത, പരസ്പരവിനിമയം എന്നിവ കഥാപാത്രചിത്രീകരണത്തിൽ പ്രധാനമാണ്. കടൽ പശ്ചാത്തലമായി വരുന്നേടത്ത് ഇവയുടെ ഫലം വലുതായിരിക്കും. സാന്തിയാഗോയുടെ ചിത്രീകരണം അവിസ്മരണീയമാവുന്നത് അതിലെ കടലിന്റെ സാംസ്കാരികസ്വാധീനം കൊണ്ടാണെന്നതിൽ തർക്കം വേണ്ട.. ഒരു കപ്പൽ യാത്രയ്ക്കിടയിൽ വായിക്കുന്തോറും ഉറക്കം നഷ്ടപ്പെടുത്തി

ക്കളഞ്ഞ *കിഴവനും കടലും* പൊറ്റെക്കാട് ഉദ്വേഗപൂർണ്ണമായി ഒരിടത്തു വർണ്ണിക്കുന്നുണ്ട്.

ഹെമിങ്‌വെയിലെ സ്രാവുവേട്ടക്കാരന്റെ ഏകാന്തതയിൽ നിന്ന് ദാർശനികമായി രൂപപ്പെടുന്ന ഒരു പക്ഷിസംവാദം ആ നോവലിലുണ്ട്. ഒരു കുഞ്ഞുപക്ഷി വടക്കുനിന്ന് വള്ളപ്പടിയിലേക്കു പറന്നിരുന്നു. അതൊരു പാട്ടുകാരൻ പക്ഷിയായിരുന്നു. വെള്ളത്തിനു മേലേകൂടി താണുപറന്നാണതു വന്നത്. അതിന്റെ വല്ലാതെ തളർന്ന ശരീരത്തെ സാന്തിയാഗോ നോക്കി എന്നാണത്. തളർന്ന ശരീരമെന്ന പ്രയോഗം ശരിക്കും സാന്തിയാഗോവിനാണു ചേരുക. ഗൾഫ്‌സ്ട്രീം കടലിലിടുക്കിന്റെ സൗന്ദര്യങ്ങൾക്കുമുകളിലൂടെ വള്ളം തുഴയുന്ന വൃദ്ധന്റെ കഥാപാത്രത്തിന് കടൽ നല്കുന്ന ഈ മാതിരി കൊത്തുപണികളാണ് ആ നോവലിന്റെ കരുത്ത്.

കഥാപാത്രസൗന്ദര്യത്തിന്റെ ഗാംഭീര്യത്തിന് കടലിന്റെ പശ്ചാത്തലം നല്കുന്ന, ഈ അസാമാന്യതയാണ് പൈയെ (Piscine) പതിനാറു വയസ്സുള്ള ചെറിയ കഥാപാത്രം എന്ന ചെറുതിൽനിന്നു മോചിപ്പിക്കുന്നത്. കപ്പൽച്ചേതത്തിനൊടുവിൻ റിച്ചാർഡ്പാർക്കറുമായി കടൽനടുവിൽ ഒറ്റപ്പെടുമ്പോഴാണ് തുടക്കം മുതലേ അവനെ പിന്തുടരുന്ന തത്ത്വചിന്താപരമായ പ്രപഞ്ചവീക്ഷണം പുറത്തുവരുന്നത്. അതിനെ മാജിക്റിയലിസം എന്നു വിളിക്കാനാവില്ല. കാരണം, ഫാന്റസിയായി തോന്നുന്ന അവ യഥാർത്ഥ്യമല്ലാതാവുന്നില്ല. മനുഷ്യനും കടലിൽപാർക്കുന്ന മനുഷ്യേതരജീവികളും തമ്മിലുള്ള സംഘർഷാത്മകമായ പാരസ്പര്യത്തിന്റെ രൂപഭേദങ്ങൾ നോവലിൽ കൊണ്ടുവരാൻ താരതമ്യേന എളുപ്പമാണ്. ശ്വാസം, ആഴം എന്നിങ്ങനെയുള്ള ഭീതികൾ അതിലെ സംഘർഷചിന്തയ്ക്കു നിദാനമാവും. പക്ഷേ, റിച്ചാർഡ്പാർക്കർ മത്സ്യജാതിയല്ല – ബംഗാൾ കടുവയാണ്. പൈ എന്ന മനുഷ്യനും റിച്ചാർഡ്പാർക്കർ എന്ന കടുവയും ഒരുപോലെ കടലാഴത്തെ അതിജീവിക്കാൻ യത്നിക്കേണ്ടി വരുന്നു. ഈ അതിജീവനതൃഷ്ണയാവാം അവരെ പിന്നീടുപിന്നീട് കടൽനടുവിൽ ഒന്നിപ്പിക്കുന്നത്.

കരയിലെ ജാടയും കടലിലെ ചൂണ്ടയും

നോവലിന്റെ തുടക്കത്തിൽ പൈ തന്നെ നിർവ്വചിക്കുന്നത് ഇങ്ങനെയാണ്. "എൻ ജീവിതം യൂറോപ്യൻ കലയിലെ ഒരു മെമന്റോമോറി (memento -mori) ചിത്രം കണക്കെയാണ്. മനുഷ്യന്റെ ആഗ്രഹങ്ങളുടെ ബുദ്ധിശൂന്യതയെ ഓർമ്മിപ്പിച്ചുകൊണ്ട് ഇളിഭ്യച്ചിരി ചിരിക്കുന്ന ഒരു തലയോട് എപ്പോഴും എന്റെ അരികിലുണ്ട്."

നമ്മുടെയൊക്കെ കരജീവിതത്തിന് മിക്കവാറും ഇണങ്ങാത്ത ഈ കഥാപാത്രമനസ്സ് കടലിലെത്തുമ്പോൾ ഈ മാതിരി ജാടകൾ വെടിഞ്ഞ്, എത്ര ആഴത്തിലാണ് മനുഷ്യജീവിത വിഡംബനത്തെ മനസ്സിലാക്കുന്നതെന്നു നോക്കൂ. കപ്പൽച്ചേതത്തിനു തൊട്ടുമുമ്പ് ആഘോഷത്തിമിർപ്പോടെ അവൻ കടലിനുള്ളിലെ ആകാശവിസ്മയം വിവരിക്കുന്നു. അര

ങ്ങിന്റെ പദാവലികളാണ് യാൻമാർട്ടെൽ അതിനുപയോഗിക്കുന്നത്.

The stage is vast, the lightning is dramatic, the extras are inumerable, and the budget for special effects is absolutely unlimited. What I had be fore me was a spectacle of wind and water, an earthquake of the senses, that even Hollywood couldn't orchestrate.

എന്നാൽ കപ്പൽച്ചേതം കഴിഞ്ഞ് നഷ്ടപ്പെട്ട ജീവിതത്തിന്റെ ദുരന്തത്തിലെത്തുമ്പോൾ ഈ ഉപമകളും ധാരാളിത്തവും അവനു നഷ്ടപ്പെടുകയും പച്ചയായ ജീവിതത്തിന്റെ പ്രതലത്തിലേക്ക് അവൻ എത്തിച്ചേരുകയും ചെയ്യുന്നു.

"പസഫിക്കിന്റെ നടുവിൽ ഞാൻ അനാഥനും ഒറ്റയാനുമായി ത്തീർന്നു. കൈയിൽ ഒരു പങ്കായവും, മുന്നിൽ വലിയൊരു കടുവയും. സ്രാവുകൾ തിരയിടുന്ന കടൽപരിസരവുമായി കൊടുങ്കാറ്റ് എന്നെ ചുറ്റി വരിഞ്ഞു. പിന്നെപ്പിന്നെ അവിടെ അനേകം ശൂന്യതകൾകൊണ്ടു നിറഞ്ഞു. എല്ലാംതട്ടിയെടുക്കുന്ന കറുത്തസമുദ്രത്തിരകളും ദുരന്തത്തിന്റെ ഒഴുകിനടക്കുന്ന അവശിഷ്ടങ്ങളും മാത്രം."

ഇങ്ങനെയുള്ള അടയാളവാക്യങ്ങളുടെ ഗതിമാറ്റം സൂചിപ്പിക്കുന്നത് ഒരു വളർച്ചയാണ്. മനുഷ്യജീവിതം എന്ന പ്രതിഭാസത്തിന്റെ വളർച്ചയല്ല; സ്ഥലകാലങ്ങളുടെ അസ്ഥിരതയുടെ വളർച്ച. പരമ്പരാഗതവും വ്യവസ്ഥാപിതവുമായ സ്ഥല-കാല അനുഭവത്തെ അബോധത്തിൽ പോലും നിരാകരിച്ച്, ജലത്തിന്റെ സർവ്വാധിപത്യം നല്കുന്ന കരയ്ക്കു വേണ്ടിയുള്ള ആഗ്രഹമാണ് കടലിനകത്തെ മനുഷ്യന്റെ അർത്ഥം. അതല്ലാത്ത ഒരു കാലം വന്നു കൂടെന്നില്ല. എന്നാൽ മത്സ്യത്തിന്റെ ദശയിലേക്ക് മനുഷ്യൻ തിരിച്ചു പരിണമിക്കാത്തിടത്തോലം കാലം, എത്ര മുങ്ങിയാലും ശ്വാസത്തിനുവേണ്ടി മേലേക്കു പൊന്തുന്ന 'ചെകിള ശാസ്ത്രം' മനുഷ്യന് അന്യമായിരിക്കുക തന്നെ ചെയ്യും.

കുറിപ്പുകൾ

1. *ആൻഡ്രൂസ്, എ കടൽമുത്ത്.* ഡിസിബി, 2007
2. സോമൻ കടലൂർ, ഡോ. *കടൽ രേഖകൾ: ചിത്രങ്ങളും കുറിപ്പുകളും.* ലീഡ് ബുക്സ്,2013
3. *Bloom,Harold*, editor.Gabriel Garcia Marquez.Chelsea House, 2007
4. Cohen,margret.*The Novel and the Sea*.princeton university press, 2010
5. Martel, *Yann.Life of Pi.*Canongate, 2012

പുതിയ ഭൂപടത്തിലുമുള്ള പഴയദേശങ്ങൾ

തക്കാർഖേരയിലെ അവസാന സർവ്വേസ്റ്റേഷൻ സ്ഥാപിക്കാൻ എവറസ്റ്റിന്റെ നിർദ്ദേശപ്രകാരം വോയ്സെ ഒരു ആനപ്പുറത്തിരുന്ന് ചുറ്റിലുമുള്ള മൂന്ന് മലനിരകൾ തമ്മിലുള്ള കോൺ, സെക്സ്റ്റന്റ് (sextant) എന്ന ഉപകരണം വെച്ചളന്നു. അതിനെ അടിസ്ഥാനപ്പെടുത്തി ഉയർന്ന ചില സ്ഥലങ്ങൾ തെരഞ്ഞെടുത്ത് തുടർച്ചയായ രാത്രികളിൽ, പറഞ്ഞുവച്ച സമയങ്ങളിൽ ഇരട്ടത്തീക്കുണ്ഡം തെളിയിച്ച് മൂന്നാമത്തെ സ്ഥലമായ യാഹൊളിയെ (yaholi) മറ്റ് രണ്ടു സ്ഥലങ്ങളുമായി ബന്ധപ്പെടുത്തി. ഭൗമാന്തരീക്ഷത്തിലെ പൊടിപടലങ്ങളും ജലകണങ്ങളും കൊണ്ടുണ്ടാകുന്ന പ്രകാശാപവർത്തനം ഏറ്റവും കുറഞ്ഞിരിക്കുന്ന പ്രഭാതയാമങ്ങളാണ് എവറെസ്റ്റ് നീരീക്ഷണങ്ങൾക്ക് തെരഞ്ഞെടുത്തിരുന്നത്.

(**ഭൗമചാപം**/സി എസ് മീനാക്ഷി)

ഭൂപടനിർമ്മിതി ഭൂമിയുടെ അപരതയെ നിർമ്മിക്കുന്നതിനുള്ള ഒരു ആർക്കിയോളജിയായിരുന്നു. വോയ്സെ ആനപ്പുറത്തിരുന്ന് കുന്നുകളുടെ കോൺ അളക്കുമ്പോൾ, ആന ജീവനുള്ള ഒരു കുന്നായി മാറുന്നു. സെക്സ്റ്റന്റിനെ തുമ്പിക്കൈയാൽ അലോസരപ്പെടുത്താതിരിക്കാൻ ആനയും ശ്രദ്ധിച്ചിരിക്കണം.

ഭൗമചാപങ്ങൾ ഭൂമിയെ ചോർത്തിക്കളയുന്ന ഒരു എളുപ്പവേലയാണെങ്കിലും, അവ ഇടങ്ങളെ അടുപ്പിക്കുന്നുണ്ട്. 200 കി.മീ:1 മി. മി എന്നൊക്കെ ഭൂവരകളിൽ അനുപാതം സ്വീകരിക്കുന്നത് കാറ്റിനെ ഇലയിൽ ശേഖരിക്കുന്നതുപോലെയാണ്. ഇതുപോലൊരു വിദ്യയാണ് ഡിജിറ്റൽ പൊയെറ്റിക്സിന്റേതും. അത്, സാഹിത്യമെഴുതുന്നതിന് പുതിയ ഒരു വഴി പറഞ്ഞു തരുന്നു.

പഴയകാർട്ടോഗ്രാഫിയിലൂടെയല്ല പുതിയലോകം ഭൂമിയെ വരയ്ക്കു

ന്നതും കാണുന്നതും. ഘടനാപരമായ ഒരു മഹാവിസ്ഫോടനം, ലോകത്തിന്റെ ആധുനികതയ്ക്കകത്തു നടന്നു കഴിഞ്ഞിരിക്കുന്നു. ബോദ്രിയാർ *അമേരിക്ക* എന്ന യാത്രാപുസ്തകം എഴുതിയത് അതീതയാഥാർത്ഥ്യ (hyperreal) ത്തിന്റെ ത്രിമാനതയെ വിശദീകരിക്കാനാണ്. അനേകമാന (multi-dimensional) ങ്ങളുള്ള ഹൈപ്പർ റിയലാണ് പുതിയകാലത്തെ വിടെയും, ഡിജിറ്റൽ പോയെറ്റിക്സ് സ്പർശിക്കുന്നത് ആ ലോകത്തെയാണ്.

ഉത്തരാധുനികത ഒരു ജ്വരംപോലെ കത്തിപ്പടർന്നിരുന്നകാലത്തും, ലോകത്തെ വിശദീകരിക്കാൻ ജീവശാസ്ത്രപരമായ ഉപമകൾ സൈദ്ധാന്തികർ ഉപയോഗിച്ചിരുന്നില്ല. അതുമാറി, social networks are like the eye എന്നു പറയുന്ന തരത്തിലേക്ക് സംസ്കാരവിശകലനങ്ങൾ വളർന്നിരിക്കുന്നു. നിക്കോളസ് ക്രിസ്റ്റാക്കിസിന്റെ വാക്യമാണ് ഈ ഉദ്ധരിച്ചത്.

ക്രിസ്റ്റാക്കിസ് പരമ്പരാഗതമായ സാമൂഹികശൃംഖലകളെക്കൂടി കണക്കിലെടുത്തുകൊണ്ടാണ് കണ്ണിന്റെ ഉപമ പറഞ്ഞത്. പുതിയ സോഷ്യൽ മീഡിയക്കാലത്ത്, ഏതൊരാളുടെയും ഇന്ദ്രിയങ്ങളുടെ ലോകം അവയുടെ അർത്ഥോല്പാദനം നടത്തുന്നത് ഇതിനുള്ളിലായിക്കഴിഞ്ഞു. ഇപ്പോൾ കടന്നുപോകുന്ന ഈ മഹാമാരി, അതു ശരിക്കും പഠിപ്പിക്കുന്നുണ്ട്. ശരീരവും മനസ്സും തമ്മിലുള്ള ഏതാണ്ടെല്ലാ സാമൂഹികപ്രവർത്തനവും മുമ്പ് കർത്തൃപ്രത്യക്ഷമായ പുറംലോകത്തായിരുന്നു. സാമൂഹിക അകലം ഒരു രോഗപ്രതിരോധമായതോടെ, ശരീരത്തിന്റെ സാദ്ധ്യമായ സാമൂഹിക അകംലോകം സോഷ്യൽ മീഡിയകൾ മാത്രമായിത്തീർന്നു.

കലോറികളുടെ അധികമായ ഉപഭോഗത്തിന്റെ കാലം വിട്ട്, ഡേറ്റകളുടെ ഉപഭോഗത്തിന്റെ ഒരു കാലം സ്ഥാപിക്കപ്പെട്ടു കഴിഞ്ഞു. ഓരോ വ്യക്തിയും ഏതെങ്കിലുമൊരു സോഷ്യൽ മീഡിയയ്ക്കകത്തെ ചരിത്രവസ്തു (archival substance) വാണിന്ന്. ഇതൊന്നും മുമ്പ് മനുഷ്യനു ലഭിക്കാതിരുന്ന പരിഗണനയാണ്.

ഇതിനർത്ഥം, ഏതൊരു വ്യക്തിക്കും തന്റെ ചരിത്രം സൃഷ്ടിക്കാനാവുമെന്നാണ്. ക്രിസ്റ്റാക്കിസ് പറയുന്നത്; we have longitudinal resolution across time and so can observe the network at several points of time എന്നാണ്. ഒരു പ്രത്യേകസമയത്തെ, ആ ഭൗതികസമയമായിട്ടല്ല ഡിജിറ്റൽ ലോകം കാണുന്നത്. ഒരു വ്യക്തിയുടേതാണെങ്കിൽ ആ വ്യക്തിയുടെ മാനസികാവസ്ഥയായാണ്.

ഇമോജികൾക്ക് ഭാഷണത്തിന്റെ പ്രതീകവ്യവസ്ഥയെ പൂർണ്ണമായും കൈയടക്കാൻ കഴിഞ്ഞതോടുകൂടി, അവയും കൂടിച്ചേർന്നുണ്ടാകുന്ന ഭാഷാരൂപങ്ങളുടെ സാഹിത്യപരത പ്രധാനമായിത്തീർന്നു. ഏതൊരു വിനിമയത്തിനും സ്റ്റാറ്റസ് ആവാൻ കഴിയുമെന്നുവന്നതോടുകൂടി പാഠം (text) എന്ന സങ്കല്പം തന്നെ പഴയതായിത്തീർന്നു.

അനുഭവാവിഷ്കാരത്തിന്റെ ചരിത്രരേഖ എന്ന നിലയിൽ പാഠത്തിനുണ്ടായിരുന്ന സാഹിത്യമൂല്യത്തെ, സ്റ്റാറ്റസുകൾ പുതുക്കിപ്പണിഞ്ഞി

രിക്കുന്നു. അച്ചടിയാണ് ആധുനികതയെ ആവിഷ്കരിച്ചതെങ്കിലും അതിന്റെ ഖരാവസ്ഥ വലിയ പരിമിതിയായിരുന്നു. അച്ചിട്ടതുമാറ്റാൻ കൊച്ചിരാജാവിനുപോലും കഴിയില്ലായിരുന്നു. 'സ്റ്റാറ്റസ്' ആ മട്ടിലുള്ള ശില്പവിദ്യയല്ല. എത്ര ഉണങ്ങിക്കഴിഞ്ഞാലും ശില്പത്തെ പുതുക്കിപ്പണിയാൻ കഴിയുന്ന പശിമയും നനവും എപ്പോഴും അതിലുണ്ട്. സ്വകാര്യതയായാലും, ഏകാന്തതയായാലും സോഷ്യൽ മീഡിയയിൽ അതൊരു അഭിരുചിയാണ്. ഏകാന്തതയുടെ പരമനിഗൂഢതയെപ്പോലും അത് സാമൂഹികവല്ക്കരിക്കുന്നു. ഡിജിറ്റൽ പൊയറ്റിക്സ് ആവിഷ്കാരജനാധിപത്യത്തിന്റെ കലാതത്ത്വമാവുന്നത് അതിനാലാണ്.

ഇ–സാഹിത്യം, ജനാധിപത്യ സാമൂഹികക്രമത്തിന്റെ അന്തിമരൂപമാണെന്നല്ല പറഞ്ഞുവരുന്നത്; പക്ഷേ, അത് ഭാഷയുടെ അപൂർണ്ണതകളെ പരിഹരിക്കാൻ ശ്രമിക്കുന്ന പുതിയമാധ്യമമാണ്. അന്തർവൈജ്ഞാനിക കാവ്യസിദ്ധാന്തമെന്നു പറയാവുന്ന ഒന്നിനെ അതു സാദ്ധ്യമാക്കിയിരിക്കുന്നു. തലാൻ മെമ്മൊത്ത് പറയുന്നത്, ആ കാവ്യതത്ത്വത്തെ സാഹിത്യരൂപപരമായി പരിശോധിക്കരുതെന്നാണ്. അതിന്, പ്രായോഗിക സാങ്കേതിക വിദ്യയിലൂടെയുള്ള സാംസ്കാരിക പരിശോധനയേ ഫലവത്താവുകയുള്ളൂ.

കമ്പ്യൂട്ടേഷണൽ മാധ്യമത്തിനകത്തെ സാഹിത്യം, സൗന്ദര്യശാസ്ത്രപരമായ ഒരു പുതിയ തുടക്കവുമാണ്. ഏതു സാഹിത്യശകലവും ഹൈപ്പർടെക്സ്റ്റെന്ന രൂപത്തിലാണ് ഉണ്ടാവുന്നതുതന്നെ. എന്നിട്ടതിന്റേതായ ഒരു ദ്വീപ് സൃഷ്ടിക്കുന്നു. ഈ മൈക്രോസംസ്കാരത്തെയാണ് പുതിയഭാവുകത്വം അഭിസംബോധന ചെയ്യുന്നത്.

പ്രത്യയശാസ്ത്രപരമായി പറഞ്ഞാൽ, ഈ വ്യാപ്തി മുതലാളിത്ത വ്യാപനത്തിന്റെ സമ്പൂർണ്ണമായ മുഖമാണ്. ഇന്നു സുഗമമായി ലഭിച്ചുകൊണ്ടിരിക്കുന്ന ഡേറ്റാസ്വാതന്ത്ര്യം നിഷേധിക്കപ്പെട്ടാൽ, രോഗാതുരരായിത്തീരാൻ സാദ്ധ്യതയുള്ള മനുഷ്യരുടെ കണക്ക് ഫാർമകോർപ്പറേറ്റുകളുടെ കൈവശമുണ്ടാവണം. വൈദ്യുതവിളക്ക് ആരംഭകാലത്ത് സാങ്കേതിക പ്രകാശമായിരുന്നെങ്കിൽ, ഇന്നവയുടെ അഭാവം സാങ്കേതികമായ ഇരുട്ടല്ല തരുന്നത്; മനഃശാസ്ത്രപരമായ ഇരുട്ടാണ്. ഡിജിറ്റൽ സ്പെയ്സിനു പകരമാവുന്ന ഒരു പത്തായവും ഇതേവരെ നമുക്കില്ലാത്തതുകൊണ്ട്, സാമൂഹികമാധ്യമങ്ങളുടെ സെർവറുകളിൽ കിടക്കുന്നവ, ചരിത്രത്തിന്റെ അടുത്ത ഘട്ടത്തിലേക്ക് എങ്ങനെയാവും കൈമാറ്റം ചെയ്യപ്പെടുക എന്നാലോചിക്കേണ്ടതാണ്.

ഇനി അതിന്റെ വായനാഘടനയിലേക്കു വന്നാലോ? വായന, മുമ്പ് ഭാവിയുടെ ഒരു സാദ്ധ്യതയായിരുന്നു. കൃതി അച്ചിട്ടുകഴിഞ്ഞാൽ തേടിവരുന്ന കിളികൾ. വായനയ്ക്ക് ഇന്ന് കൃതിയുടെ വർത്തമാന കാലത്തിൽത്തന്നെ ഇടപെടാൻ കഴിയുന്നു. ഒരു സാഹിത്യവസ്തുവിന് ലഭിക്കുന്ന സ്വീകരണത്തിന്റെ തോതുകൂടി. വിമർശനത്തിന്റെ മാനവും വർദ്ധിച്ചു. വായനക്കാർക്ക് അതിന്റെ ഭാഷാപരമായ സങ്കലനത്തിൽ

(composition) മാത്രമല്ല ഇടപെടാൻ കഴിയുന്നത്. പല ഇന്ദ്രിയങ്ങളെ അവിടെ കൊണ്ടുവരാൻ പറ്റും. ശബ്ദത്തെയും ദൃശ്യത്തെയും ചലനത്തെയും ഏകോപിപ്പിക്കുന്ന ഭാവനയുടെ പുതിയ ഒരു അൽഗോരിതം കൊണ്ടുവരാൻ കഴിയും. ജാസൻ നെൽസൺ തന്റെ പുസ്തകത്തിനു പേരിട്ടപ്പോൾ, 'Game, game, game and again game' എന്നായിത്തീർന്നതു വെറുതെയല്ല.

മനുഷ്യമസ്തിഷ്കവും മനുഷ്യഭാവനയും അടിസ്ഥാനപരമായി മൾട്ടിമീഡിയ ആയതുകൊണ്ടാണ് ഇതൊക്കെ സാദ്ധ്യമാവുന്നത്. വിവരവിനിമയത്തിന്റെ ശൃംഖലയിലെ മഹാഭൂരിപക്ഷവും മുതലാളിത്തത്തിന്റെ കൈവശമിരിക്കുന്നതുകൊണ്ട്, ഏതു മനുഷ്യന്റെ രാഷ്ട്രീയബോധത്തെയും എപ്പോൾ വേണമെങ്കിലും അതിനു സ്വാധീനിക്കാൻ കഴിയും. ഇതാണ് ഇ– സാഹിത്യത്തിന്റെയും രാഷ്ട്രീയഭാവിയെ തീരുമാനിക്കുന്നത്.

'സൈബർടെക്സ്റ്റ്' എന്നത് പെട്ടെന്നു നിർമ്മിക്കാവുന്ന ഒരു പ്രയോഗമായാണ് തോന്നുക. എന്നാൽ, ചരിത്രത്തിനകത്ത് അത്ര സുഗമമായി രൂപപ്പെട്ട ഒന്നല്ല. ആ പ്രയോഗം ആദ്യം നടത്തിയ എസ്പെൻ ആർസേത്ത്, സൈബർടെക്സ്റ്റ്വായനക്കാരെ, കളിക്കാരെന്നു വിളിച്ചു; അല്ലെങ്കിൽ ചൂതാട്ടക്കാർ. സൈബർടെക്സ്റ്റ്, കളിയുടെ ഒരു ലോകമാണ് എന്നദ്ദേഹം പറഞ്ഞു.

സാഹിത്യകൃതിയുടെ അദ്ധ്വാനമൂല്യത്തെ നിർവ്വചിച്ച മാർക്സിസ്റ്റ് ചിന്തകനായ പിയെറി മാഷ്റെയിൽ നിന്നു വ്യത്യസ്തമായി, 'the text-machine' എന്നൊരു സങ്കല്പം ആർസേത്ത് കൊണ്ടുവരുന്നു. സാഹിത്യോല്പാദന പ്രക്രിയയിലെ നിർണ്ണായക ശക്തികളിലൊന്നാണ് ഈ യന്ത്രരൂപകം. യന്ത്രങ്ങൾ നിർമ്മിക്കുന്ന സാഹിത്യവും അതിന്റെ വ്യാജനിർമ്മിതികളും (simulacra) എന്ന ഉത്തരാധുനിക ചിന്തയിൽ നിന്ന് ഒരു പടികൂടി കടന്ന് കൃതിയുടെ യന്ത്രശക്തിയെക്കുറിച്ചാണ് സൈബർടെക്സ്റ്റ് ചിന്തിക്കുന്നത്. നാളിതുവരെയുള്ള ഏതു സാഹിത്യവും സൈബർടെക്സ്റ്റാക്കി മാറ്റാനാവും എന്നതുകൊണ്ട്, ഈ പ്രയോഗത്തിനു വലിയ ചരിത്രമൂല്യവുമുണ്ട്.

തായ്വാൻ കവയിത്രി ഷിയ യു (Hsia Yu) വിന്റെ 2011 ൽ പുറത്തുവന്ന രണ്ടു പുസ്തകങ്ങൾ ഒരു പുസ്തകയന്ത്രപരീക്ഷണമായിരുന്നു. *This Zebra* എന്നും *That Zebra* എന്നുമായിരുന്നു ആ പുസ്തകങ്ങളുടെ പേര്. ഈ രണ്ടു പുസ്തകങ്ങളുടെ പുറംചട്ടയിൽ കവയിത്രിയുടെ പേര് ഒരു പോലല്ല കാണാനാവുക – ഒന്നിൽ ലീ ഗെഡൈ (Li Gedi) എന്നാണെങ്കിൽ മറ്റൊന്നിൽ ഷിയ യു എന്നാണ്.

വളരെ വിപണിമൂല്യമുള്ള അവർ ഓരോ സാഹിത്യമേഖലയ്ക്കും ഓരോ തൂലികാനാമമാണ് ഉപയോഗിക്കാറ്. കവിതയെഴുതുമ്പോൾ ഒന്ന്, പോപ് സംഗീതരചനയ്ക്ക് മറ്റൊന്ന് അങ്ങനെ. ഈ രണ്ടു പുസ്കത്തിലുള്ളത് ഒരേ ഉള്ളടക്കമാണെന്നതാണു രസകരം. 166 ഭാവഗാനങ്ങളാണവ.

ഭൂരിഭാഗവും പ്രസിദ്ധരായ ചൈനീസ് പോപ്ഗായകർക്കുവേണ്ടി എഴുതിയ ജനപ്രിയഗീതങ്ങളും. എന്നാൽ, രണ്ടു പുസ്തകവും രണ്ടു തരത്തിൽ ദൃശ്യചമത്കാരം ചെയ്തിരിക്കുന്നു. *This Zebra,* രേഖീയമായി വായിച്ചു പോകാവുന്ന രൂപത്തിലും മറ്റേത് രണ്ടായി മുറിഞ്ഞ് ഒന്നായിരിക്കുന്ന (cut into halves/ top-bottom or left-right) രൂപത്തിലും. ആദ്യ പുസ്തകം രേഖീയ വായനയെ നല്കുമെങ്കിൽ, വായനക്കാരുടെ ഇഷ്ടത്തിന് മുറിഞ്ഞ പേജുകൾ ഇടകലർത്തി വായിക്കാവുന്ന വിധമാണ് രണ്ടാം പുസ്തകം.

ഡിജിറ്റൽ മാധ്യമവല്ക്കരണത്തിന്റെ സ്വാധീനം പുസ്തകഘടനയുടെ/വായനയുടെ പരമ്പരാഗതരീതിയെ അഴിച്ചുപണിഞ്ഞതെങ്ങനെ എന്നു മനസ്സിലാക്കാൻ ഷിയയുടെ പുസ്തകങ്ങളുടെ ഉദാഹരണം സഹായിക്കും. വായനയുടെ ഗതികോർജ്ജം വിപ്ലവകരമായി മാറിക്കഴിഞ്ഞ ഒരു കാലത്തിന്റെ സ്വഭാവമാണത്. ചില ആപ്ലിക്കേഷനുകൾ, പുസ്കങ്ങളുടെ ഗ്യാലക്സിലേക്കാണു വായനക്കാരെ കൊണ്ടുപോവുക. ഒരു സ്പർശത്തോടെ ഒരായിരം പുസ്തകങ്ങൾ; ഒരു സ്പർശംകൊണ്ട് വലുതും ചെറുതുമാക്കാവുന്ന താളുകൾ, ഹൈപ്പർ ടെക്സ്ചാലിറ്റിയുടെ അനന്തമായ കണ്ണികൾ...... ചിന്തകളുടെ സ്രവംകൊണ്ട് എത്ര വലകൾ വേണമെങ്കിലും കെട്ടാവുന്നവിധം വായനയുടെ ദൃശ്യാത്മകത പൊടിപൊടിക്കുന്നു.

സ്വാതന്ത്ര്യത്തിന്റെ ആഗോളീയതയായി ഇന്റർനെറ്റിൽ ആവിഷ്കരിക്കപ്പെടുന്ന ഏതിനെയും സാഹിതീയമായി പരിഗണിക്കാവുന്ന വിധം, ഫാൻഫിക്ഷൻ എന്ന പ്രയോഗം കടന്നുവന്നതോടെ എഴുത്തുകാർക്ക് പെട്ടെന്നു മേൽവിലാസം ലഭിക്കുന്ന സാഹചര്യമുണ്ടാവുന്നുണ്ട്. മുകുന്ദന്റെ നോവലായ *അഗ്നി* പറയുന്നതിൽനിന്നു സാംസ്കാരികമായി വ്യത്യസ്തമാണ്, ഈ നിലയിലെ മേൽവിലാസനിർമ്മാണം. ഇ-മെയിൽ സ്വകാര്യമായ ഒരു മേല്വിലാസ സംവിധാനമാണ്. അതിന്റെ ചരിത്രപരതയല്ല, തുറന്നശൃംഖലാ സ്വഭാവമുള്ള സാമൂഹിക മാധ്യമങ്ങൾക്കുള്ളത്.

സാമൂഹിക മാധ്യമങ്ങളിലൂടെ വരുന്ന സാഹിത്യത്തിന് പഴയതിനെക്കാൾ വർത്തമാനപരതയുണ്ട്. സോഷ്യൽ ആക്ടിവിസത്തിന്റെ പ്രശ്നാധിഷ്ഠിതമായ ഊർജ്ജത്തെ വളരെപ്പെട്ടെന്ന് ജനങ്ങളിലെത്തിക്കാൻ കഴിയുന്ന മാധ്യമങ്ങളാണവ. നിർഭയ വിഷയത്തിലും, 2018 ൽ കേരളത്തിലുണ്ടായ പ്രളയത്തിനിടയിലും നമുക്കതു വ്യക്തമായി ബോദ്ധ്യപ്പെട്ടതാണ്. ഇതാണതിന്റെ അടിസ്ഥാനപരമായ രാഷ്ട്രീയ സ്വഭാവം. ഈ ഹൈപ്പർ കണക്റ്റിവിറ്റിയുടെ ശക്തി കഴിഞ്ഞ ഒരു ദശകത്തിലേറെയായി സമർത്ഥമായി ഉപയോഗിക്കുന്നത് ഇന്ത്യയിലെ പ്രതിലോമശക്തികളാണ്. അങ്കിത്‌ലാലിന്റെ *India Social: How Social Media is Leading the charge and changing the country* എന്ന പുസ്തകം അതിന്റെ വിശദമായ ചരിത്രം പറഞ്ഞുതരും. ആ പുസ്തകം വായിച്ചപ്പോഴാണ് ഹനുമാന് ആധാർകാർഡുള്ള കാര്യം ഞാൻ മനസ്സിലാക്കുന്നത്. 2014, സെപ്തംബർ 11 ലെ

എൻഡിറ്റിവി വാർത്ത ഉദ്ധരിച്ചുകൊണ്ടാണ് (An Aadhar card for Lord Hanuman Delivered in Rajasthan), അങ്കിത് അതിന്റെ ചിത്രം പുസ്തകത്തിൽ നല്കിയിട്ടുള്ളത് (2017: 163)

സാഹിത്യത്തിന്റെ ഉല്പാദനപരമായ ഏറ്റവും വലിയഗുണം അതിന്റെ സ്വകാര്യശക്തിയാണ്. എഴുതുമ്പോൾ എഴുതുന്ന ആളിന്റേതായിരിക്കുക, വായിക്കുമ്പോൾ വായിക്കുന്നയാളിന്റേതായിരിക്കുക എന്ന കർത്തൃനിഷ്ഠമായ പരസ്പരബന്ധത്തിന്റെ അകലവും ഇന്നു കുറഞ്ഞിട്ടുണ്ട്. ഉത്തരാധുനികതയിൽ, സ്ഥലകാലങ്ങൾ ചുരുങ്ങിയതുപോലെ ഒരു പ്രതിഭാസമാണത്. ഡേവിഡ് ഹാർവിയുടെ ആ സങ്കല്പം കൃതിയുടെ പ്രമേയത്തിനകത്തു സംഭവിക്കുന്ന ഒന്നായിരുന്നു. പക്ഷേ, വേഗതയുടെ സമകാലീനതയും പ്രകടനപരമായ ഗതികോർജ്ജവും കൃതിയുടെ ശരീരത്തിന്റെ തന്നെ സഹജസ്വഭാവമാണിന്ന്. രൂപപരമായി ബഹുതലമായിരിക്കുന്ന (multimodality) ആ ഗുണം സാഹിത്യതത്ത്വചിന്തയിൽ പുതിയ നീരീക്ഷണങ്ങൾ ആവശ്യപ്പെടുന്നുണ്ട്. ഫ്രെഡറിക് കിറ്റ്ലറെപ്പോലുള്ളവർ അതിനു സഹായകമായ 'സാഹിതീയ മാധ്യമസിദ്ധാന്തം' (Literary Media Theory) വികസിപ്പിച്ചെടുത്തവരാണ്.

ഇതേവരെ, സാഹിത്യത്തിന് രൂപപരമായി ഉണ്ടായിരുന്ന പരിമിതി അതിനെ വിനിമയം ചെയ്യുന്ന മാധ്യമത്തിന്റെ രൂപമായിരുന്നു അതിന്റെയും രൂപം എന്നതാണ്. അരികുകൾ (Edges), വലിയ യാഥാർത്ഥ്യമായിരുന്നു. പഴയ സാമൂഹികക്രമത്തിന്റെയും ഒരു പരിമിതിയാണിത്. ഇതിനെ അതിജീവിക്കുന്നു എന്നതാണ് ഇ–സാഹിത്യത്തിന്റെ സാദ്ധ്യത. പഴയ സാഹിത്യസ്ഥാപനങ്ങൾ വെളിച്ചം നല്കാതിരുന്ന, ഓരോ ചെറിയ നെടുവീർപ്പുകളെയും ഇന്നത് മഹാസാഗരഗർജ്ജനമാക്കി പ്രതിഫലിപ്പിക്കുന്നു. അതിനാലാണ്, ഇന്ന് കണ്ണ് ശബ്ദത്തിന്റെ കൂടി ഇന്ദ്രിയമായിരിക്കുന്നത്.

വിമർശാത്മകസാംസ്കാരികപാഠവും ഭൂമദ്ധ്യരേഖയിലെ ദ്വീപും

പാഠവിമർശനത്തിന്റെ ലക്ഷ്യം, വിമർശാത്മക മഹാപാഠത്തെ നിർമ്മിക്കലാകുന്നു.[1] ഒരു കൃതിയുടെ മൗലികരൂപത്തിലേക്കു മടങ്ങിച്ചെല്ലുന്ന ഈ പ്രവർത്തനം ഒരു തരത്തിൽ ചരിത്രത്തിനു ജീവൻവയ്പിക്കലാണ്. ഉല്പത്തിവിഷയകമായ (Genetic) ഏതൊരു ചരിത്രനിർമ്മിതിയും ഒരു സംഭവം ഉണ്ടാവുന്നതിനു കാരണമായിത്തീർന്ന അനിവാര്യസാഹചര്യമേതെന്നു ചികയാൻ വ്യാഖ്യാതാവിനെ പ്രേരിപ്പിക്കുമെന്ന് ഡബ്ല്യു ബി ഗാലി ചൂണ്ടിക്കാട്ടിയിട്ടുണ്ട്.[2] പാഠവിമർശത്തിന്റെ ജൈവികമായ സാദ്ധ്യതയിലേക്കു വിരൽചൂണ്ടുന്ന ചരിത്രദർശനമായി ആ കാഴ്ചപ്പാടിനെ ഇവിടെ സ്വീകരിക്കാം.

ഒരു കൃതിയുടെ മൗലികരൂപമെന്നത്, അതിന്റെ ജനിതകഘടന യഥാർത്ഥമായി കുടികൊള്ളുന്ന സ്വരൂപം മാത്രമല്ല, അതിന്റെ സാംസ്കാരികഘടന കൂടിയാണ്. ഈ രണ്ടാമതു പറഞ്ഞതിനെ വിമർശാത്മക സാംസ്കാരികപാഠം എന്നു വിളിക്കാവുന്നതാണ്. സാമൂഹികഭാഷാശാസ്ത്രവും ചിഹ്നവിജ്ഞാനീയവും ചരിത്രബോധവും ഒത്തുചേരുന്ന മാന്ത്രിക ഡി എൻ എ കളാണ് അത്തരം പാഠങ്ങളെ നിർമ്മിച്ചെടുക്കുന്നത്. പാഠവിമർശനത്തെ ബയോമോളിക്യുലറാക്കുന്ന ഒരു പ്രക്രിയയാണിത്. അവിടെ, ഗവേഷണം ആധിപത്യപരവും ബൗദ്ധികവും ചാക്രികവുമായിരിക്കുകയില്ല. അബോധവും ശൃംഖലാസ്വഭാവമുള്ളതും സാഹിത്യാത്മകവുമായിരിക്കും. ഔചിത്യത്തെ വിചാരപദ്ധതിയായി സ്വീകരിക്കുന്ന അത്, ആസ്വാദ്യതയെ അന്തിമഫലമായി സ്വയം കല്പിക്കുന്നു. ഉമ്പർട്ടോ എക്കോയുടെ *The Island of the Day Before* ൽ ഈ സ്വഭാവത്തിന്റെ അഴിഞ്ഞുലഞ്ഞ മുടിക്കെട്ടുകളെയാണു മറയേതുമില്ലാതെ നാം കാണുന്നത്.

ഉമ്പർട്ടോ എക്കോയുടെ മിക്കവാറും കൃതികളിൽ പാഠവിമർശനം അബോധമായ ഒരുപകരണമാണ്. അതിനർത്ഥം ഇവിടെ സൂചിപ്പിച്ച നോവലടക്കം അദ്ദേഹത്തിന്റെ പ്രബലമായ കൃതികളൊക്കെയും വിമർശാത്മകമഹാപാഠങ്ങളാണെന്നല്ല. പക്ഷേ, താനൊരു ഗവേഷകനും ചിഹ്നവിജ്ഞാനീയപണ്ഡിതനുമാണെന്ന അറിവ് അദ്ദേഹം അവയിൽ വിക്ഷേപിക്കുന്നു. വിചാരൗചിത്യകാരികയുടെ വൃത്തിയിൽ ക്ഷേമേന്ദ്രൻ അവതരിപ്പിക്കുന്നതുപോലത്തെ ഒരു സിദ്ധിയാണിത്.[3] "അറിയാനുള്ളതിന്റെ സ്വരൂപം മനസ്സിലാക്കുന്ന വിദ്വാന്മാരുടെ വിദ്യപോലെ വിചാരൗചിത്യം കൊണ്ട് സൂക്തികൾ മനോഹരമായിത്തീരുന്നു" എന്ന ആ വാക്യം എക്കോയുടെ നോവലുകളുടെ കെട്ടുമുറയായിത്തീരുന്നു.

പാഠങ്ങൾ കൊടുങ്കാറ്റിൽ തകരുന്നില്ല

1643 ജൂലൈയിലോ ആഗസ്തിലോ എഴുതപ്പെട്ട ഒരുകൂട്ടം കുറിപ്പുകളാണ് ആ നോവലിന്റെ പിറവിക്കു നിദാനം. റോബെർട്ടോ ഡെല്ലാ ഗ്രീവ എന്ന തരുണയുവാവിന്റെ സമുദ്രഅതിജീവനത്തിന്റെയും തീവ്രമായ ഏകാന്തതയുടെയും സൂപ്പർഈഗോയുടെ വിച്ഛേദത്തിന്റെയും രചനകളാണ് അപൂർണ്ണമെന്നു പറയാവുന്ന ആ സമാഹരണം. തകർന്നുപോയ ആമറില്ലീസ് എന്ന വലിയ യാനത്തിൽനിന്ന് റോബെർട്ടോ വന്നുകയറുന്ന ഡാഫ്നെ എന്ന ഉപേക്ഷിക്കപ്പെട്ട കപ്പലാണ് ഈ നോവലിന്റെ കര. അതിൽ നിന്നാൽ കുറച്ചകലെ നിഗൂഢതകൾ നിറഞ്ഞ ഒരു ദ്വീപു കാണാം. ഭൂമദ്ധ്യരേഖയുടെ അപ്പുറത്താണത്. സൂര്യനെ ഭൂമിയിൽവച്ചു മുറിക്കുന്ന ആ രേഖയുടെ ജാലവിദ്യ, രാത്രിയും പകലുമായി ഒരേ സമയമഭിനയിച്ച് റോബെർട്ടോയെ കളിപ്പിക്കുന്നു. നീന്താനറിയാത്ത അയാൾ, കപ്പലിൽ ത്തന്നെ ഗാഢമായി ഒറ്റപ്പെടുന്നു. ഈ ഒറ്റപ്പെടലുകളുടെ കുറിപ്പുകളാണ് മൂന്നു നൂറ്റാണ്ടുകൾക്കുശേഷം ഒരു എഡിറ്റർ, ഭാവനയുടെ ചരടുകൾകൊണ്ടു കെട്ടി മറ്റൊരു പുസ്തകമാക്കുന്നത്.

ഒരു പ്രാചീനപാഠത്തെ, അതു പിറവിയെടുത്ത ചരിത്രസാഹചര്യങ്ങളുടെകൂടി സ്വരൂപമാക്കി വികസിപ്പിക്കുന്ന ഭാവനയുടെ ഈ പ്രവർത്തനത്തെ പാഠവിമർശനത്തിലൂടെ ഗവേഷണാത്മകമായി അപഗ്രഥിക്കാനാവും. ഈ നോവലിന്റെ അവസാനം, റോബർട്ടോയുടെ കുറിപ്പുകൾ (വിമർശാത്മകമഹാപാഠം) എങ്ങനെ ചരിത്രത്തിലൂടെ നീന്തി പുതിയ കാലത്തിലെത്തിച്ചേർന്നു എന്നതിന് രണ്ടു പരികല്പനകൾ എക്കോ കൊടുക്കുന്നുണ്ട്. റോബെർട്ടോയുടെ ഏകാന്തതയുടെ കഠിനമായ മാനുഷികതയെ അഭിവ്യഞ്ജിപ്പിക്കുന്ന അയാളുടെ വാചകങ്ങളുടെ ഒരു സന്ദർഭത്തിൽനിന്നാണ് ആദ്യ അദ്ധ്യായം ആരംഭിക്കുന്നതും."I am, I believe alone of all our race, the only man in human memory to have been shipwrecked and cast upon a deserted ship" എന്നതാണാ വാചകം. ഇതിൽ നോവലിന്റെ ഒരു വിത്തുണ്ടെന്ന് എഡിറ്റർക്കു തോന്നുന്നു. ഈ തോന്നൽ തികച്ചും വ്യക്തിപരമായ വിചാരൗചിത്യത്തിന്റെ മറ്റൊരു ലോകം

തുറന്നിടുന്നു. അങ്ങനെയാണ് 1643 ലെ ഒരു പാഠത്തിൽനിന്ന് പുതിയൊരു വ്യാഖ്യാനപാഠം രൂപപ്പെടുന്നത്. ഒരു മൂലകൃതിയുടെ ചരിത്രപശ്ചാത്തലത്തെ വളരെക്കാലം കഴിഞ്ഞ് അന്വേഷിക്കുന്ന ഒരാൾ, പുതിയൊരു പാഠത്തെ അതിൽനിന്നു നിർമ്മിച്ചെടുക്കുന്നു. ഇവ തമ്മിലെ പരസ്പരബന്ധം അങ്ങേയറ്റം കാല്പനികവും യുക്തിപരമായി സങ്കീർണ്ണവുമായിരിക്കും. ഈ നോവലിന്റെ കാര്യത്തിൽ ആ സങ്കീർണ്ണതയും കാല്പനികതയും ഏറെയാണ്.

തന്റെ ധൈഷണികജീവിതത്തിന്റെ സർഗ്ഗാത്മകശക്തിയത്രയും ഫൂക്കോ പുതിയപാഠത്തിൽ ഉരുക്കിയൊഴിച്ചിരിക്കുന്നു. പാഠവിശകലനത്തിനുള്ളിൽ ഈ താരതമ്യത്തെക്കൂടി ഉൾപ്പെടുത്തുകയാണെങ്കിലാണ്, വിമർശാത്മകസാംസ്കാരികപാഠം എന്നു പറയുന്ന ഒന്നിനെ നാം കണ്ടെത്തുന്നത്. സംശോധിതസംസ്കരണത്തിന്റെ പുതിയ സാദ്ധ്യതകളെ വിശദീകരിക്കുന്ന ടാൻസെല്ലെയുടെ *A Rationale of Texual Criticism* പോലുള്ള കൃതികൾ അത്തരം അന്വേഷണങ്ങളിലേക്കു വെളിച്ചം പകരും.[4]

പാഠവിമർശനത്തിന്റെ സാദ്ധ്യതകളെ സ്വയം വികസിപ്പിച്ച്, ഒരു പ്രാമാണികപാഠത്തിൽനിന്ന് വ്യാഖ്യാനാത്മകമായ ഒരു ഉപപാഠം രൂപമെടുക്കുന്നതെങ്ങനെയെന്നന്വേഷിക്കുന്ന പ്രക്രിയയാണിത്. പഞ്ചതന്ത്രത്തിന്റെ അനേകം ഉപപാഠങ്ങളെ തിരഞ്ഞെടുത്തു പഠനം നടത്തുകയും പഞ്ചതന്ത്രത്തിന്റെ മൗലികരൂപം കണ്ടെത്താൻ പരിശ്രമിക്കുകയും ചെയ്ത എഡ്ഗർട്ടനെ ഇവിടെ സ്മരിക്കാം. അദ്ദേഹം നടത്തിയ പഠനത്തിന്റെ ഒരു റിവേഴ്സ് പ്രക്രിയയാണ് ഇവിടെ ലക്ഷ്യമാക്കുന്നത്.

മാവേലി നാടുവാഴുന്ന വാക്കുകൾ

പദങ്ങൾക്ക് പാഠവിമർശനത്തിലുള്ള സ്ഥാനം വളരെ വലുതാണ്. ഇതാണ് പദങ്ങളുടെ ഭാവനാപരമായ പദവിയെ നിർണ്ണയിക്കാനും സഹായിക്കുന്ന ഘടകം. പ്രാമാണികപാഠത്തിൽ നിന്ന് രൂപപ്പെടുന്ന ദുഷ്ടപാഠങ്ങൾക്കു കാരണമാവുന്നപോലെതന്നെ, പുതിയ പാഠത്തിന്റെ സാംസ്കാരികവസ്തുതയായിത്തീരാനും കൂട്ടിച്ചേർക്കപ്പെട്ട പ്രയോഗങ്ങൾക്കു കഴിയും. മഹാബലിചരിതം ഓണപ്പാട്ടിനെ നോക്കാം. ഓറിയന്റൽ ലൈബ്രറിയിലെ നമ്പർ 12380C(ക), നമ്പർ 8344E (ഖ) ഗ്രന്ഥങ്ങളുപയോഗിച്ച്, ഡോ. കെ രാഘവൻപിള്ള നടത്തിയ പാഠപരിശോധനയിൽ[5] നിന്നാണ് വരികളെടുക്കുന്നത്. ഇതേ പാട്ടിലെ വരികൾ പല രൂപത്തിൽ പ്രസിദ്ധമാണെന്നതുകൊണ്ടുതന്നെ ഓരോ പാഠത്തിന്റെയും നാടോടിമൂല്യം ഓരോ തരത്തിൽ വ്യത്യസ്തവുമാണ്. 'ക' പാഠത്തിന്റെ ഔചിത്യമൂല്യം പലേടത്തും വീണുപോകുന്നതു കാണാം. ഇതാകട്ടെ, പകർത്തെഴുതലിന്റെയോ കേവലപാഠനിർമ്മിതിയുടെയോ മാത്രം പ്രശ്നമല്ല. ഉദാഹരണത്തിന് 'ഖ'യുടെ പല വരികളിലും കനകം എന്ന പദം, ഇഴപ്പൊരുത്തമില്ലാതെ കിടക്കുന്നതു കാണാം.[6] മാവേലി നാടുവാണീടുംകാലം എന്നാരംഭിക്കുന്ന 'ക' പാഠത്തിലെ നാലു വരിയാണ് നാട് ഇപ്പോഴും ഏറ്റുചൊല്ലുന്നത്. 'ആന

ന്ദത്തോടെ വസിക്കും കാലം, ആപത്തുമാർക്കുമൊന്നില്ല താനും' എന്നതു പോലെ കൃത്രിമത്വം കൂടുതലാണ് 'ഖ' പാഠത്തിൽ. 'ക' പാഠത്തിൽ കാണുന്ന പല വരികളും 'ഖ' പാഠത്തിൽ ഇല്ലാതിരുന്നതോ ഒഴിവാക്കപ്പെട്ടതോ ആണെന്നുകൂടി മനസ്സിലാക്കുമ്പോഴാണ് വിമർശാത്മക സാംസ്കാരികപാഠത്തിന്റെ പ്രാധാന്യം വർദ്ധിക്കുന്നത്.

കുറിപ്പുകൾ

1. "ഒരു ഗ്രന്ഥത്തെ അതിന്റെ ആകാവുന്നത്ര മൗലികമായ രൂപത്തിൽ പുനർനിർമ്മിക്കും എന്ന ഒരേയൊരു ലക്ഷ്യം വച്ചുകൊണ്ടുള്ള മനുഷ്യബുദ്ധിയുടെ വിദഗ്ദ്ധവും സുവ്യവസ്ഥിതവുമായ അഭ്യാസമാണ് പാഠവിമർശനം. 'മൗലികരൂപം' എന്നതുകൊണ്ട് നാം മനസ്സിലാക്കുന്നത് ഗ്രന്ഥകാരൻ ഉദ്ദേശിച്ച രൂപമെന്നാകുന്നു. ആ പുനർനിർമ്മിതിയെ പലപ്പോഴും വിമർശാത്മകമഹാപാഠം (Critical recension) എന്നു വിളിക്കുന്നു." (ഉണിത്തിരി, എൻ വി പി, *പാഠവിമർശനം സംസ്കൃതത്തിൽ*, കാലിക്കറ്റ് സർവ്വകലാശാല, 2009: 47)
2. Dray, William H., *Philosophy of History*, University of Toronto, 1964: 19.
3. "വിചാരൗചിത്യേന സൂക്തയ: ചാരുതാം യാന്തി, ജ്ഞേയ സ്വരൂപ ജ്ഞാനേന വിദ്യാ ഇവ വിദുഷാം" (*ഔചിത്യവിചാരചർച്ച*, കാരിക 37-ന്റെ വൃത്തി 1, (വിവ.) ടി ഭാസ്കരൻ, കേരള സർവ്വകലാശാല, 1977:138:39)
4. അദ്ദേഹത്തിന്റെ 'The Historical Criticism of Visual and Aural works' എന്ന ലേഖനം നോക്കുക. Studies in Bibliography, Vol. 57, 2005/2006 : 1-37.
5. ഭാഷാഗ്രന്ഥാവലി അങ്കം-115, പാട്ടുകൾ (ഒന്നാം ഭാഗം), 1964: 41-62.
6. ഉദാഹരണത്തിന്, 'നല്ല കനകംകൊണ്ടെല്ലാവരും/ആഭരണങ്ങളണിഞ്ഞുകൊണ്ടു' എന്ന് 'ക' പാഠത്തിൽ. 'ഖ' പാഠത്തിലത് 'നല്ല കനകാംകൊണ്ടെല്ലാവരും/സ്വർണ്ണാഭരണങ്ങളണിഞ്ഞുകൊണ്ടു' എന്ന് അനാകർഷകമായി ആവർത്തിക്കുന്നു. ഈ ആവർത്തനം യാദൃച്ഛികമല്ല. ബോധപൂർവ്വവും കൂടുതൽ വൈയക്തികവുമാണ്. നാട്ടുജീവിതാർത്ഥത്തിൽ, 'ക' പാഠത്തിൽ നിന്ന് കുറെ ഉയരത്തിലാണ് 'ഖ' പാഠം.

വസന്തത്തിന്റെ വീടുകൾ

കരോലിൻ മെർച്ചന്റിന്റെ 1980 ൽ പുറത്തുവന്ന പുസ്തകമായ *പ്രകൃതിയുടെ മരണം* (*The Death of Nature*), ഫ്രാൻസിസ് ബേക്കണിനെയാണ്, പരിസ്ഥിതിനാശത്തിലൂടെ ഇല്ലാതാവുന്ന ഭൂമിയെക്കുറിച്ചുള്ള ചിന്തയുടെ തുടക്കക്കാരനായി കാണുന്നത്. ബേക്കണിന്റെ 'The Sunee.... passeth through pollutions, and it selfe remaines as pure as before' എന്നത് പുതിയൊരു കാഴ്ചപ്പാടിന്റെ തുടക്കമായിത്തീർന്നു എന്ന് മെർച്ചന്റ് ചൂണ്ടിക്കാട്ടുന്നു. മലിനീകരണത്തിന്റെ ഈ പ്രതീകാത്മകമായ പ്രയോഗത്തോടെ, ഭൂമിയെ ജനനമരണങ്ങളുള്ള ജീവനാഡിയായി കാണുന്ന വീക്ഷണം ഉണ്ടായിവന്നു.

മലിനമാക്കൽ എന്നതിന് തത്ത്വചിന്താപരമായ മറ്റനേകം വ്യാപ്തികളാണ് അതേവരെ ഉണ്ടായിരുന്നത്. ഈജിപ്ത്, ഗ്രീക്ക്, ഹീബ്രു, റോമൻ സമൂഹങ്ങളിലൊക്കെയും പ്രാചീനകാലം മുതലേ മലിനത എന്നത്, തൊട്ടുകൂടായ്മയുടെ ധർമ്മശാസനയ്ക്കുള്ള കാരണങ്ങളിലൊന്നായി കണ്ടിരുന്നു (Concept of untouchability in Dharmashastra - Shoshi Kashyap) ഇമ്മാതിരി, വ്യവസ്ഥാപിത–സദാചാര അർത്ഥങ്ങളിൽനിന്ന് ആധുനികതയുടെ വിമർശനാത്മകമായ ഒരു പ്രതിഭാസത്തിലേക്ക് 'മലിനീകരണം' എന്ന പ്രയോഗത്തെ മാറ്റുകയാണ് ബേക്കൺ ചെയ്തത്. മാറ്റത്തിന്റെ, അത്തരമൊരു പ്രതിഭാസത്തെ നമ്മുടെ സാഹിത്യചരിത്രത്തിനു പരിചയപ്പെടുത്തിയത് ഒ എൻ വിയുടെ 'ഭൂമിക്കൊരു ചരമഗീത'മാണ്. പുനലൂർ പേപ്പർമില്ലിലെ മാലിന്യം, വിശാലമായ ഒരു പാടശേഖരത്തിന്റെ ഒരുഭാഗം മുഴുവൻ വെള്ളപുതപ്പിച്ചുകിടത്തിയതിന്റെ കാഴ്ചയും അതിന്റെ അസ്വസ്ഥതകളുമാണ് ആ കവിതയുടെ പിറവിക്കു നിദാനമായതെന്ന് സുഗതകുമാരി അനുസ്മരിക്കുന്നു (കേരളസർവ്വകലാശാല ഒ എൻ വി ചെയർ സംഘടിപ്പിച്ച സെമിനാർ ഉദ്ഘാടനം, 2017 ജൂലൈ 19).

മനുഷ്യപ്രകൃതിയുടെ മാനവികതയ്ക്കുപകരം, പ്രകൃതിയുടെ മാനവികത എന്ന സൗന്ദര്യശാസ്ത്രദർശനത്തിനു തുടക്കംകുറിച്ച കൃതി യാണ് റേച്ചൽകാഴ്സന്റെ *നിശ്ശബ്ദവസന്തം* (*Silent Spring*). എന്നാൽ, ആ കൃതിയല്ല പാരിസ്ഥിതിക സാംസ്കാരികഭാവുകത്വത്തിന് കേരളത്തിൽ തുടക്കംകുറിച്ചത്. 1980 ൽ, സൈലന്റ്വാലി സംരക്ഷണത്തിനുവേണ്ടി രൂപംകൊണ്ട 'പ്രകൃതിസംരക്ഷണസമിതി'യാണ് ഇവിടെ പാരിസ്ഥിതി കസാംസ്കാരികവിചാരത്തിന് സംഘടിതമായ രൂപം സംഭാവനചെയ്ത ആദ്യസംരംഭം. അതിനു മുൻപുതന്നെ രൂപപ്പെട്ടിരുന്ന 'സൈലന്റ്വാലി സംരക്ഷണസമിതി'കൂടി ലയിച്ചുചേർന്നാണ് പ്രകൃതിസംരക്ഷണസമിതി എഴുത്തുകാരും ശാസ്ത്രജ്ഞരും പ്രകൃതിസ്നേഹികളുമടങ്ങുന്ന കരു ത്തുറ്റ സംഘടനയായിത്തീർന്നത്. അതിന്റെ മുഖരേഖയാണ് 1983 നവം ബറിൽ പുറത്തുവന്ന *വനപർവ്വം* എന്ന കവിതസമാഹാരം.

പ്രകൃതിവിജ്ഞാനവും സാംസ്കാരികപ്രകൃതിശാസ്ത്രവും

ഗ്രിഗൊറി ബാറ്റ്സന്റെ, *Ecology of Mind* എന്ന പുസ്തകത്തിൽ, സമൂഹത്തിന്റെ ഏതുവിഭാഗത്തെയും ഉപവിഭാഗത്തെയും സാംസ്കാരിക പരിസ്ഥിതിവ്യവസ്ഥ (cultural ecosystem) ആയിട്ടാണു കാണുന്നത്. കല യിലും സാഹിത്യത്തിലും ഉണ്ടാകുന്ന ഏതൊരു രൂപവും, ഓരോതരം സാംസ്കാരിപരിസ്ഥിതിവ്യവസ്ഥയാണ്. ബാഹ്യഭൂദൃശ്യ(external - landscape)ത്തെപ്പോലെയോ അതിലേറെയോ പ്രധാനപ്പെട്ടതായി ആന്ത രികഭൂദൃശ്യ(internal-landscape)ത്തെ പരിഗണിക്കുന്നതിൽ, മേൽപ്പറഞ്ഞ സങ്കല്പം വലിയ സഹായകമായി വർത്തിച്ചിട്ടുണ്ട്. ആധുനികതയും വ്യവ സായനാഗരികതയുമായി ബന്ധപ്പെട്ട് രൂപപ്പെട്ട പുതിയബോധങ്ങൾ, എഴു ത്തിലും വായനയിലുമുള്ള ആന്തരികഭൂദൃശ്യങ്ങളെ, സാംസ്കാരിപരിസ്ഥി തിവ്യവസ്ഥയെ പ്രതിഫലിപ്പിക്കുന്നതിനുള്ള മാധ്യമങ്ങളായി ക്രമേണ മാറിവരുന്നതു കാണാം. 'കുറ്റിപ്പുറം പാലം' എഴുതുന്നതിനു രണ്ടു പതി റ്റാണ്ടുമുമ്പ് ഇടശ്ശേരി എഴുതിയ 'നിള'കവിതയിൽ, ആന്തരികഭൂദൃശ്യം പ്രകടമേയല്ല. ഗൃഹാതുരതയുടെയും നാഗരികപൂർവ്വമായ കാർഷികസ മ്പദ്വ്യവസ്ഥയുടെയും കാഴ്ചയും ഭാഷയുമാണ് നിളയിലെ മുഖ്യ അസം സ്കൃതവസ്തുക്കൾ. എന്നാൽ, 'കുറ്റിപ്പുറം പാല'ത്തിലെ സമീപനം അതല്ല. ഗ്രാമീണവും കാർഷികവുമായ മാനസികാവസ്ഥയോടെ, വ്യവ സായനാഗരികത ഏല്പിക്കുന്ന ആഘാതങ്ങൾ സംഘർഷാത്മകമായി അതിൽ പ്രതിഫലിക്കുന്നു. ഭാവിസൂചകങ്ങൾ, ആ കവിതയിൽ വിനാശ ത്തിന്റെ ഭീതിയായി നമ്മോടു സംവദിക്കുന്നു. നരനൊരു യന്ത്രമാകുന്നതും – പേരാർ അഴുക്കുചാലായി മാറുന്നതുമായ നാളെ, ബാഹ്യഭൂദൃശ്യത്തെ യല്ല; ആന്തരികഭൂദൃശ്യത്തെയാണു പ്രതിഫലിപ്പിക്കുന്നതെന്നു കാണാൻ പ്രയാസമില്ല. സാംസ്കാരികപാരിസ്ഥിതികാവബോധം, അതിന്റെ ജനിത കസാന്നിദ്ധ്യം അറിയിക്കാൻ ശ്രമിക്കുന്നതിന്റെ മലയാളത്തിലെ പ്രാരംഭ മായി നമുക്കതിനെ കാണാം.

1. ഒരു കൃതിയിലെ മാനുഷികേതരമായ പരിസരങ്ങൾ, കൃതിയുടെ രൂപകല്പനാപരമായ കേവലോപാധിയായി നിന്നാൽപ്പോര. പ്രകൃതിയുടെ ചരിത്രത്തിലെ നിർണ്ണായകമായ പലതുകളിലൊന്നായി മനുഷ്യചരിത്രത്തെ കാണുന്നതാവണം, അതിന്റെ സമീപനം.
2. കൃതിയുടെ മുഖ്യഭാവം മനുഷ്യതാല്പര്യങ്ങളാവരുത്.
3. കൃതിയിലെ ധാർമ്മികസത്യം, മനുഷ്യന് പ്രകൃതിയോടുള്ള മുഖ്യ ഉത്തരവാദിത്വം ചൂണ്ടിക്കാട്ടുന്നതാവണം.
4. പരിസ്ഥിതിയെക്കുറിച്ചുള്ള കരുതലും ദാഹവും ഭാവനയുമെല്ലാം കൃതിയുടെ ആന്തരികസംസ്കാരത്തിൽത്തന്നെ അന്തർല്ലീനമായിരിക്കണം.

റേച്ചൽകാഴ്സണും ഇന്ദുചൂഡൻമാഷും

നിശ്ശബ്ദവസന്തം പുറത്തുവരുന്നതിനു വളരെ മുൻപുതന്നെ, *Under the Sea Wind* (1941), *The Edge of the Sea* (1955) പോലെയുള്ള ഒരുപിടി മികച്ച കൃതികൾ കാഴ്സന്റേതായി പുറത്തുവന്നിരുന്നു. എന്നാൽ, ഇവയെക്കാളൊക്കെ പരമാർത്ഥസാഹിത്യ(real literature)ത്തിന്റെ സ്വഭാവം *നിശ്ശബ്ദവസന്ത*ത്തിനുണ്ട്. മഹത്തായ ഒരു സാഹിത്യകൃതിക്കു ലഭിക്കുന്ന പരിഗണന, ശാസ്ത്രാനുഭവകൃതിയെന്ന നിലയിൽ നേടിയെടുക്കാനും അതിനു സാധിച്ചു. യുദ്ധത്തിനും ആണവ ഉന്മൂലനത്തിനുമെതിരെയുള്ള പ്രതിരോധം ഉന്നയിച്ചുകൊണ്ടും; നാഗരികതയുടെ സ്വപ്നങ്ങളെ വിമർശിച്ചുകൊണ്ടും; വീടകം-പക്ഷികൾ-മരങ്ങൾ-ജലം എന്നിത്യാദികളോടുള്ള കരുതൽ പ്രകടിപ്പിച്ചുകൊണ്ടും സാംസ്കാരികവും രാഷ്ട്രീയവും ആഖ്യാനപരവുമായ സ്വാധീനങ്ങൾ സാംസ്കാരികമണ്ഡലത്തിൽ അതു സൃഷ്ടിച്ചു. പരിസ്ഥിതിയെ സംബന്ധിച്ച പൊതുവായ അവബോധത്തെത്തന്നെ അതു മാറ്റിമറിച്ചു. അതേപ്പറ്റി ബോണിഫ്രൂട്ടിന്റെ പഠനത്തിൽ പറയുന്നതിങ്ങനെയാണ്: Silent Spring echoes not just with the voices or silences of birds but with the voices of many number of scientists, victims and compassionate observers." തന്റെ വാദഗതികളുടെ സാധൂകരണത്തിനായി, ഒട്ടേറെ സാഹിത്യമാതൃകകളെയും കഴ്സൺ ആ കൃതിയിൽ ഉപയോഗപ്പെടുത്തി. പരസ്പരവിനിമയത്തിനുള്ള അസാധാരണമായ ആഖ്യാനശേഷി പുലർത്തുന്ന *നിശ്ശബ്ദവസന്ത*ത്തോളം കരുത്തുള്ള മറ്റൊരുകൃതി ഇതേവരെ വന്നിട്ടുണ്ടെന്നും പറയാനാവില്ല.

നിശ്ശബ്ദവസന്തം കൈവരിച്ചതിലും സാംസ്കാരികശ്രദ്ധ കേരളത്തിൽ നേടിയെടുത്ത കൃതി *ഒറ്റവൈക്കോൽവിപ്ലവ*മായിരിക്കും. പ്രായോഗികസാദ്ധ്യതകൾക്കു മികച്ച വഴികാട്ടി എന്ന നിലയിൽ മാത്രമല്ല, പ്രകൃതിശാസ്ത്രവും സൗന്ദര്യബോധത്തിന്റെ തത്ത്വചിന്തയും തമ്മിലുള്ള അഗാധപാരസ്പര്യത്തെ പടിപടിയായി വിശദീകരിക്കുന്ന കൃതി എന്ന നിലയിലും അതിന്റെ സ്വാധീനശക്തി വളരെ വലുതാണ്. ആ മട്ടിലല്ലെങ്കിലും, സമാനമായ പ്രകൃതിസൗന്ദര്യശാസ്ത്രത്തിലേക്കു വെളിച്ചംവിത

റുന്ന രണ്ടു മലയാളകൃതികളെ ഇവിടെ ഓർക്കാവുന്നതാണ്. മധുരനാരങ്ങപോലെ ധാരാളം വിറ്റുപോവുകയും വായിക്കപ്പെടുകയും ചെയ്ത, പ്രൊഫ. എസ് ശിവദാസിന്റെ *വായിച്ചാലും വായിച്ചാലും തീരാത്ത പുസ്തക*മാണ് അതിലൊന്ന്. പ്രകൃതിനിരീക്ഷണത്തിന്റെ ലളിതമായ കൈവഴികളെ, കേരളീയമായ ചുറ്റുപാടിൽ വിശദീകരിക്കുന്ന ആ ബാലസാഹിത്യകൃതി, വേണ്ടമട്ടിൽ പിന്നീടു പഠിക്കപ്പെടുകയുണ്ടായില്ല എന്നത് ദുഃഖകരമാണ്. മറ്റൊരു പുസ്തകം, ഇന്ദുചൂഡന്റെ (കെ കെ നീലകണ്ഠൻ) *പുല്ലുതൊട്ട് പൂനാരവരെ* എന്ന കൃതിയാണ്. 'ഒരു കാട്ടുപൂവ് കാണാനുള്ള അവസരം വർത്തമാനം പറയാനുള്ള സ്വാതന്ത്ര്യംപോലെ അപരിത്യാജ്യമായ അവകാശമാണ്' എന്ന ആൻഡോ ലിയോ പോൾസിന്റെ വരികൾക്കു സമർപ്പിക്കപ്പെട്ട ഈ പുസ്തകം പ്രകൃതിയുടെ സൗന്ദര്യശാസ്ത്രത്തിലേക്കു കൈപിടിച്ചുനടത്തുന്ന ഒന്നാണ്. ഈ രണ്ടു കൃതികളുടെയും വായനയെ പരിപോഷിപ്പിക്കുന്ന മറ്റുചില കൃതികൾകൂടിയുണ്ട്; പ്രൊഫ. എം കെ പ്രസാദിന്റെ *മനുഷ്യനും പ്രകൃതിയും*, ഡോ. കെ എൻ പി കുറുപ്പിന്റെ *പരിസരസംരക്ഷണം* ആദിയായവ. ഇവയെല്ലാംതന്നെ, പ്രകൃതിയുടെ പാരിസ്ഥിതികസൗന്ദര്യശാസ്ത്രം (Ecological Aesthetics of Nature) എന്താണെന്നും, അതിലൂടെ സാഹിതീയപരിസ്ഥിതിശാസ്ത്രം (Litercy Ecology) എന്താണെന്നും നമുക്കു വ്യക്തമാക്കിത്തരുന്നുണ്ട്.

മാനസികവ്യാപാരങ്ങളെയും സർഗ്ഗപ്രക്രിയയുടെ വ്യത്യസ്ത ആവിഷ്കാരങ്ങളെയും, പാരിസ്ഥിതികസൗന്ദര്യശാസ്ത്രത്തിനു പാകമാവുന്ന വിധം വികസിപ്പിച്ചെടുത്തത് ബാറ്റ്സന്റെ, നേരത്തെ പറഞ്ഞ പുസ്തകമാണ്. പീറ്റർ ഫിൻക്, അതിനെ സിസ്റ്റംതിയറിയുമായി ബന്ധപ്പെടുത്തി വിശാലമായ പരിപ്രേക്ഷ്യത്തിലേക്കു വളർത്തി. സമൂഹത്തിന്റെ ഏതു വിഭാഗത്തെയും പാരിസ്ഥിതികമായി വർഗ്ഗീകരിക്കാനുതകുംവിധം, ഊർജ്ജത്തിന്റെ ന്യൂനീകരണം – ഉല്പാദനം – ഉപഭോഗം മുതലായ സങ്കല്പങ്ങൾ അദ്ദേഹം പരിചയപ്പെടുത്തി. ഒരുപക്ഷേ, ഇവയ്ക്കെല്ലാം ആധാരമായിത്തീർന്ന മറ്റൊരു കൈവഴികൂടിയുണ്ട്. ഹാർട്ട്മുട്ട് ബൊഹ്മെ (Hartmut Bohme)യുടെ 'Cultural Ecology of the Body' എന്ന പരികല്പന. അതിലൂടെ അദ്ദേഹം വിവക്ഷിക്കുന്നത് ഇപ്രകാരമാണ്. "മനുഷ്യാനുഭവങ്ങൾ ഭാഷയിലൂടെയും ഇതര വ്യവഹാരങ്ങളിലൂടെയും ആവിഷ്കരിക്കപ്പെടുന്നതിന് പ്രകൃതിയുടെ കാഴ്ചപ്പാടിൽ നിയതമായ ഒരു രീതിയുണ്ട്. പരിസരങ്ങളുമായുള്ള മനുഷ്യശരീരത്തിന്റെ ഐന്ദ്രിയാഭിമുഖ്യ(Sensory intimacy)ത്തിൽനിന്ന് ഉളവാകുന്ന പഞ്ചഭൂതാത്മകബിംബങ്ങൾ (elemental images), പ്രതീകങ്ങൾ, ചിഹ്നങ്ങൾ എന്നിവയിലൂടെയാണവ ആവിഷ്കൃതമാകുന്നത്." (Hubert Zapt. : 852)

ബൊഹ്മെയുടെ നിരീക്ഷണങ്ങൾക്ക് നല്ല വ്യക്തതയുണ്ട്. അവിടെനിന്ന് സാഹിതീയപരിസ്ഥിതിവിജ്ഞാനീയ(Literacy Ecology)ത്തിലേക്ക് വലിയ അകലമില്ല. ബൊഹ്മെ പറയുന്നതുവച്ചാണെങ്കിൽ സാഹിത്യം, കൾച്ചറൽ ഇക്കോളജിയിലെ മികച്ച പ്രതീകാത്മകമാധ്യമമാണ്. ആ പ്രതീകാത്മകവ്യവഹാരത്തിന്റെ സവിശേഷത, അത് സാംസ്കാരികകാഴ്ചപ്പാ

ടുകളെ പുതിയൊരു പരസ്പരാനുഭവപരിശോധനാബന്ധത്തിലേക്ക് (Feedback relationship) വഴിതിരിച്ചുവിടുന്നു എന്നതാണ്. വഴിതിരിച്ചു വിടുകയെന്നാൽ, കൃതിയിലെ സാംസ്കാരികബന്ധങ്ങളും വിനിമയങ്ങളും മാനുഷികമെന്നതുപോലെ മാനുഷികേതരപ്രകൃതിയോടും ബന്ധപ്പെടുന്നു. നിലവിലുള്ള മനുഷ്യസത്താപരമായ, രേഖീയമായ, ലോഗോസെൻഡ്രിക് ആയ സാഹിത്യം – അരേഖീയമായ സങ്കീർണ്ണമായ പരസ്പരാനുഭവപരിശോധനകൾക്കു സാദ്ധ്യതയുള്ള പരിസ്ഥിതിതട (ecological space)ത്തിലേക്കു മാറുന്നു. മലയാളസാഹിത്യത്തിൽ, ഈ മാറ്റം തുടക്കത്തിൽ ശക്തമായി കൈകാര്യംചെയ്തത് ഡി വിനയചന്ദ്രന്റെ കൃതികളിലാവണം. അദ്ദേഹത്തിന്റെ 'വംശഗാഥ' എന്ന പരിണാമകഥയും, 'ജാതകകഥകൾ', 'തായമ്പക' പോലെയുള്ള ചെറിയ കഥകളും, ആ മാറ്റത്തിന്റെ സൂചനകൾ തന്നു.

ആത്മീയതയും രാഷ്ട്രീയവും

അഗാധപാരിസ്ഥിതികാവബോധം, വികസനത്തിന്റെ ആധുനികതയെ നിരാകരിക്കുന്ന ഒരു പ്രത്യയശാസ്ത്ര അവബോധമാണ്. ലക്കാനെ ഉപയോഗിച്ചുപറഞ്ഞാൽ, വികസനത്തിന്റെ ആധുനികമായ ഘടന, നമ്മുടെ അബോധത്തെയാകെ വശീകരിച്ചിരിക്കുന്നു. അതിന്റെ അപനിർമ്മിതിയാണിനി അനിവാര്യം. എന്നാലത്, ആധുനികോത്തരമായ ഉപഭോഗാസക്തിയുടെ വീതുളിയായി മാറാനും പാടില്ല. വ്യക്തി എന്ന മനുഷ്യന് ആധുനികതയുടെ പലമ (pluralism) നല്കിയിരുന്ന അധികാരത്തെപ്പറ്റി ജോർജ് സിമെൽ പറയുന്നുണ്ട്. (conflict and the web of Group Affiliations). ഈ അധികാരത്തെ സവിശേഷമായി അമിതാധികാരവല്ക്കരിക്കുകയും ഉപഭോഗാത്മകമാക്കുകയും ചെയ്യുന്നതിനെതിരെയുള്ള ഇടപെടലായും അഗാധപാരിസ്ഥിതികാവബോധത്തെ കാണാം. സാങ്കേതികാധിപത്യത്തിന്റെ ആധിപത്യത്തോട്, വല്ലാത്ത അമർഷം പ്രകടിപ്പിക്കുന്ന അത് രാഷ്ട്രീയ പരിസ്ഥിതിവിജ്ഞാനീയത്തിന്റെ പണിപ്പുരയായി മാറുന്നു. ഇവരണ്ടും യാന്ത്രികബോധധാരയുടെ ഭാഗമല്ലെന്നതും നാം ശ്രദ്ധിക്കേണ്ടതാണ്.

ആത്മീയപരിസ്ഥിതിവാദം, മതഗ്രന്ഥങ്ങളെയോ പൂർവ്വകാല സ്മരണകളെയോ ആദർശാത്മകമായ വെളിപാടുകളെയോ ആധാരമാക്കി രൂപപ്പെടുത്തിയതാവും. ദേശീയമോ സാർവ്വദേശീയമോ ആയ പരിഗണനകൾ അതിനു വളരെപ്പെട്ടെന്നു നേടിയെടുക്കാനുമാവും. ആത്മീയപരിസ്ഥിതിവാദം സ്വതന്ത്രമായ ഒരു പഠനശാഖയല്ല. മനഃശാന്തിയോടെയുള്ള കർമ്മസാദ്ധ്യതയും ലോകശാന്തിയുമാണ് അതിന്റെ ലക്ഷ്യം. മതാത്മകതയാണതിന്റെ മുഖം. എന്നാൽ, രാഷ്ട്രീയപരിസ്ഥിതിവാദം അങ്ങനെയല്ല. അത്, ദൈനംദിന പ്രശ്നങ്ങളുടെ മൂർത്തമായ സാഹചര്യങ്ങളിൽനിന്നാവും അതിന്റെ അടയാളങ്ങൾ സ്വീകരിക്കുന്നത്. പാരിസ്ഥിതികസമത്വവാദ(eco-socialism)ത്തിന്റെ വലിയ പ്രചാരകനായ ജോൺബെല്ലാമി ഫോസ്റ്ററുടെ പുസ്തകങ്ങളും, Metabolic Rift (ഉപാപചയവിള്ളൽ)

പോലത്തെ ആശയങ്ങളുടെ വിപുലീകരിച്ച കാഴ്ചപ്പാടുമെല്ലാം അതിനുദാഹരണമാണ്.

പൗരാണികമായ ഇന്ത്യൻ പരിസ്ഥിതിബോധംതന്നെ എടുക്കുക. പരിപൂർണ്ണതയെ സംബന്ധിച്ച ഒരു പ്രപഞ്ചവീക്ഷണം അതിന്റെ ആധാരശിലയായിരിക്കുന്നതുകാണാം. ഈ വീക്ഷണമുപയോഗിച്ചുകൊണ്ടല്ലാതെ, ഇന്ത്യയുടെ സാംസ്കാരിക അടരുകളിൽ ഒന്നിനെയും പരിശോധിക്കാനാവില്ല. വളരെ പഴയ ഗോത്രജീവിതം സ്വന്തമായുള്ള, മഹാരാഷ്ട്രയിലും ഗുജറാത്തിലുമെല്ലാം വ്യാപകമായി കാണാനാവുന്ന വാർലിഗോത്രത്തിന്റെ ചിത്രരചനകളിൽ ത്രികോണം, വൃത്തം, ചതുരം എന്നിവയാണ് അടിസ്ഥാന ചിത്രരൂപിമങ്ങൾ. വൃത്തം സൂര്യചന്ദ്രാദികളെയും, ചതുരം കൃഷി-ഗാർഹിക ഇടങ്ങളെയും, ത്രികോണം ശരീരത്തെയും വ്യഞ്ജിപ്പിക്കുന്നു. രണ്ടു ത്രികോണങ്ങൾ ഏകബിന്ദുവിൽ സംയോജിപ്പിച്ചാണ് ശരീരം ആവിഷ്കൃതമാവുക. ഇങ്ങനെ രണ്ടു ത്രികോണങ്ങളുടെ ഏകബിന്ദുപ്പൊരുത്തം, പ്രപഞ്ചത്തിന്റെ സംതുലനമായാണ് വാർലി സൗന്ദര്യശാസ്ത്രം വിഭാവനംചെയ്തിട്ടുള്ളത്. ഈ പ്രപഞ്ചവീക്ഷണമാണ് സമകാലിക ഇന്ത്യൻ സാഹചര്യത്തിൽ നഷ്ടപ്പെട്ടുകൊണ്ടിരിക്കുന്നതും. വൈദികവും ദ്രാവിഡീയവുമായ ഈ സങ്കല്പത്തെ 'മാതൃകേന്ദ്രിതലോകസങ്കല്പം' എന്നാണ് എസ് കാപ്പൻ വിളിക്കുന്നത് (1988:12). അതിനെ തകർത്താണ്, ആധുനികതയുടെ പിതൃശാസനനാഗരികത കടന്നുവന്നത്. "പിതൃരൂപത്തിലും മാതൃരൂപത്തിലുമുള്ള ശാസനാസമ്പ്രദായങ്ങളെ മറികടന്ന് ഉഭയലിംഗസംസ്കൃതി വാർത്തെടുക്കുകയാണ് ഇന്നത്തെ ധർമ്മം. സിന്ധുനദീതടസംസ്കാരത്തോളം പഴക്കമുള്ള, ഒട്ടൊക്കെ വിസ്മൃതിയിലാണ്ടു കിടക്കുന്ന, ഭാരതത്തിലെ മാതൃഭരണസമ്പ്രദായത്തെ കാര്യമായി പരിഗണിക്കാതെ" ഉഭയലിംഗസംസ്കൃതി വാർത്തെടുക്കാനാവില്ലെന്നും അദ്ദേഹം സൂചിപ്പിക്കുന്നുണ്ട്. അത്തരമൊരു സമീപനത്തിനുവേണ്ടി, വിമോചനദൈവശാസ്ത്രത്തിന്റെ ശൈശവ-ഭാരതീയമായ തത്ത്വവിചാരങ്ങളെ ഉപയോഗപ്പെടുത്തി വിമോചനപ്രകൃതിവാദത്തിന്റെ (Liberation Ecology) യുടെ 'പ്രതിസംസ്കൃതി'യെ അദ്ദേഹം വികസിപ്പിച്ചെടുക്കുന്നുണ്ട്. അതിപ്രകാരമാണ്:

അതുകൊണ്ടുതന്നെ സമസ്തജീവജാലങ്ങളോടുമുള്ള വൈദികകാലജനതയുടെ മനോഭാവം ഒരേസമയം മതേതരവും മതാത്മകവുമായിരുന്നു. കുറെക്കൂടി നിഷ്കർഷിച്ചുപറഞ്ഞാൽ, മതപരമായതിനെ മതേതരമായതിൽനിന്നു വേർതിരിച്ചു കാണാൻ തുടങ്ങുംമുമ്പുള്ള ഒന്നായിരുന്നു അത്. ഇതുകൊണ്ടാണ് അനുദിനജീവിതയാഥാർത്ഥ്യങ്ങളായ കലപ്പ, ഉഴവുചാല്, സസ്യങ്ങൾ, ഔഷധികൾ എന്നിവയോടു പ്രാർത്ഥിക്കാൻ അവർക്കു കഴിഞ്ഞത്.

(കാപ്പൻ. 1988:20)

ഇത്രയൊക്കെ, അടിസ്ഥാനപരമായ അവലോകനങ്ങളിൽ നിന്നുകൊണ്ടാവാം പരിസ്ഥിതിസൗന്ദര്യശാസ്ത്രത്തിലേക്കു നമുക്കു ചെല്ലാനാവുക.

ഒറ്റ സ്നാപ്പിൽ പല പല 'സൂസൂക്കൾ' നമ്മൾ കണ്ട പ്രേഷിതാധുനികർ

ഭാവനയുടെ രസപദ്ധതിയായിരുന്നു അത്; ജാഗ്രൂകമായ ചുവടുവയ്പുകളിൽനിന്ന് ഉത്ഭവിച്ചത്. 'സൂസൂ' (zoo-zoo) എന്ന പേരു മാത്രമായിരുന്നു അതിനുള്ളിലെ യാദൃച്ഛികത. ബാക്കിയെല്ലാം വളരെ സ്വാഭാവികമായി രൂപപ്പെടുകയായിരുന്നു. ആ രൂപപ്രക്രിയയുടെ സാമൂഹികശാസ്ത്രം പ്രേഷിതാധുനികത (posted modernity) യുടേതായിരുന്നു. പ്രേഷിതാധുനികത എന്തെന്ന്, ചരിത്രപരമായി ബോദ്ധ്യപ്പെടുത്തിത്തരുന്ന ഘടനയാണ് സൂസു പരസ്യങ്ങൾക്കുണ്ടായിരുന്നത്.

നിർവാണ ഫിലിംസ് എന്ന പരസ്യനിർമ്മാണക്കമ്പനി വോഡഫോണിനുവേണ്ടി ഏറ്റെടുത്ത സംരംഭമായിരുന്നു അത്. രണ്ടായിരത്തൊൻപതിലെ ഡി എൽ എഫ് ഐ പി എൽ (Indian Premier League) മത്സരങ്ങൾക്കിടയിൽ സൂസു പരസ്യങ്ങൾ സംപ്രേഷണം ചെയ്യലായിരുന്നു കമ്പനിയുടെ ഉന്നം. നെയ് പുരട്ടി മൊരിച്ചെടുത്ത ചൂടുദോശകൾ ചട്നിയിൽ മുക്കി രുചിയോടെ തിന്നുന്നതിലും വേഗത്തിലാണ് അവ നമ്മെ പിടിച്ചെടുത്തത്. അതോടെ ടെലിവിഷൻ പരസ്യസംപ്രേഷണത്തിൽ സൂസുക്കൾ ഒരു മഹാസംഭവമായിത്തീരുകയായിരുന്നു.

പ്രകാശ് വർമ്മ എന്ന മലയാളി സംവിധായകനായിരുന്നു സൂസുവിന്റെ ആശയനിർവ്വാഹകൻ. സാധാരണ ഏതൊരു മലയാളി സംവിധായകനും പിന്തുടരുന്ന ഓർമ്മയുടെ വിഷാദലയം കലർന്ന കലാതന്ത്രത്തിലൂടെയല്ല സൂസുക്കളെ പ്രകാശ് കൊണ്ടുപോയത്. പരസ്യപശ്ചാത്തലങ്ങൾ വ്യവസ്ഥാപിതമായി പിന്തുടരുന്ന ആഗോളത, വിപണിവിധേയത, അതീവസൂക്ഷ്മത, കാപട്യം, അതിശയോക്തി, ശരീരത (bodyness), ആൾക്കൂട്ടപരത, ലാൻഡ്സ്കേപ് തുടങ്ങിയ നിറപ്പകിട്ടുള്ള ഘടകങ്ങളെയെല്ലാം ഒഴിവാക്കിക്കൊണ്ടും തീർത്തും പുതിയതെന്ന് പറയാവുന്നതുമായ ഒരു പരസ്യവാർപ്പ് കണ്ടെത്തിക്കൊണ്ടുമായിരുന്നു. അതിന് ആഗോ

ളീകൃത/ഉത്തരാധുനിക സാമൂഹികബലതന്ത്രത്തെ മുറിച്ചുകടക്കുന്ന ജാഗരൂകതയാണുണ്ടായിരുന്നത്. അതുകൊണ്ടാണ്, ആ ഭാവനയ്ക്ക് ഉത്തരാധുനികതയ്ക്കുശേഷം പ്രത്യക്ഷപ്പെട്ട പ്രേഷിതാധുനികതയുടെ സ്വഭാവമാണുള്ളതെന്നു പറഞ്ഞത്.

അതിസാധാരണമല്ലാത്ത കഥാപാത്രങ്ങൾക്കുവേണ്ടിയുള്ള അന്വേഷണമാണ് വോഡഫോണിനെ സൂസുക്കളിലെത്തിച്ചത്. വോഡഫോൺ വാഗ്ദാനം ചെയ്ത വിവിധങ്ങളായ മൂല്യവർദ്ധിതസേവനങ്ങളെ (value added services) പൊതുസമൂഹത്തിലെത്തിക്കാനുള്ള സംവേദനസന്നാഹങ്ങൾ മാത്രമായിരുന്നു പരസ്യസംപ്രേഷണത്തിന്റെ ഒന്നാംഘട്ടംവരെ അവ. പ്രദർശിപ്പിച്ചുതുടങ്ങിയതോടെ ടൂർണമെന്റിന്റെ സ്വകാര്യതയിലും വലിയ പ്രേക്ഷകവൃന്ദത്തിലേക്കാണ് സൂസുക്കൾ എത്തിപ്പെട്ടത്. ഇന്ത്യൻ ജനാധിപത്യത്തെ വെല്ലുവിളിക്കുകയും തരംതാഴ്ത്തുകയും ചെയ്തുകൊണ്ട് സംഘാടകർ കാട്ടിയ മര്യാദകേട് ടൂർണമെന്റിനുണ്ടാക്കിയ പ്രചാരനഷ്ടം സാങ്കേതികമായി സൂസുക്കളെയും ബാധിച്ചുവെന്നതും ഇതോടൊപ്പം ചേർത്തുവായിക്കണം.

കിരീടമില്ലാത്ത പ്രകാശരൂപങ്ങൾ

ഒറ്റനോട്ടത്തിൽ ആരും ധരിച്ചുപോകുന്നത് അവ അനിമേറ്റഡ് കഥാപാത്രങ്ങളാണെന്നതാണ്. പക്ഷേ, അവ മനുഷ്യർ തന്നെയായിരുന്നു. ഭൂരിഭാഗവും സ്ത്രീകൾ. പിന്നെയുള്ളത് കുറച്ചു കുട്ടികളും. സ്ത്രീകളാകട്ടെ മുംബൈയിലെ പ്രാദേശിക നാടകസംഘങ്ങളിൽനിന്നു തെരഞ്ഞെടുക്കപ്പെട്ട മെലിഞ്ഞ ശരീരങ്ങളുള്ള അഭിനേത്രികളായിരുന്നു. സൂസുവിന്റെ പ്രകടനങ്ങൾക്കും രൂപസവിശേഷതകൾക്കും ഇണങ്ങിയത് അത്തരം അഭിനേത്രികളാണെന്നു നിശ്ചയിച്ചത് സംവിധായകനോ നിർമ്മാണകാര്യദർശികളോ ഒന്നുമായിരുന്നില്ല; സൂസുവിനുവേണ്ടി നിർമ്മിച്ച അസാധാരണ രൂപശില്പമായിരുന്നു. വലിയ മുട്ടപോലുള്ള ശിരസ്സും അതിൽ വരച്ചുചേർത്ത കണ്ണും വായയും, നിഷ്കളങ്കമായ കഴുത്തും വീർത്ത ഉദാരവും മെലിഞ്ഞ കൈകാലുകളും അടങ്ങിയ രൂപശില്പം. സാധാരണ മനുഷ്യശിരസ്സിലും വലുതായി തോന്നിക്കുന്ന സൂസുശിരസ്സുകൾ, പെർസ്പെക്സ് (perspex) എന്നൊരു കട്ടിയുള്ള വസ്തുകൊണ്ടാണ് ഉണ്ടാക്കിയെടുത്തത്.

ദക്ഷിണാഫ്രിക്കയിൽവച്ചാണ് പരസ്യങ്ങൾ ചിത്രീകരിച്ചത്. കേപ്ടൗണിലെ, പ്ലാറ്റിപ്പസ് സ്റ്റുഡിയോയിൽവച്ച്. ഭീമമായ നിർമ്മാണച്ചെലവുകളില്ലാതെ പൂർത്തിയായ പരസ്യങ്ങൾ സാങ്കേതികാനുപാതത്തിലും ദൃശ്യസന്നിവേശത്തിലും സാദ്ധ്യമാക്കിയ പുതുമകൾ കൂടിചേർത്തുവച്ച് വായിക്കുമ്പോൾ അവ നമ്മെ ചിലതെല്ലാം നിർബ്ബന്ധമായും പഠിപ്പിക്കുന്നുണ്ട്. അതാണ് നമുക്കു വേണ്ടതും.

വാസ്തവങ്ങളുടെ രൂപപരിണാമധ്വനി

ആകെ ഇരുപത്തിരണ്ട് പരസ്യങ്ങളായിരുന്നു ഒരുമിച്ചെടുത്താൽ ഒൻപതു മിനിറ്റുമാത്രമുള്ള സൂസു പരസ്യങ്ങളിലുണ്ടായിരുന്നത്. ആഖ്യാ

നതലത്തിൽ തീർത്തും ഓറിയന്റൽ ആയ സ്വഭാവം പുലർത്തുന്നവയായിരുന്നു എല്ലാ ഭാഗങ്ങളും. ഇന്ത്യൻ കഥനപാരമ്പര്യത്തിന്റെ നാട്യാംശപ്രധാനമായ ചടുലതയുണ്ടായിരുന്നു അവയ്ക്ക്. വളരെ സാധാരണ ജീവിതം നയിക്കുന്ന മൂന്നാംലോകജനതയുടെ ഉപഭോക്തൃതാല്പര്യങ്ങളെ ഉന്നംവച്ചുകൊണ്ടാണെങ്കിലും പാശ്ചാത്യമായ ആഖ്യാനസാങ്കേതികതയെ സൂസു പിന്തുടർന്നതേയില്ല.

പരസ്യം കൈകാര്യം ചെയ്ത പ്രമേയങ്ങളെ സമഗ്രമായി പരിശോധിച്ചാൽ, ഇന്ത്യൻ തിയറ്ററിന്റെ ധ്വനനശക്തിയെ അവ എത്രത്തോളം മാതൃകയാക്കുന്നുണ്ടെന്നു ബോദ്ധ്യമാവും. ജീവിതത്തിന്റെ അതീവബൃഹത്തായ യാഥാർത്ഥ്യപരിസരത്തെ വല്ലാതെ ലളിതവല്ക്കരിക്കുന്നവയുമാണ് സൂസുപ്രമേയങ്ങൾ എന്ന വിമർശനവും ഇതോടു ചേർത്തുവായിക്കേണ്ടതാണെങ്കിലും, ആ പ്രശ്നം മൊബൈൽഫോൺ സാംസ്കാരികതയുടെ രാഷ്ട്രീയവുമായി ബന്ധപ്പെടുത്തിയാണ് കൂടുതൽ ചർച്ചചെയ്യേണ്ടത്.

അനിമേഷൻ സാങ്കേതികതയെ പരാജയപ്പെടുത്തുന്ന വാസ്തവം കലർന്ന കൃത്രിമത്വമായിരുന്നു സൂസുവിന്റെ ആകർഷണീയത. ഈ നിർമ്മാണകൗശലം കമ്പ്യൂട്ടർ അനിമേഷൻപോലെ ഉത്തരാധുനികമായ ഒരു യന്ത്രവൈദഗ്ദ്ധ്യമാണോ എന്നു നമുക്കു തോന്നാൻ കാരണം, നമ്മളിപ്പോഴും അതേ ഉത്തരാധുനിക മാനസികാവസ്ഥയിൽ ജീവിച്ചിരിക്കുന്നതുകൊണ്ടാണ്. വാസ്തവം (real) ഇല്ലാതാവുകയും അതീതയാഥാർഥ്യം (hyper-real) യഥാർഥമായതിന്റെ സ്ഥാനം കൈയടക്കുകയും ചെയ്ത കാലമായിരുന്നു ഉത്തരാധുനികത. അതീത യാഥാർത്ഥ്യത്തെ, പകർപ്പുകളിലൂടെയും അനുകരണങ്ങളിലൂടെയും സൃഷ്ടിച്ചെടുത്തത് സാങ്കേതികാധിപത്യമായിരുന്നെങ്കിൽ, വാസ്തവം വേറൊരു രൂപത്തിൽ സാങ്കേതികതയെ പരാജയപ്പെടുത്തുന്ന കാലമാണ് പ്രേഷിതാധുനികതയുടേത്.

ഉത്തരാധുനികതയിൽ വാസ്തവം- യഥാർത്ഥം - പകർപ്പുകളിലൂടെയാണ് നിലനിന്നതെങ്കിൽ പ്രേഷിതാധുനികതയിൽ അത് യാഥാർത്ഥ്യങ്ങളുടെ വസ്തുനിഷ്ഠമായ രൂപപരിണാമമായി തിരികെ വരികയാണ് ചെയ്യുന്നത്. യാഥാർത്ഥ്യങ്ങളുടെ ധാരാളം പതിപ്പുകൾ സൃഷ്ടിച്ചിരുന്ന, ഉത്തരാധുനിക അനിമേഷൻ സാങ്കേതികവിദ്യയെ തള്ളിക്കളഞ്ഞുകൊണ്ട് മനുഷ്യമാതൃകകളുടെ വസ്തുനിഷ്ഠരൂപപരിണാമമായി സൂസുക്കൾ പ്രത്യക്ഷപ്പെടുന്നത് അതിനൊരുദാഹരണമാണ്. ഒറ്റനോട്ടത്തിൽ വിദൂരഗ്രഹജീവികളെന്നു തോന്നുന്ന സൂസുക്കൾ, മനുഷ്യനെന്ന ആധുനിക വാസ്തവത്തെ, ചരിത്രത്തിലേക്ക് പ്രേഷിതം (post) ചെയ്തു എന്ന അർത്ഥത്തിലാണ് അവ പ്രേഷിതാധുനികതയുടെ ലക്ഷണം തികഞ്ഞ ഉദാഹരണങ്ങളാവുന്നത്.

അപമാനവം - അപഭാഷകം (dehuman-delingual)

വ്യക്തി (ഞാൻ) എന്ന ആശയം ആശയപരമായി ഒരു കാല്പനിക

നവോത്ഥാനസൃഷ്ടിയും രാഷ്ട്രീയമായി ആധുനിക (modern) പ്രശ്നവുമാണ്. വ്യക്തിയെ, മനുഷ്യൻ എന്ന സ്ഥാപനവല്ക്കരണത്തിനു വിധേയമാക്കിയത് ആധുനിക-വ്യവസായനാഗരികതയുടെ പ്രത്യയശാസ്ത്രമാണ്. അതിന്റെ ശിഥിലീകരണമാണ് സൂക്ഷ്മരാഷ്ട്രീയതലത്തിൽ ഉത്തരാധുനികതയിൽ ചർച്ചചെയ്യപ്പെട്ട സ്വത്വമനുഷ്യർ. ആധുനികതയിൽ ലിംഗ/വർഗ്ഗഘടനയ്ക്കുള്ളിലാണ് മനുഷ്യൻ നിലനിന്നിരുന്നതെങ്കിൽ ഉത്തരാധുനികതയിൽ സ്വത്വനിർണ്ണയത്തിലൂടെയുള്ള ചെറിയ ചെറിയ കള്ളികളിലേക്ക് അവ തരംതിരിക്കപ്പെട്ടു. ഉത്തരാധുനികതയുടെ നാശത്തോടെ മനുഷ്യൻ എന്ന ആധുനികമായ ആശയം തന്നെ അപ്രസക്തമായിത്തീർന്നു. അത് പ്രേഷിതാധുനികതയുടെ സ്വഭാവമായിരുന്നു. മനുഷ്യനെ അത് അപമാനവീകരിക്കാൻ ഇച്ഛിക്കുന്നു. സൂസു പരസ്യങ്ങളിൽ സംഭവിച്ച മനുഷ്യനെ അപമാനവീകരിക്കുന്ന യാദൃച്ഛികമല്ലാത്ത മൗലികത പ്രേഷിതാധുനികതയുടെ ഇച്ഛയുടെ രാഷ്ട്രീയപൂർത്തീകരണമായിരുന്നു.

ഉത്തരാധുനികതയുടെ പിന്മാറ്റത്തോടെ സംഭവിക്കുന്ന വളരെ ഉപരിതലസ്പർശിയായ ഒരു സാമൂഹിക കലാതന്ത്രമായി മാത്രം നമ്മളിതിനെ നോക്കിക്കാണരുത്. മനുഷ്യനെന്ന ആധുനികവസ്തുവിനെ, അതിന്റെ പരമാവധി ചരക്കുവല്ക്കരണത്തോടെ (ആണായും പെണ്ണായും ഹിജഡയായും) ഉത്തരാധുനികതയിൽ നമ്മൾ കണ്ടു മരവിച്ചതുകൊണ്ട്, ഇനി മനുഷ്യനെ വേണ്ട എന്ന സാമൂഹികതാല്പര്യത്തിന്റെ ഫലവുമാണ് ഈ അപമാനവീകൃതസൂസുക്കൾ. അപമാനവീകരണത്തിനു കാരണമായിത്തീരുന്ന സാമൂഹിക-രാഷ്ട്രീയബന്ധങ്ങളും ആവശ്യങ്ങളും ഇവിടെ ഉയർന്നുവന്നിരിക്കുന്നു എന്നാണ് നാം മനസ്സിലാക്കേണ്ടത്. അത്തരം ആവശ്യങ്ങൾ (social needs) ലിംഗ/വർഗ്ഗതാല്പര്യങ്ങളെയൊന്നും അഭിസംബോധന ചെയ്യില്ല എന്നതിന്റെ സൂചനകളാണ് സൂസുക്കൾ, അവയുടെ ലിംഗ-പ്രായ-വർണ്ണ താല്പര്യങ്ങളിൽനിന്നെല്ലാം ബോധപൂർവ്വമായിത്തന്നെ മിക്കപ്പോഴും തിരസ്കരിക്കപ്പെട്ടവയായിരുന്നു എന്നതിലൂടെ ലഭിക്കുന്നത്.

ഉത്തരാധുനിക വിനോദവ്യവസായം ഉപഭോഗകേന്ദ്രിതമായ സാംസ്കാരികനിർമ്മാണമായിരുന്നു. അവിടെ പരസ്യമെന്നാൽ ഉല്പന്നം തന്നെയായിരുന്നു. പരസ്യം നേരിട്ടുള്ള അറിവായിരുന്നു. അറിവെന്നാൽ ഉത്പന്ന (വസ്തു/സേവനം) മായ വിവരം. അതുകൊണ്ടാണ്, സോപ്പിന്റെ പരസ്യത്തിലഭിനയിക്കുന്ന സിനിമാനടിയുടെ ശരീരം സോപ്പിൽനിന്നു വരുന്നതാണ് എന്ന കപടമായ ഉല്പന്നവാദം നമ്മൾ ശീലിച്ചത്. സോപ്പ് ഉപഭോഗത്തിനുള്ളതാണെന്നപോലെ ശരീരവും ഉപഭോഗത്തിനുള്ളതാണെന്ന, ചരക്കുവല്ക്കരണ (commodification) ത്തിന്റെ പ്രതീകാത്മകമായ ആഖ്യാനവും അതിന്റെ നേരിട്ടുള്ള പകർപ്പുകളുമായിരുന്നു ഉത്തരാധുനിക പരസ്യങ്ങളെങ്കിൽ, സൂസു അതിനെയെല്ലാം തകർക്കുന്നു. ഇവിടെ ഉല്പന്നമോ സേവനമോ അല്ല പരസ്യം. പ്രമേയവും പ്രമേയരുപങ്ങളുമാണ്. സൂസു പരസ്യങ്ങൾ മനുഷ്യനെ ഉപേക്ഷിച്ചതിലൂടെ വികസിപ്പിച്ചെടുത്ത സങ്കേതം, ആധുനിക സാങ്കേതികവിദ്യകളെയെല്ലാം നിരാകരിക്കുന്നതായിരുന്നു. ആഖ്യാനതലത്തിൽ അവ സാദ്ധ്യമാക്കിയ കഥ

നാംശങ്ങൾ ഭാരതീയമെന്നു പറയാവുന്ന സ്വതന്ത്രസാങ്കേതിമ (technemes) ങ്ങളായിരുന്നു. സാങ്കേതിമം, സാങ്കേതികാധിപത്യത്തിന്റെ ഏകകമാണെങ്കിലും വ്യാവഹാരികതലത്തിൽ പ്രത്യക്ഷപ്പെടുന്ന പ്രേഷിതാധുനികമായ ഒരു ഘടകവുമാണ്.

സൂസുവിൽ അവയ്ക്ക് പ്രാബല്യംവരുന്നത് അവ രൂപിമങ്ങളെ അപ്പാടെ തള്ളിക്കളയുന്നു എന്നതുകൊണ്ടാണ്. രൂപിമങ്ങൾ ഭാഷയുടെ അർത്ഥതലത്തിലെ ഏറ്റവും ചെറിയ ഏകകങ്ങളാണ്. രൂപിമങ്ങൾ, ഇല്ലാതാവുകയെന്നാൽ ഭാഷ അതിന്റെ സ്വനതലത്തിലേക്കു മാത്രം ചുരുങ്ങുന്നു എന്നാണ്. സൂസു പരസ്യങ്ങളിൽ ഭാഷയുടെ രൂപതലം അപ്പാടെ നിരസിക്കപ്പെടുകയും അർത്ഥരഹിതമായ ഉച്ചാരണതലത്തിലേക്ക് അതിലെ ഭാഷ നഷ്ടപ്പെടുകയും ചെയ്തു. ഇത് അപ-ഭാഷീകരണ (de-lingual) ത്തിന്റെ ലക്ഷണമായിരുന്നു.

ഭാഷ അടിക്കുറിപ്പുകളിൽ മാത്രം ഒതുങ്ങുന്ന ചിഹ്നസമ്പ്രദായമാണെന്ന് സൂസുക്കൾ നമ്മെ നിർബ്ബന്ധപൂർവ്വം പഠിപ്പിച്ചു. വോഡഫോൺ സേവനങ്ങളിലേക്ക് പരസ്യാശയത്തിലെ താരതമ്യപ്പെടുത്തുന്ന ചരിത്രരഹിതമായ ചിഹ്നങ്ങൾ മാത്രമായിരുന്നു അവിടെ ഭാഷ. ഒരു സാമൂഹിക വിനിമയശാസ്ത്രം എന്ന നിലയിൽ ഭാഷ നിർവ്വഹിച്ചിരുന്ന സാംസ്കാരികദൗത്യത്തിന്റെ രീതിശാസ്ത്രമല്ല സൂസുപരസ്യങ്ങളിലെ വരമൊഴി അനുവർത്തിച്ചത്. ഭാഷണത്തിലെ സങ്കേതന-വിസങ്കേതന (coding-decoding) പ്രക്രിയയുമല്ല. പ്രേഷിതാധുനികത സാങ്കേതിമങ്ങളുടെ താരതമ്യപ്പെടുത്തലായിരുന്നു. അത് ഭാഷയിലെ parole/langue ദ്വന്ദ്വത്തെ അപ്രസക്തമാക്കുകയും അപഭാഷീകരണത്തിന്റെ സംവേദനതന്ത്രത്തെ കൊണ്ടുവരികയും ചെയ്തു. ഭാഷ വേണ്ടാത്തതില്ലാത്ത സംവേദനമായി അവ വിപുലപ്രചാരണം നേടിയ സാഹചര്യത്തിൽ ഭാഷയുടെ ഭാവിയെ സംബന്ധിച്ച ചോദ്യങ്ങൾക്കും ഇനി പ്രസക്തി വരുന്നു.

ആഗോളീയതയുടെ കാലത്ത് ഉന്നയിക്കപ്പെട്ടിരുന്ന ഭാഷയെ സംബന്ധിച്ച വലിയൊരാശങ്ക ഇംഗ്ലീഷിന്റെ ആധിപത്യമായിരുന്നു. ആഗോളഭാഷ എന്ന നിലയിൽ ലോകത്തിലെ കൊച്ചുഭാഷകളെ ഇംഗ്ലീഷ് പാർശ്വീകരിക്കുകയും അധഃകൃതമാക്കുകയും അപ്രസക്തമാക്കുകയും ചെയ്യുന്നു എന്ന ആശങ്ക. എന്നാൽ, ഈ ദുര്യോഗം പ്രേഷിതാധുനികതയിൽ ഇംഗ്ലീഷിന് നേരിടേണ്ടിവന്നു. ഭാഷ എന്ന നിലയിൽ അതിനുണ്ടായിരുന്ന അക്കാദമികദുശ്ശാഠ്യതയ്ക്കും പോപ്പ് സ്വഭാവത്തിനും ഹാനിവന്നിരിക്കുന്നു എന്നതാണ് വാസ്തവം. 'പഴയ ദൈവവും പുതിയ ബാബേലും' എന്ന തത്ത്വശാസ്ത്രമാണ് ഇനിയത്തെ പുരാവൃത്തം. ഒരു ഭാഷയുടെ ബാബേൽ, പല ഭാഷയായി മാറിയെങ്കിൽ ഇനിയത് ഭാഷയില്ലാത്തവന്റെ ബാബേലായി ത്തീരാൻ പോകുന്നു എന്ന പ്രകൃതിവാദം.

അതല്ല ഇതൊന്നും

ഇത്രയും പറഞ്ഞുകഴിയുമ്പോൾ ഉയർന്നുവരാൻ സാദ്ധ്യതയുള്ള മറ്റൊരു ചോദ്യം ഇതിലെന്തു പുതുമയാണുള്ളത് എന്നതാണ്. ഇതൊക്കെ

പണ്ടത്തെ നിശ്ശബ്ദ/കറുപ്പും വെളുപ്പും ചിത്രങ്ങളുടെ ആവർത്തനംതന്നെ യല്ലേ എന്നതാവും. സൂക്ഷ്മതക്കുറവുകൾ കൊണ്ടുള്ള നിരീക്ഷണമാ ണതെന്നൊക്കെയേ തല്ക്കാലം പറയാനാവൂ.

അപമാനവീകരണവും അപഭാഷീകരണവുമാണ് സൂസുവിലെ മൗലി കതയെങ്കിൽ ഈ രണ്ടു പുതുമകളും പഴയ കാലത്തേതിലില്ല. അവിടെ ഭാഷ (ശബ്ദം) ഒഴിവാക്കപ്പെടുകയായിരുന്നില്ല. സാങ്കേതിക പരിമിതി കൊണ്ട് കൂട്ടിച്ചേർക്കാനാവാതെ പോവുകയായിരുന്നു. പഴയ നിശ്ശബ്ദ ചിത്രങ്ങളിൽ ശബ്ദിക്കാനാകാതെ പോകുന്നതിന്റെ ഹൃദയവേദന തലങ്ങും വിലങ്ങും വായിട്ടലച്ചുകൊണ്ട് കഥാപാത്രങ്ങൾ പ്രകടിപ്പിക്കു ന്നത് കാണാമായിരുന്നു. ആറ്റംബോംബിനു മുന്നിൽ വിലപിക്കുന്ന ജന തയുടെ നിസ്സഹായതതന്നെയാണ് സാങ്കേതികപരിമിതിക്കു മുന്നിൽ വായ ലയ്ക്കുന്ന ആ കഥാപാത്രങ്ങളിലും നമ്മൾ ദർശിച്ചത്, നിറത്തെ സംബ ന്ധിച്ചും ഈ സാങ്കേതികപരിമിതിയായിരുന്നു കാരണമെങ്കിൽ സൂസു വിൽ ഇതു രണ്ടും വളരെ ബോധപൂർവ്വം അകറ്റിനിർത്തപ്പെടുകയായി രുന്നു. ചരിത്രത്തിന്റെ രണ്ടു വിരുദ്ധധ്രുവങ്ങളിൽവച്ച് സംഭവിച്ച തീർത്തും വ്യത്യസ്തവും സങ്കീർണ്ണവുമായ സംവേദനപരിശ്രമങ്ങളായി വേണം പഴ യതിനെയും പുതിയതിനെയും നമുക്കു കാണാനും പരിശോധിക്കാനും.

പടുമരത്തിൽ പിടിച്ച വള്ളികൾ

സൂസുപരസ്യങ്ങൾ ഏതുതരം സമൂഹത്തിന്റെ കലാപരമായ ആവ ശ്യത്തെയാണ് പ്രതിനിധീകരിക്കുന്നതെന്ന രാഷ്ട്രീയമായ അന്വേഷണവും ഇതോടൊപ്പം നടത്താൻ നമ്മൾ ബാദ്ധ്യസ്ഥരാണ്. എന്തായാലും ഈ പരസ്യഭാവുകത്വത്തിന്റെ രാഷ്ട്രീയം ഉത്തരാധുനികമല്ലെന്നു നമുക്കു ബോദ്ധ്യപ്പെട്ടതാണ്; സൈദ്ധാന്തികമായല്ലെങ്കിലും– പ്രകടനപരമായി.

ഉത്തരാധുനിക ദൃശ്യസാങ്കേതികത നമുക്കിടയിൽ സുപരിചിതമാ ക്കിത്തീർത്ത കാഴ്ചയെ സംബന്ധിച്ച ഒരു യാഥാസ്ഥിതിക ഉദാരവാദത്തെ (orthodox liberalism) സൂസു സ്നേഹാദരവോടെ നിരസിക്കുകയല്ല, പൊളിച്ചുകളയുകയാണ് ചെയ്യുന്നത്. ആധുനികത പരിചയപ്പെടുത്തിയ 'സാങ്കേതിക യാഥാസ്ഥിതികത്വ'ത്തിന്റെ ശാക്തീകരണമാണല്ലോ ഉത്ത രാധുനികതയിലും നമ്മൾ അനുഭവിച്ചത്. അതിന്റെ ഉദാരതയെന്നത് വിപ ണിയുടെ സ്വയംഭോഗാത്മകമായ ഉദാരതയും ഊഹാധിഷ്ഠിത സ്വേച്ഛാ പരതയുമായിരുന്നു.

ഇപ്പോൾ, ആ വിപണിയുടെ തകർച്ചയെ നമ്മളറിയുന്നു. തകർച്ച യുടെ ആ വേവലാതിയിൽനിന്ന് പഴയ തത്ത്വശാസ്ത്രമുപയോഗിച്ച് വിപ ണിക്കു പുറത്തുവരാനാവില്ല. അപ്പോൾ വിപണി കൂടുതൽ കൂടുതൽ ഉല്പാദനകേന്ദ്രീകരണത്തിലേക്കു പോകാൻ നിർബ്ബന്ധിതമാവുകയും ഉല്പാദനം തന്നെ സേവനം എന്ന പഴയ പ്രതിഫലനസിദ്ധാന്തത്തിന്റെ പുതിയ രൂപമായ സേവനം മാത്രമാണ് ഉല്പാദനമെന്ന ചിന്തയെ ആശ്ര യിക്കേണ്ടിവരികയും ചെയ്യും.

സൂസു പരസ്യങ്ങളിലെല്ലാം ഇല്ലായ്മയെ അതിലംഘിക്കുന്ന ഭാവ

നയാണുള്ളത്. ഇല്ലായ്മയിൽനിന്നു വരുന്ന സ്വപ്നസദൃശമായ ആഹ്ലാദമായിരുന്നു അതിന്റെ രസാനുഭവങ്ങൾ. അങ്ങനെയാണത് അനന്തമായ സേവനങ്ങളുടെ പിടിവള്ളിയായി (magic box) അവതരിച്ചത്. ആത്മഹത്യയെപ്പോലും അത് ആഹ്ലാദവല്ക്കരിച്ചു. ഏതെങ്കിലുമൊരു പ്രാർത്ഥനയുടെ റിങ്ടോൺ ഉണ്ടെങ്കിൽ ആത്മഹത്യപോലും ശുഭപര്യവസായിയാവുമെന്ന പരിണാമപാഠം (listen to prayers എന്ന പരസ്യം) അതിലൂടെ നമ്മൾ കണ്ടു.

ചെറിയ രൂപങ്ങളെ കൃത്രിമമായി വലുതാക്കിക്കാണിക്കുന്ന തന്ത്രവും സൂസു ചലനങ്ങളിലെ അസ്വാഭാവികതയും അന്യഗ്രഹദൃശ്യതയുമെല്ലാം പുതിയ വിപണിയുടെ മനഃശാസ്ത്രവുമായി ബന്ധപ്പെട്ടുതന്നെ നമ്മൾ തിരിച്ചറിയണം. ദുർബ്ബലമായ കൈകാലുകളും വലിയ ഉടലും അതിന്റെ ധ്വനികളായും.

അന്ധനായ ടെലിവിഷൻ

സൂസു പരസ്യങ്ങൾ സാങ്കേതികസമൂഹത്തിനുവേണ്ടി നിർമ്മിച്ചവയല്ല; സാങ്കേതികഭാഷയുടെ പുതിയൊരു പ്രതിനിധാനമാനകം വികസിപ്പിച്ചെടുത്തുകൊണ്ട് അവ സാങ്കേതികമാറ്റത്തിന്റെ സമഗ്രമായ പതനത്തെ വിളിച്ചുപറയുകയാണു ചെയ്യുന്നത്. ഐ പി എൽ ടൂർണമെന്റിന്റെ വലിയ ക്യാൻവാസായിരുന്നു അവയുടെ ഇടമെങ്കിലും അവ ജനപ്രിയതയിലൂടെ ട്വന്റി-ട്വന്റിയുടെ സർവ്വ പുതുമകളെയും അപ്രസക്തമാക്കി. സൂസു പരസ്യങ്ങളുടെ മാധ്യമപരമായ ഇടം ടെലിവിഷനായിരുന്നെങ്കിലും അവിടെയും അത് മാതൃഹന്താവിന്റെ, ഞണ്ടുജീവിതം തന്നെയാണ് പുറത്തെടുത്തത്.

ടെലിവിഷൻ ഒരു ആധുനികോപകരണമാണ്. ആധുനികശാസ്ത്ര-സാങ്കേതികഗവേഷണത്തിന്റെ ഫലമായുണ്ടായ ഉപകരണം. ടെലിവിഷൻ അടക്കമുള്ള ആധുനികോപകരണങ്ങളായ ആവിയന്ത്രവും സഞ്ചാരയന്ത്രങ്ങളും ആറ്റം ഭൗതികതയും ഒക്കെച്ചേർന്നാണ് ആധുനികമനുഷ്യനെയും ആധുനിക സാഹചര്യങ്ങളെയും രൂപപ്പെടുത്തിയത്. അവയുടെ തുടർപരിണാമങ്ങളും സേവനവികാസങ്ങളുമാണ് ഉത്തരാധുനിക സാങ്കേതികത എന്നപേരിൽ അറിയപ്പെടുന്നത്.

പില്ക്കാല മുതലാളിത്തത്തിന്റെ വിപണി ടെലിവിഷനിൽ സാദ്ധ്യമാക്കിയ ആകർഷകമായ മാറ്റങ്ങളാണ് ഉത്തരാധുനിക വിനോദവ്യവസായത്തിന്റെ സിംഹഭാഗവും. വാർത്തകളിൽ വരെ ഇതു ദൃശ്യമായിരുന്നു. സാമൂഹികബന്ധങ്ങളെയും സമൂഹത്തിന്റെ സ്ഥാപനവല്ക്കരിക്കപ്പെട്ട വ്യത്യസ്തഘടകങ്ങളെയും (കുടുംബസൗഹൃദം മുതലായവ) തരാതരം പോലെ പുനർനിർണ്ണയിച്ചുകൊണ്ടാണ് ടെലിവിഷൻ വികസിച്ചുവന്നത്.

അരങ്ങ് എന്ന സാദ്ധ്യതയെ കേവലമായ ആചാര്യ വാചികാഭിനയത്തിലേക്കും, സംഭവങ്ങളെ വാർത്ത (വിവര)യുടെ താല്ക്കാലികമായ അവതരണതലത്തിലേക്കും ദൃശ്യങ്ങളെ നിറങ്ങളുടെ സമൃദ്ധമായ ആവർത്തനത്തിലേക്കും, വിപണിയെ സാംസ്കാരിക നിർമ്മാണപരിസരത്തിലേക്കും

കൊണ്ടുവന്ന ടെലിവിഷന്റെ ചരിത്രപരമായ വളർച്ചയെ അതിനുള്ളിൽനിന്നു വെല്ലുവിളിക്കാൻ സൂസുവിനു കഴിഞ്ഞു. ടെലിവിഷൻ സാങ്കേതികതയുടെ അരങ്ങിനെ സ്ഥലപരമായും സൗന്ദര്യാത്മകമായും അത് വ്യതിചലിപ്പിച്ചു. ടെലിവിഷൻ വാഗ്ദാനം ചെയ്യുന്ന ഉന്നതവർഗ്ഗമെന്ന പ്രേക്ഷകനിലവാരത്തെയും അതു തകിടംമറിച്ചു. സാങ്കേതികത/സമൂഹം എന്ന ഹേതു/ആഘാതദ്വന്ദ്വത്തെയല്ല, യാഥാർത്ഥ്യം = ഭാവന എന്ന സങ്കല്പസമീകരണത്തെയാണ് സൂസു ലക്ഷ്യംവച്ചത്; അതിനെ അവതരിപ്പിച്ച വോഡഫോൺ ലക്ഷ്യംവച്ചത്.

സേവകന്റെ സേവകൻ

മൊബൈൽഫോൺ വിപ്ലവത്തിന്റെ രാഷ്ട്രീയ ഗതികതന്ത്രത്തെക്കുറിച്ചുകൂടി ഈ ദശയിൽ ബോദ്ധ്യപ്പെട്ടിരിക്കേണ്ടതുണ്ട്. സേവനങ്ങൾ എന്ന ഉത്തരാധുനിക ധാർമ്മികവ്യവസ്ഥ സാങ്കേതികതയോട് പോരാടുന്നതിന്റെ ഗതികതന്ത്രമാണത്.

കൈവെള്ളയിലെ ഡസ്ക്-ടോപ്പ് എന്ന നിലവാരത്തിലും വളർന്നു കഴിഞ്ഞ മേഖലയാണിന്ന് മൊബൈൽഫോൺ വ്യവസായം. പക്ഷേ, അതിനുള്ളിൽ നടക്കുന്ന മത്സരങ്ങളാണ് അങ്ങേയറ്റം ഭീകരം. മൊബൈൽ ഫോൺ ഉല്പാദകർ തമ്മിലും സേവനദാതാക്കൾ തമ്മിലുമുള്ള വിപണനമത്സരം ജീവിതത്തിന്റെ സകലവിധമായ ജനാധിപത്യപ്രക്രിയയിലും അതിക്രമിച്ചുകയറിക്കഴിഞ്ഞിട്ടുണ്ട്.

ഇപ്പോൾ ഉപഭോക്താവിന്റെ തെരഞ്ഞെടുപ്പുസാദ്ധ്യതകളെ അങ്ങനെയങ്ങ് നിയന്ത്രിക്കാൻ ആർക്കും കഴിയാത്ത അവസ്ഥയാണ്. കുറച്ചുകൂടി ആയിരങ്ങൾ കടംവാങ്ങിയോ പണയംവച്ചോ കട്ടെടുത്തോ കൂട്ടിക്കൊടുത്തോ ഒപ്പിച്ചാൽ കൈവശപ്പെടുത്താവുന്ന മൊബൈൽയന്ത്ര-സുന്ദരികൾ, സേവനദാതാക്കൾ തന്നിരുന്ന ഭിക്ഷപ്പെട്ടിയെക്കാൾ പതിന്മടങ്ങ് സ്വർഗ്ഗലോലുപമത്രേ! ഇ-മെയിൽ, മുഴുവൻസമയ ഇന്റർനെറ്റ്, ടച്ച് സ്ക്രീൻ, ദൂരദർശിനി, അതിശയോക്തി ക്യാമറകൾ, നിശ്ചലദൃശ്യവും വീഡിയോയും, ജി പി എസ് വ്യത്യസ്ത എഡിറ്റ് സഹായികൾ, ബാർ കോഡ് റീഡറുകൾ, വൈഫി കണക്ടിവിറ്റി എന്നുവേണ്ട ഉർവ്വശീസഹവാസത്തിനുള്ള വിഭ്രാമകകുതന്ത്രങ്ങൾ വരെ അതിലുണ്ടാകും. സാങ്കേതികവിപ്ലവത്തിന്റെ ആ മലവെള്ളപ്പാച്ചിലിനോടാണ് വോഡഫോൺ, ഐഡിയ, ബി എസ് എൻ എൽ, റിലയൻസ് പ്രഭൃതികൾ മത്സരിക്കേണ്ടത്. അപ്പോൾ പിന്നെ സേവനവും സാങ്കേതികതയും തമ്മിലുള്ള പോരാട്ടത്തിന് ഒരു പ്രതീകാത്മകശരീരം എവിടെയെങ്കിലും ഉണ്ടായേ മതിയാകൂ. കളിക്കുന്നവനല്ല കളിക്കളത്തെ ആർഭാടപൂർവ്വം ഭരിക്കുന്നവനും സംഗീതാത്മകമായി മഞ്ചലേറിപ്പോകുന്നവനുമായ അസാധാരണനാണ് കളിയിലെ കേമൻ എന്നു സ്ഥാപിച്ചുകൊണ്ട് (be the star of the match എന്ന പരസ്യം) സൂസുകൾ നമ്മളോടു പറഞ്ഞതും ഈ പുതിയ കാലത്തിന്റെ അഥവാ പ്രേഷിതാധുനികതയുടെ ഭാവനാവിലോലതയെക്കുറിച്ചുതന്നെയാണ്.

ഒ വി വിജയൻ എന്ന ബയോമോളിക്യുലാർ ഉപനിഷത്ത്

'**കാ**ലത്തിലൂടെ സ്ഥാവരങ്ങളുടെ പ്രയാണം' എന്നത്, വിജയനെഴുതിയ ഭരണഘടനയുടെ ആമുഖമാണ്. ജരാനരകൾ ബാധിച്ച് അകാലത്തിൽ വൃദ്ധമായിത്തീരുന്ന മനുഷ്യരുടെ രാഷ്ട്രത്തിന്റെയല്ല; ഉരഗങ്ങളും സസ്യങ്ങളും സൂക്ഷ്മശരീരികളായ അമീബകളും ചേർന്ന് കഥകളെഴുതുന്ന ഒരു ബൃഹദാഖ്യാനരാഷ്ട്രത്തിന്റെ ഭരണഘടന.

പരിസമാപ്തിയില്ലാത്ത ബൃഹദാഖ്യാനങ്ങളാണ് ഇതിഹാസങ്ങൾ. ഓരോ മനുഷ്യനും തന്റെ നാടോടിരക്തത്തിലെ ചുവന്നരക്തകണങ്ങൾ കൊണ്ട് അവയെ ആഖ്യാനം ചെയ്തു പൂർത്തീകരിക്കാൻ ശ്രമിക്കുന്നു. പക്ഷേ, ഒരാളും ഇതേവരെ ഇതിഹാസങ്ങളുടെ അവസാനമെന്തെന്നു പറഞ്ഞിട്ടില്ല. സാംസ്കാരികപരിണാമശാസ്ത്രത്തിലെ അനന്യമായ ഒരു പരിമിതിയാണത്.

കാലവും സ്ഥലവും ഒന്നായി ഉറച്ചുപോയതും ഇന്ദ്രിയങ്ങൾ അതിഖരാവസ്ഥയിലുള്ളതുമായ ജീവികളെന്നും സ്ഥാവരങ്ങളെ വിളിക്കാം. ഇന്ദ്രിയങ്ങളെ ഖരമായും ദ്രവമായും കാണുന്നതിന് നമ്മെ പ്രാപ്തമാക്കിയ സൗന്ദര്യശാസ്ത്രം പണ്ടേ ഇവിടെയുണ്ട്. *തൊൽക്കാപ്പിയം* പൊരുളതികാരത്തിലെ മരപിയലിൽ അതു രേഖപ്പെടുത്തിയിരിക്കുന്നു. ഇന്ദ്രിയങ്ങളുടെ എണ്ണത്തെ മാനദണ്ഡമാക്കി, ജീവികളെ അതു വകതിരിക്കുന്നു.[1] ഒരറിവുയിരാണ് പുല്ലും മരവും. അവയ്ക്ക് സ്പർശിച്ചറിയുന്ന ത്വക്കു മാത്രമേയുള്ളൂ. ത്വക്കും നാക്കുമുള്ളവ ഇരണ്ടറിവുയിരുകൾ. നത്തും ശംഖുമൊക്കെയാണ് ആ ഇനങ്ങളിലേത്. പഞ്ചേന്ദ്രിയങ്ങളും മനസ്സുമുള്ള മനുഷ്യരെ ആററിവുയിർ എന്നു *കാപ്പിയം* വിളിച്ചു.

ഒറ്റ ജീവിതംകൊണ്ടോ നൂറുജീവിതങ്ങൾ കൊണ്ടോ കണ്ടുതീരാനാവാത്തത്ര പ്രകൃതിപ്രവൃത്തിയുടെ ഫലമാണ് ഓരോ ഇന്ദ്രിയവും[2].

മനുഷ്യനിലേതുപോലെ വളർച്ചനേടിയ തലച്ചോറുകൾക്ക് ജാലകങ്ങളായിത്തീർന്ന ഇന്ദ്രിയാനേകതകൾ വൃക്ഷങ്ങൾക്കില്ല. പക്ഷേ, വേരുകളിലും തായ്ത്തടിത്തൊലിയിലും ഇലകളിലും ഞരമ്പുകളിലും ഉറച്ചുപോയ അവയുടെ ഇന്ദ്രിയങ്ങളെപ്പറ്റി പീറ്റർവോലെബെൻ, *വൃക്ഷങ്ങളുടെ രഹസ്യജീവിത*ത്തിൽ വർണ്ണിക്കുന്നുണ്ട്. സ്ഥാവരങ്ങളെ പ്രയാണസന്നദ്ധമാക്കുന്ന പുതിയജ്ഞാനമാണത്.

സ്ഥാവരങ്ങൾക്കു കാലം ബാധകമല്ലെന്നും പ്രയാണങ്ങൾ അവയ്ക്ക് അസാദ്ധ്യമാണെന്നുമായിരുന്നു വിവേചനവിദ്യയുടെ യുക്തി. റോബർട്ട് ബ്രൗണിങ്ങിന്റെ കാവ്യഭക്ഷണംപോലെ വിജയൻ അതിനൊരു തിരുത്തുണ്ടാക്കി. സ്ഥാവരങ്ങളും കാലത്തിലൂടെ സഞ്ചരിക്കാറുണ്ടെന്നെഴുതി. He was sad that he had disrupted an incredible pilgrimage എന്നായിരുന്നു ആ സന്ദർഭത്തിനു വിജയൻ തന്നെ നല്കിയ പരിഭാഷ (*The Legend of Khasak*).

ബ്രൗണിങ്ങിന്റെ കാവ്യശക്തിയിലേക്ക് വിജയൻ കൂപ്പുകുത്തി വീഴുന്നത് ഏഴോ എട്ടോ വയസ്സുള്ളപ്പോഴാണ്. അരിയക്കോട്ടെ കുന്നിൻപുറത്തുള്ള എം എസ് പി ക്യാമ്പിലേക്ക് തൊഴിലന്വേഷിച്ചുവന്ന പഥികനായ നാരായണൻനായരാണ്, ബ്രൗണിങ്ങിന്റെ ഗഹനകാവ്യങ്ങളുടെ വല്മീകത്തിനകത്ത് വിജയന്റെ ബാല്യത്തെ തപസ്സിരുത്തിയത്. അതൊരു യാദൃച്ഛികതയും സുന്ദരമായ അസ്സംബന്ധവുമായിരുന്നു. ആ രണ്ടാം ക്ലാസുകാരനെ എന്തു പഠിപ്പിക്കണമെന്നറിയാതെ കുഴങ്ങിയ പുതിയ മാസ്റ്റർ ഗ്രാജ്വേഷനു താൻ പഠിച്ചുനിർത്തിയേടത്തുന്ന് അവനുള്ള കാവ്യഭക്ഷണമെടുത്തു.

വളരെ വർഷങ്ങൾ കഴിഞ്ഞ്, താംബരത്തെയോ തഞ്ചാവൂരിലെയോ കോളേജിൽ അദ്ധ്യാപകനായിരുന്ന കാലത്ത്, വിജയൻ നാരായണൻ നായരെന്ന ബ്രഹ്മാവിനെ വീണ്ടും കണ്ടുമുട്ടി. അതിനോടകം, സൈനികസേവനമനുഷ്ഠിച്ച് ഒരുയർന്ന ഉദ്യോഗസ്ഥനായി മാറിയിരുന്നു നാരായണൻനായർ. തന്റെ യൗവനത്തിന്റെ പരുക്കൻ ആധുനികതയോടെ, വിജയൻ അദ്ദേഹത്തെ പ്രണമിച്ചു.

"സേർ," വികാരാവേശത്തോടെ ഞാൻ പറഞ്ഞു. "എനിക്ക് ഭാഷയിൽ എന്തെങ്കിലും ചെയ്യാൻ കഴിയുന്നുണ്ടെങ്കിൽ അതിനുകാരണക്കാരൻ മാഷാണ്."

ഇതൊരു നന്ദിസൂചകമായ മനുഷ്യകിരീടമാണ്; ഗുരുകാരുണ്യത്തിന്റെ ആവർത്തനം. പക്ഷേ, ഇതിലുമേറെ ധ്യാനാത്മകവും ഇതിലുമെത്രയോ അറ്റോമികവുമാണ് സ്ഥാവരങ്ങളുടെ രാഷ്ട്രനിർമ്മിതി.

മനുഷ്യബോധത്തിന്റെ പുരാവസ്തുവിജ്ഞാനീയം

'കാലത്തിലൂടെ സ്ഥാവരങ്ങളുടെ പ്രയാണ' മെന്നത് അങ്ങനെ ഒരു ബയോമോളിക്യുലാർ വാക്യമായിത്തീരുന്നു. വസൂരിപിടിച്ച് രാജാവിന്റെ പള്ളിയിലെ വിശ്രമകാലവും കഴിഞ്ഞ് ഞാറ്റുപുരയിലേക്കു മടങ്ങിയ രവി

അകത്തു കടന്നപ്പോൾ നേരിട്ട കാലാനുഭവത്തിന്റെ വ്യാഖ്യാനമാണത്. ഞാറ്റുപുര തുറന്ന് അകത്തുകടന്നപ്പോൾ ഒരു ജന്മം കഴിഞ്ഞപോലെ രവിക്കു തോന്നി. ഓരോ വസ്തുക്കളും താൻ വച്ചിരുന്നേടത്തു തന്നെ യിരിക്കുന്നു. ആ ദിവസങ്ങളിലൂടെയത്രയും ഉതിർന്ന പൊടിമാത്രം അവ യ്ക്കുമേൽ തിണർത്തു നിന്നു. പ്രയാണത്തിന്റെ ഗന്ധമായിരുന്നു ആ പൊടികൾക്കത്രയും.

പൊടി, ചയാപചയങ്ങളുടെ (metabolism) അവശിഷ്ടങ്ങളാണ്. അവയെ തിരിച്ചറിയുന്നതിനുള്ള പ്രാചീനമായ ഒരു ദർശനത്തെ സ്വാംശീ കരിച്ചെടുത്തത് രവിയിലെ പരിണാമബോധമാണ്. വസൂരിയുടെ മഞ്ഞപ്പൂങ്കുലകളൊടിച്ച് മരണം ഉദ്യാനനൃത്തമാടിയ ഖസാക്കിനെയാണ്, ആ വാക്യത്തിലൂടെ രവി അതിജീവിച്ചത്. രോഗത്തെ അതിജീവിച്ച, ശരീരത്തിന്റെ ഒരു പീഡാനന്തര (post-traumatic) ഭാവനാശക്തി ആ വാക്യത്തിനുണ്ട്.

മനുഷ്യാനന്തരമായ ഇത്തരം അന്തർജ്ഞാനങ്ങൾ സാഹിത്യത്തിൽ സാദ്ധ്യമാകുമോ എന്ന് എഴുത്തുകാരൊന്നടങ്കം സന്ദേഹിച്ചിരുന്ന കാലത്താണ് വിജയന്റെ ഭാഷ ഇത്തരം പുതിയ 'അഭിജാതശൂദ്രിമ'കളെ സൃഷ്ടിച്ചത്. ചിലർ അവയെ ആധുനികതയുടെ ക്ളീഷേ എന്നു വിളിച്ചു. അന്തർജ്ഞാനത്തിന്റെ അസാധാരണമായ ഔചിത്യ (decorum) മാണ തെന്നത് അവർക്കുതിരിച്ചറിയാനായില്ല. പൗലോഫ്രെയർ, മനുഷ്യ ബോധത്തിന്റെ പുരാവസ്തുവിജ്ഞാനീയം എന്നു വിളിച്ചതിനുമപ്പുറമുള്ള അവബോധമാണിത്. "മാനവികതയെ തെരഞ്ഞെടുക്കുന്ന ഒരു വിദ്യാഭ്യാസ പ്രവർത്തകൻ ബോധവും ലോകവുമായും, മനുഷ്യനും ലോകവുമായും ഉള്ള ബന്ധത്തെ ശരിയായി കാണേണ്ടതുണ്ട്."[3] അതു കൊണ്ട് വിദ്യാഭ്യാസത്തിന്റെ വിമോചനരൂപം വ്യാഖ്യാനതലത്തിൽ മനു ഷ്യബോധത്തിന്റെ ഒരു പുരാവസ്തുവിജ്ഞാനീയത്തെ ആവശ്യപ്പെടുന്നു എന്നാണ് ഫ്രെയർ പറഞ്ഞത്.

മലയാളിയുടെ ബോധനശാസ്ത്രത്തിന് സ്പർശിക്കാൻ കഴിഞ്ഞ ഏറ്റവും ഉന്നതമായ ഒരു ക്ലാസ് മുറിയെയാണ് വിജയൻ *ഖസാക്കിൽ* സൃഷ് ടിച്ചത്. അതോടെ, തസറാക്ക് എന്ന ആദിമമായ പ്രകൃതിയുടെ ശരീരം ഇനിയൊരുമാറ്റത്തിനും സമ്മതമില്ലാത്തവണ്ണം അവിടെ കുടിയിരുന്നു കളഞ്ഞു. പ്രതിഷ്ഠ എന്നു പറഞ്ഞാൽ ഇതാണ്. സ്ഥാവരം എന്നു പറ ഞ്ഞാലും ഇതാണ്.

രവി അവിടെത്തന്നെ ഉണ്ടായിരുന്നു. വിജയനാണ് പുറത്തുനിന്ന് അവിടെച്ചെന്നത്. ആ സ്ഥലം രവിക്ക് അപരിചിതമായിത്തോന്നിയില്ല എന്ന പ്രസ്താവന തസറാക്കിന്റെ അന്തരീക്ഷമാണ്; ഭൂഗുരുത്വമല്ല. തസറാ ക്കിനുമേൽ ആർക്കും ഉടമസ്ഥത അവകാശപ്പെടാനാവാത്തവിധം ആദിമ മാണത്. ഉടമസ്ഥതകളുടെയും രാഷ്ട്രാതിർത്തികളുടെയും ആധുനിക തയെയല്ല, ആധുനികത മനുഷ്യാനുഭവബാഹ്യമെന്നു കരുതിയിരുന്ന ഖരഇന്ദ്രിയതകളുടെ ബോധനശാസ്ത്രത്തെയാണ് രവിയിലൂടെ കുട്ടികൾ

പഠിച്ചത്.

ഖസാക്കിൽ തലമുറകൾ ഇല്ല എന്ന സത്യം വൈകിമാത്രമാണ് നാം മനസ്സിലാക്കുക. അവിടെയുള്ളത് സാഹോദര്യത്തിന്റെ ഏകാന്തതകളും അവയുടെ വിഷാദവർണ്ണങ്ങളുമാണ്. പരിണാമത്തിന്റെ അലിഗറിയെ ഇതിലും നിശ്ശബ്ദതയോടെ ധ്യാനാത്മകതയോടെ മലയാളത്തിലാരും എഴുതിയിട്ടുണ്ടെന്നു തോന്നുന്നില്ല. പണ്ടുപണ്ട്, ഓന്തുക്കൾക്കും ദിനോസറുകൾക്കും മുമ്പ് ഒരു സായാഹ്നത്തിൽ രണ്ടു ജീവബിന്ദുക്കൾ നടക്കാനിറങ്ങിയകഥ അങ്ങനെ രൂപപ്പെട്ടതാണ്.

പരിണാമശാസ്ത്രത്തിലെ സൂക്ഷ്മമായ ഇത്തരം അന്തർജ്ഞാനങ്ങൾ രവിയുടേതു മാത്രമല്ല. രവി അത് ആഖ്യാനം ചെയ്യുന്നു എന്നു മാത്രം. പരിണാമമാണ് *ഖസാക്കിനെ* നിർമ്മിച്ച കലാതത്ത്വമെന്ന് ഏതു കഥാപാത്രത്തെ പിൻതുടർന്നാലും നമുക്കു മനസ്സിലാവും. ചെതലിയുടെ കൊടുമുടിയിൽനിന്ന് ചിറകുവിടർത്തി താഴോട്ടുപറക്കുന്ന നൈസാമലി, ജന്മാന്തരങ്ങളറിഞ്ഞ അപ്പുക്കിളി, നെൻമണിയെറിഞ്ഞാൽ വന്നു കൊത്തിപ്പെറുക്കുമെന്ന് കുപ്പുവച്ചൻ പറഞ്ഞ മുങ്ങാങ്കോഴി, അരശുകളുടെ തണലിൽ തുമ്പിയായി മാറുന്ന ആബിദ.... ഓരോ കഥാപാത്രവും ജീവപരിണാമത്തിന്റെ ഓരോ അടയാളങ്ങളാണ്. അവർ കൂടിച്ചേർന്ന് ജീവജാതികളുടെ ഒരു മാറാലസൃഷ്ടിക്കുന്നു (a web of complex relationship). ഇത്തരമൊരു സങ്കീർണ്ണതയെപ്പറ്റി ഡാർവിൻ പറഞ്ഞിട്ടില്ല. അതദ്ദേഹത്തിന്റെ പരിമിതിയല്ല. പക്ഷേ, വിജയന്റെ പരിണാമബോധത്തിന്റെ സൗന്ദര്യാനുഭവം ഈ മാറാലയിലൂടെയാണ് അന്തർവൈജ്ഞാനികമായി ആവിഷ്കരിക്കപ്പെട്ടത്.

ഖസാക്കിലെ കഥാപാത്രങ്ങളുടെ സാമുദ്രിക വൈവിദ്ധ്യത്തിനു കാരണവും ഇതാണ്. പദഘടനയിൽ സാമുദ്രികലക്ഷണങ്ങളുടെ ചേരുവകൾ കലരുമ്പോഴുള്ള അപൂർവ്വസൃഷ്ടിയാണ് കുപ്പുവച്ചൻ. ഒരു മനുഷ്യന്റെ ആയുർബാന്ധവമൊന്നടങ്കം അയാളുടെ ശരീരകലകളിൽ വരച്ചുവച്ചിരിക്കുന്നു. *ഖസാക്കിന്റെ* ഭൂപടത്തിലെ ഏതു സസ്യ-ജന്തു വിവരണത്തിലും ഈ സാമുദ്രികധ്വനി അനുഭവവേദ്യമാണ്. ഇതാണ് ആ നോവലിലെ കഥാപാത്രസംസ്കാരത്തെ ഭൂകാണ്ഡസ്വഭാവി (rhizomic) യാക്കിത്തീർക്കുന്നത്. പകലിനെക്കാളുണ്ട് *ഖസാക്കിൽ* രാത്രികൾ എന്നു പറയേണ്ടിവരുന്നതും അതിനാലാണ്. പാനീസുവിളക്കിന്റെയും പന്തങ്ങളുടെയും അസംഖ്യം ജനിതകരാവുകൾ. ആ ഭൂപ്രകൃതിയിൽനിന്ന് നമുക്കൊരു കുടുംബവൃക്ഷത്തെയോ സമൂഹവൃക്ഷത്തെയോ സങ്കല്പിക്കാൻ കഴിയുകയില്ല. എന്നാലൊരു ജീവവൃക്ഷത്തെ (the tree of life)[4] സങ്കല്പിച്ചെടുക്കാൻ യാതൊരു പ്രയാസവുമില്ല.

ഖസാക്കിന്റെ കലാനിയമം പരിണാമവാദത്തെ പിൻതുടരുകയും മെറ്റാഫിസിക്കലായ മതവിചാരങ്ങളോടു നേരിട്ടു സംവദിക്കുകയും ചെയ്യുന്നു. പരിണാമശാസ്ത്രത്തെ സൈക്യുലറായ ഒരു മതവിശ്വാസമാക്കിമാറ്റുന്ന ഒന്നാണ് വിജയന്റെ ഈ ശാസ്ത്രമാനവികത. അദ്ദേ

ഹത്തിന്റെ പില്ക്കാല രചനാജീവിതത്തിന്റെ രാഷ്ട്രീയമായിത്തീർന്നത് ഈ സംവാദാത്മകതയും അതിന്റെ രൂപപരിണാമങ്ങളുമാണ്. അതാണ് *ധർമ്മപുരാണ*ത്തിലും *ഗുരുസാഗര*ത്തിലുമുള്ളത്. അതിനൊരു വ്യതിയാനം വരുന്നത് *മധുരംഗായതി*യിലാണ്. ആ നോവലിലൂടെ പരിണാമത്തിന്റെ തത്ത്വചിന്തയിൽ നിന്ന് വിപരിണാമത്തിന്റെ (devolution) ഋതംഭരാബുദ്ധിയിലേക്ക് വിജയൻ പ്രവേശിക്കുകയായിരുന്നു.

വിപരിണാമമെന്നത് പരിണാമത്തിന്റെ ശാസ്ത്രീയതയെ നിഷേധിക്കുന്ന യുക്തിയല്ല. ഋതംഭരാബുദ്ധിയെന്നത് ആൾക്കൂട്ടരാഷ്ട്രീയത്തിനു കീഴടങ്ങുന്ന മതബോധത്തിന്റെ ആത്മീയതയുമല്ല. പ്രമാണങ്ങളുടെയോ അനുമാനങ്ങളുടെയോ ആപ്തവാക്യങ്ങളുടെയോ സഹായമില്ലാതെ വസ്തുസത്യം സ്വയം കണ്ടറിയാൻ കഴിയലാണ് ഋതംഭരാത്വം. അതിനു ദൃഢതവരുമ്പോൾ കാല-ദേശ-ശരീരങ്ങളുടെ തടസ്സങ്ങളില്ലാതെ എല്ലാം അറിയാറായിത്തീരുന്നു എന്ന് യോഗവിദ്യ പറയുന്നു.

ഈ അറിവാണ്, *ഖസാക്കി*ലാവിഷ്കരിച്ച പരിണാമഭാവനയുടെ വിപരീതചിത്രണങ്ങളിലേക്ക് *മധുരംഗായതി*യെ നയിച്ചത്. *ഖസാക്കി*ന്റെ പാറ്റേൺ തന്നെയാണ് ഗായതിയിലുമുള്ളത്. പക്ഷേ, ആദിമജീവബിന്ദുവിൽ നിന്ന് പലതായിത്തീർന്ന ജീവജാതികളെപ്പറ്റിയാണ് (Evolution) *ഖസാക്ക്* പറയുന്നതെങ്കിൽ, ആ ആദിമജീവനിലേക്ക് മടങ്ങിപ്പോവുന്ന പ്രക്രിയയുടെ കാഠിന്യത്തെയാണ് (വിപരിണാമം) *ഗായതി* ആഖ്യാനം ചെയ്യുന്നത്.

കോശങ്ങളിൽ വച്ച മൈക്രോസ്കോപ്പ്

*ഖസാക്കി*ന്റെ ആഖ്യാനത്തിലെമ്പാടുമുള്ള ഓന്തുകളും ദിനോസറുകളും തുമ്പികളും മനുഷ്യരും സസ്യങ്ങളുമടങ്ങുന്ന പാറ്റേണിന് രണ്ടു സ്വഭാവങ്ങളുണ്ട്. ജീവജാതികളുടെ ഉത്ഭവത്തെക്കുറിച്ചുള്ള വിജയന്റെ ആധുനികവിശ്വാസത്തിന്റെ ഒരു സ്വഭാവവും, പ്രാചീന മനുഷ്യരുടെ മനഃശാസ്ത്രബോധത്തിന്റെ മറ്റൊരു സ്വഭാവവും.

പ്രാചീനസമൂഹങ്ങൾ ഏകാഭിപ്രായസമൂഹങ്ങളാണെന്ന് ആനന്ദകുമാരസ്വാമി പറഞ്ഞിട്ടുണ്ട്. അവരുടെ ക്രമം പ്രകൃതിയുടെ ക്രമമാണ്. എന്നാൽ ഈ ഏകാഭിപ്രായ സമൂഹങ്ങളൊന്നും ചരിത്രരഹിതസമൂഹങ്ങളല്ലെന്നും ലെവിസ്ട്രാസ്സിൽനിന്ന് (structural arthropology) ഒരു വാക്യം ഉദ്ധരിച്ചുകൊണ്ട് ദെല്യൂസും ഗൊത്താരിയും സ്ഥാപിക്കുന്നുണ്ട്.[5] A true primitive society is harmonious, a society, so to speak, at one with itself എന്ന വാക്യമാണത്. പൊട്ടിപ്പോയ മണി അതിന്റെ ആദിമമായ സ്വരപ്പൊരുത്തത്തെ പിന്നീടൊരിക്കലും വീണ്ടെടുക്കാത്തതുപോലെ ഒരു സത്യമാണ് ചിതറിപ്പോയ പ്രാകൃത സമൂഹങ്ങൾക്ക് പിന്നീടൊരിക്കലും പഴയ ഏകാഭിപ്രായജീവിതത്തിലേക്ക് മടങ്ങാനാവുകയില്ലെന്നത്.

പ്രകൃതിയുടെ ക്രമമാണ് *ഖസാക്കി*ന്റെയും ക്രമം. അവിടത്തെ ജീവചിത്രങ്ങൾ എടയ്ക്കൽ മുദ്രകൾപോലെ മാഞ്ഞുപോകാതെ മനസ്സിൽ

നില്ക്കുന്നതിനു കാരണമതാണ്. രവിയിലൂടെ നമുക്കത് വ്യക്തമാവും. നിലവിലുള്ള ഏറ്റവും ആധുനികമായ വിജ്ഞാനമനസ്ഥിതിയോടെ ഗവേഷണം ചെയ്യാനിറങ്ങിപ്പുറപ്പെട്ട ഒരാളാണ്, കവറപ്പേച്ചിന്റെ വിശുദ്ധിയോടെ പ്രാചീനകലാവസ്തുമാതൃകയിൽ (primitive artefact) അറിവുകളെ കുട്ടികൾക്കു മുന്നിൽ അവതരിപ്പിക്കുന്നത്.

*ഖസാക്കി*ലെ രവി, അപവ്യക്തീകരിക്കപ്പെട്ട (de-individuallized)തുകൊണ്ടാണങ്ങനെ. ഫൂക്കോയുടെ പ്രയോഗമാണത്. വ്യക്തിയെന്നത് അധികാരത്തിന്റെ ഉല്പന്നമാണെന്നും കൂട്ടംചേരൽ, സ്ഥാനഭ്രംശം, വൈവിദ്ധ്യപൂർണ്ണമായ ഇഴുകിച്ചേരലുകൾ എന്നീ വഴികളിലൂടെ ഒരാൾക്ക് അപവ്യക്തീകരിക്കാനാവുമെന്നും ഫൂക്കോ നിരീക്ഷിച്ചു[6]. ഈ മൂന്നു പ്രക്രിയകളിലൂടെയും രവി കടന്നുപോവുന്നുണ്ട്.

വിജയനുമേൽ മോഷണക്കുറ്റമാരോപിച്ച വിലാസിനി ശ്രദ്ധിച്ചിരിക്കാനിടയില്ലാത്ത പ്രാചീനതയാണിതൊക്കെ. *ഖസാക്ക് ബൻഗർവാടി*യുടെ അനുകരണമാണെന്നു വിലാസിനി വാദിച്ചുകൊണ്ടിരുന്നു. വിജയൻ അതിന് അരിത്മെറ്റിക്കായ ഒരു മറുപടി പറഞ്ഞിട്ടുണ്ട്. അങ്ങനെ ഒരു മറുപടി പറയാൻപോലുമുള്ള സാമ്യം ആ കൃതികൾക്കിടയിലുണ്ടായിരുന്നില്ല. *ബൻഗർവാടി* ഒരു ഗ്രാമീണവ്യവസ്ഥയും അതിലെ രാജാരാം ഒരു ശരാശരി മനുഷ്യനുമായിരുന്നു. രവി അങ്ങനെയായിരുന്നില്ല. അയാൾ ഛിദ്രമായ തന്റെ ഗൃഹസ്ഥാശ്രമവേളയെ പ്രാചീനമായ ചിന്തകൾകൊണ്ട് അനുഭൂതിവല്ക്കരിക്കുകയായിരുന്നു.

ജീവജാതികളുടെ ഉത്ഭവത്തെക്കുറിച്ചുള്ള വിജയന്റെ വിശ്വാസമാണ്. 'ദൂരെയെവിടെയോ ഒരു പരീക്ഷണശാലയിൽ അള്ളാപ്പിച്ചാ മൊല്ലാക്കയുടെ ഒരു സെല്ലിനുമേൽ വൈദ്യൻമാർ സൂക്ഷ്മദർശിനികൾ ചൂണ്ടി' എന്ന വാക്യം. കോശങ്ങളിലേക്കു നീട്ടിപ്പിടിച്ച സൂക്ഷ്മദർശിനിക്കുഴൽ, ജനിതകവിജ്ഞാനത്തിലെ ഒരു സവിശേഷപ്രതീകമാണ്. ഗ്രിഗർമെൻഡലിനെ പരീക്ഷണങ്ങളിലൂടെ വ്യാഖ്യാനിച്ചു സ്ഥാപിച്ച മോർഗനും ശിഷ്യരുമാണ് ഈ കോശതത്ത്വത്തെ ആദ്യമായി പറഞ്ഞവർ. നാം കാണുന്ന ജീവികളേതും കോശങ്ങൾ കൊണ്ടാണു നിർമ്മിക്കപ്പെട്ടിരിക്കുന്നതെന്ന് അവർ ലോകത്തോടു തെളിയിച്ചു. അമീബ, യുഗ്ളീന, ക്ലാമിഡോമോണാസ് തുടങ്ങിയ ഏകകോശജീവികൾ മുതൽ വംശനാശം വന്നുപോയ ദിനോസറുകൾ വരെ അങ്ങനെയുള്ളവയാണെന്നും.

സൂക്ഷ്മദർശിനിയുടെ കണ്ണുകൾകൊണ്ടു കോശങ്ങളിലേക്കും, ഭാവനാരൂപമെടുത്ത ജീവിവികാരംകൊണ്ട് സ്ഥൂലതയിലേക്കും ഒരേമട്ടിൽ പറക്കുന്ന ബഹുധ്രുവച്ചിറകുകൾ *ഖസാക്കി*ന്റെ രചനയിലുപയോഗിച്ചിട്ടുണ്ട്. 'ദൂരെയെവിടെയോ കാക്കകൾ റ്റെറാഡാക്റ്റെലുകളെപ്പോലെ വെയിലിന്റെ സ്ഫടികമാനത്തിലേക്കു നിലവിളിച്ചുപൊന്തി' എന്ന വാക്യത്തിന്റെ അർത്ഥവ്യാപ്തി ഈ സ്ഥൂലതയുടേതാണ്. ഹെലിക്കോപ്റ്റർ പറക്കുമ്പോൾ പക്ഷികളനുഭവിക്കുന്ന ആദിമമായ ഭയത്തെ ഇതിനോടുപമിക്കാം. പരിണാമാരംഭത്തിലെ ഒരു റ്റെറാഡാക്റ്റെൽ തങ്ങളെ

ഭക്ഷിക്കാൻ വരുന്നതായാണ് പക്ഷികൾ ഹെലിക്കോപ്റ്ററുകളെ കരുതുക. ഈ ജൈവ ബന്ധത്തെയാണ്, ഓന്തുകളെ കൊട്ടപ്പാൽകുടിപ്പിക്കുന്ന കുട്ടികൾക്ക് രണ്ടു ജീവബിന്ദുക്കൾ നടക്കാനിറങ്ങിയ കഥയായി രവി പറഞ്ഞുകൊടുക്കുന്നത്. ഒറ്റക്കേൾവിയിലോ അതിന്റെ ആവർത്തനത്തിലോ, വിരസമായിത്തീരാൻ സാദ്ധ്യതയുള്ള ഒരു ജീവശാസ്ത്രപ്രതിഭാസത്തെയാണ് കർമ്മപരമ്പരയുടെയും ദുഃഖത്തിന്റെയും ആത്മീയതകൊണ്ടു മെടഞ്ഞ ഭാഷയിൽ അപ്രകാരം രവി പഠിപ്പിക്കുന്നത്.

എന്നാലിത് കോശങ്ങളുടെ പ്രത്യയശാസ്ത്രമല്ല. പക്ഷേ, മതങ്ങൾ വർണ്ണിക്കുന്ന സൃഷ്ടിവാദത്തിന്റെ നിരാകരണമാണ്. മതങ്ങളിലെ ഉല്പത്തിവാദങ്ങൾ സാമൂഹികമാനങ്ങളുള്ള ഒരു ജൈവികപ്രതിഭാസമല്ല. അവിടെ നാം കോശങ്ങളെ കണ്ടുമുട്ടുന്നില്ല. ഗുണങ്ങളെ അടിസ്ഥാനമാക്കിയുള്ള പരിണാമത്തിന്റെ സൗന്ദര്യവും പൂർവ്വ മാതൃകയില്ലാത്ത പുതിയ സൃഷ്ടികൾ എന്ന സങ്കല്പവും ഉല്പത്തിവാദങ്ങളിലില്ല. അവ, വൈവിദ്ധ്യങ്ങളുടെ സൂക്ഷ്മസാദ്ധ്യതകളെ നിരാകരിക്കുന്നു. മനുഷ്യനിൽനിന്നു മനുഷ്യനെയും പറവയിൽനിന്നു പറവയെയും മരത്തിൽനിന്നു മരത്തെയും ആ സൃഷ്ടിസങ്കല്പം ആവർത്തിക്കുന്നു. ഈ ആവർത്തനം ദൈവനിർമ്മിതിയുടെ സർഗ്ഗാത്മകതയെ ചോദ്യം ചെയ്യുന്നതാണ്. കാറ്റിൽനിന്നല്ല കാറ്റ് ഉണ്ടാകുന്നതെന്നതും മഴയിൽനിന്നല്ല മഴ ഉണ്ടാകുന്നതെന്നതും ലളിതമായ ഒരു പ്രകൃതിസത്യമായിരുന്നിട്ടും, ആ ദൃഷ്ടാന്തങ്ങളെപ്പോലും ഉല്പത്തികഥകൾ ശ്രദ്ധിച്ചതായി തോന്നുന്നില്ല. അവ ഏതു ജീവിയുടെയും വംശാവലിയെ ആദി മുതൽ അന്ത്യംവരെയും ഒറ്റ യൂണിറ്റായി മാത്രം പരിഗണിക്കുന്നു. എന്നാൽ, പരിണാമശാസ്ത്രത്തിൽ ഒരു സ്പീഷിസിലെ ഒരേ ഗുണമുള്ള ജീവികൾ എപ്പോഴും ഒറ്റ യൂണിറ്റായിരിക്കുന്ന കണക്കല്ല സ്വീകരിച്ചുള്ളത്. പരിണമിക്കാൻ സാദ്ധ്യതയുള്ള സമാനസ്പീഷീസുകൾ ചേർന്നുവരുന്ന ഉപഗണങ്ങൾ എന്ന തരത്തിലാണ്. *ഖസാക്കി*ലെ പരിണാമസൗന്ദര്യത്തിന്റെ ഘടനയും അപ്രകാരമാണ്.

ഭൗമാന്തര സാഹിത്യം

വിജയന്റെ ഭാവനായുക്തിയെ ആഴത്തിൽ മുറിവേല്പിക്കുന്ന ഒരു വിലയിരുത്തലായിരുന്നു *ധർമ്മപുരാണ*ത്തെപ്പറ്റി കെ പി അപ്പനെഴുതിയത്. 'ഒ വി വിജയൻ ബുദ്ധിപരമായി ഒരു ജനാധിപത്യവാദിയും വൈകാരികമായി അരാജകവാദിയുമാണ്' എന്നാണത് ആരംഭിക്കുന്നത്. പിന്നെയത് വിശദീകരിക്കപ്പെടുന്നു. "അരാജകവാദിയായ കലാകാരന്റെ സൗന്ദര്യമുള്ള പ്രതിഭ സംസ്കാരത്തിന്റെയും യുക്തിയുടെയും മറുപുറം തേടുന്നു. രചനയിലൂടെ അയാൾ അക്രമത്തിലേക്കും പ്രാകൃതമായ കാമത്തിലേക്കും തിരിച്ചുപോകുന്നു. ബഹിഷ്കൃതന്റെ വന്യമായ സ്വാതന്ത്ര്യത്തോടെ അയാൾ എല്ലാം കല്പന ചെയ്യുന്നു. അതോടെ സാഹിത്യകല അസാദ്ധ്യവും അയുക്തികവുമായ അനുഭവജ്ഞാനമായിത്തീരുന്നു."

എറിക്ഫ്രോമിന്റെ *The Anatomy of Human Destructiveness*നെ വായിച്ച ഓർമ്മയിൽ നിന്ന്, അപ്പൻ, പരപീഡനത്തിന്റെ നിന്ദ്യമായ നിർവൃതികൾ അനുഭവിച്ച സ്വേച്ഛാധിപതികളെ ഉദാഹരിക്കുകയും അവരുടെ ചെയ്തികളോട് *ധർമ്മപുരാണ*ത്തിലെ ലൈംഗികവിവരണങ്ങളെ താരതമ്യപ്പെടുത്തുകയും ചെയ്യുന്നു. വിജയന്റെ സാഹിത്യകലയെ എക്കാലവും പിന്തുടർന്നുകൊണ്ടിരുന്ന വലിയ വിമർശകനായിരുന്നു അപ്പനെങ്കിലും രാഷ്ട്രതന്ത്രത്തിലിടപെടുമ്പോൾ അരാജകവാദവും യുക്തിയും വച്ചു പുലർത്തുന്ന ബന്ധത്തെ മനസ്സിലാക്കുന്നതിൽ അദ്ദേഹത്തിനു വലിയ പിഴവുസംഭവിച്ചു.

വൈകാരികമായ അരാജകവാദം, സംസ്കാരത്തിന്റെയും യുക്തിയുടെയും മറുപുറം, അക്രമത്തിലേക്കും പ്രാകൃതമായ കാമത്തിലേക്കുമുള്ള തിരിച്ചുപോക്ക്, ബഹിഷ്കൃതന്റെ വന്യമായ സ്വാതന്ത്ര്യം.... ഇതൊന്നും വിജയന്റെ സാഹിത്യകലയ്ക്ക് നിരക്കുന്ന സത്യങ്ങളല്ല. ധർമ്മപുരാണമെന്നല്ല, വിജയന്റെ ഒരു സാഹിത്യകൃതിയും ഒരിക്കലും അസാദ്ധ്യവും അയുക്തികവുമായ അനുഭവജ്ഞാനമായിത്തീരുന്നുമില്ല.

ഈ തിരുത്ത് ബോദ്ധ്യപ്പെടാൻ നാം അപ്പൻ നല്കിയ ഒരുദാഹരണത്തിലേക്കു ചെന്നാൽമതി. അതിങ്ങനെയാണ്: "വിഷയാസക്തിയുടെ എതിർസാക്ഷിപോലെ മതാസക്തി കടന്നുവരുന്നു. അതാണ് ഈ നോവലിലെ ബുദ്ധപൂജ. സിദ്ധാർത്ഥൻ ഈ ബുദ്ധപൂജയുടെ ചിഹ്നമാണ്. എന്നാൽ സിദ്ധാർത്ഥൻ സത്യത്തോളമെത്തിയവൻ (തഥാഗതൻ) അല്ല. കാരണം സിദ്ധാർത്ഥൻ ലാവണ്യയെ ശമിപ്പിക്കുന്നു."

സിദ്ധാർത്ഥനിൽ നിന്ന് തഥാഗതന്റെ പാനപാത്രം തട്ടിത്തെറിപ്പിച്ചത് അയാൾ ലാവണ്യയെ ശമിപ്പിച്ചതിനാലാണെന്ന് അപ്പൻ കണ്ടെത്തുന്നു. ഇങ്ങനെ വിലയിരുത്തുന്നതിന് അപ്പനെ പ്രേരിപ്പിച്ചത് ആദിപാപത്തെക്കുറിച്ചുള്ള വ്യവസ്ഥാപിത കല്പനകളാണ്. ആദിപാപത്തിന്റെ ചിന്ത ഒരു വിചാരലീലപോലെ എക്കാലത്തും അപ്പന്റെ പ്രത്യശാസ്ത്രത്തെ വേട്ടയാടിക്കൊണ്ടിരുന്നതിനാലാണത്.

വിജയന്റെ കല ആദിപാപത്തിലുറച്ച കഥയല്ല. ആദിപാപ ആത്മീയത, പ്രകൃതിയെ കീഴടക്കേണ്ട ശരീരമായി കാണുന്ന, പാപത്തിന്റെയും ഉയിർന്നെഴുന്നേല്പിന്റെയും (വീഴ്ച-വീണ്ടെടുപ്പ് പാരമ്പര്യം) ആദ്ധ്യാത്മികതയാണ്. അത്, ശാസ്ത്രത്തെയും ആദ്ധ്യാത്മികതയെയും പരസ്പരം പോരടിക്കുന്ന തത്ത്വചിന്താപരമായ യുദ്ധമണ്ഡലങ്ങളായി വ്യാഖ്യാനിക്കുന്നു[7]. ഇത് *ബൈബിളി*ലുള്ളതല്ലെന്നു വാദിക്കുന്ന സൃഷ്ടി ആത്മീയതയോടാണു വിജയന്റെ കലയ്ക്കു ചേർച്ചയുള്ളത്. മയ്സ്റ്റർ ഏക്ഹാർട്ടും ഫാദർ മാത്യുഫോക്സും അതിനെ 'സമ്പൂർണ്ണമതവും സമ്പൂർണ്ണശാസ്ത്രവും' എന്നു വിളിച്ചു. എന്നാൽ, വിജയൻ അവരെ പിന്തുടർന്നുകൊണ്ടാണ് തന്റെ വഴി കണ്ടെടുത്തതെന്നു പറയാനാവുകയില്ല. സൃഷ്ടി ആത്മീയതയെ പാശ്ചാത്യപാരമ്പര്യമായിത്തന്നെ നിർവ്വചിക്കുന്ന മാത്യുഫോക്സ്, അതിന്റെ വേരുകൾ അമേരിക്കൻ ആദിവാസി ആത്മീ

യതയിലും പിതൃഭരണക്രമത്തിനുമുമ്പുള്ള ആഫ്രിക്കൻ മതങ്ങളിലും കെൽടിക് ആരാധനകളിലും മാതൃഭരണക്രമത്തിൽപ്പെട്ട വിക്കെ പാരമ്പര്യങ്ങളിലും യോഗാത്മക പ്രസ്ഥാനത്തിലും (mysticism) എല്ലാം ഉള്ളതായി പറയുന്നുണ്ട്.

ഫ്രോമിനെ ഒരു സന്ദർഭത്തിൽ ഉദ്ധരിക്കുമ്പോൾ മനഃശാസ്ത്രജ്ഞനായ ഒട്ടോറാങ്ക്[8] 'എല്ലാ പീഡനരതിയും ആത്യന്തികമായി ദുരന്തവാദത്തിന്റെ നാന്ദിയാണെ' ന്നു പറയുന്നിടത്തു വച്ച് നാം വിജയന്റെ കാര്യത്തിൽ അപ്പനെ നിരസിക്കേണ്ടി വരും. സിയനായിലെ കാതറീൻ ദൈവത്തെ പൂർണ്ണഹൃദയത്തോടെ സ്നേഹിച്ച അളവിൽ, മാർക്വിസ് ദെ സാദ് ലോകത്തെ മുഴുവനും പകയും വിദ്വേഷവും നിറഞ്ഞ ന്യായത്തോടെ വെറുത്തു എന്ന തത്ത്വത്തിനു ചേരുന്നതാണ് ഫ്രോമിന്റെ നിർദ്ധാരണം. *ധർമ്മപുരാണം* അങ്ങനെയൊരു വൈരുദ്ധ്യത്തിനുമേലല്ല ഉറപ്പിക്കപ്പെട്ടിരിക്കുന്നത്. വിജയന്റെ സാഹിത്യകലയിൽ സിദ്ധാർത്ഥൻ തഥാഗതനായിരുന്നു. ലാവണ്യയെ അയാൾ ശമിപ്പിച്ചു എന്നത് രാഷ്ട്രജീവിതത്തിലെ മഹത്തായ ഒരു തെറാപ്യൂട്ടിക്ക് ഇമാജിനേഷനായിരുന്നു.

"സിദ്ധാർത്ഥാ, അങ്ങയുടെ വാക്കുകൾ എനിക്ക് കരുണാധാരകളായ മഞ്ഞും മഴയുമാണ്."

ലാവണ്യ അവളുടെ ഉടയാടകൾ ഒന്നൊന്നായി അഴിച്ചുനീക്കി പറഞ്ഞു.

"എന്നെ കാണുക."

സിദ്ധാർത്ഥൻ അവൾക്കുമീതെ ഉയർന്നു നിന്നു. അയാളുടെ കാലുകൾ സ്തൂപങ്ങളായി മേലോട്ടുയർന്നു. ഉയർന്നുനിന്ന സിദ്ധാർത്ഥന്റെ പിന്നിൽ രാത്രിയുടെ നീലപ്പത്തി... സുഖക്ഷീണത്തിൽ ലാവണ്യ ഉലർന്നു കിടന്നു. സുനന്ദൻ ശാന്തനായി ഉറങ്ങി.

ലാവണ്യ പറഞ്ഞു.

"രാജാവേ, എന്റെയും എന്റെ കുട്ടിയുടെയും വേദന അങ്ങ് കാരുണ്യം കൊണ്ടു ശമിപ്പിച്ച"

ഇതൊരു ഭൗമാനന്തര (geologic)[9] സന്ദർഭമാണ്. ഇതിലെ മനുഷ്യനിർമ്മിതമായ ഉടയാടകളെ മാത്രമേ അപ്പൻ കണ്ടുള്ളൂ. ശരീരവേഗത്തെക്കാൾ തിടുക്കത്തിൽ ലാവണ്യസൃഷ്ടിച്ച നഗ്നതയെ മറ്റൊരാവരണമായി സിദ്ധാർത്ഥൻ പൊതിയുന്നത് അപ്പനു കാണാനായില്ല. കൂവളത്തിന്റെ ഇലയും ചില്ലയും ചേർന്ന് രാത്രിയുടെ നീലപ്പത്തിയിലിട്ടു തുന്നിയെടുത്ത ഉടയാടകളെ വിജയൻ വെറുതെ വർണ്ണിച്ചതല്ല. ലാവണ്യയുടെയും കുഞ്ഞിന്റെയും വേദനകളെ ശമിപ്പിച്ചത് കാമമാണെന്നല്ല കാരുണ്യമാണെന്നാണ് വിജയൻ പറഞ്ഞത്.

*ധർമ്മപുരാണ*ത്തിലെ കാമം അധികാരത്തിന്റെ ചൊൽപ്പടിക്കു നില്ക്കുന്ന കാമമല്ല. അധികാരരതിയുടെ സർറിയലിസ്റ്റ് ആഖ്യാനമാണ്. നോവലിലെ ഭോഗത്തിന്റെ പല സന്ദർഭങ്ങളിലും വ്യക്തമായ ഒരു ത്രികോണമിതി സൃഷ്ടിക്കപ്പെടുന്നുണ്ട്. മാതാവ്- ഭോഗിക്കുന്ന അധികാരി -

അവളുടെ സന്താനങ്ങൾ എന്നിങ്ങനെ ഒരു ത്രികോണമിതി. കാമത്തിന്റെ ശിഥിലമായ യാഥാർത്ഥ്യത്തെ അഭിവ്യഞ്ജിപ്പിക്കലാണ് അതിന്റെ ധർമ്മം. എന്നാൽ ഈ ത്രികോണമിതിയിലല്ല *ധർമ്മപുരാണ*ത്തിന്റെ ലിബിഡിനൽ രാഷ്ട്രീയം കുടിയിരിക്കുന്നത്. *ധർമ്മപുരാണ*മെന്നത് സൃഷ്ടികാമത്തെ കണ്ടെത്തുന്നതിനുള്ള ഒരു സഞ്ചാരമാണ്. കിഴവനും കിഴവിയും എന്ന അദ്ധ്യായത്തിൽ അതു വ്യക്തമായി കാണാം.

ശ്വേതാംബരൻ എന്ന തന്റെ അച്ഛനെയും ധവളകേശി എന്ന അമ്മയെയും സംയുക്തവൈദ്യപാഠശാലക്കാർക്കുവിറ്റ ശുദ്രകൻ എന്ന അലക്കുകാരന്റെ ജീവിതമാണത്. അയാൾ ചന്ദ്രമുഖി എന്ന മകളെയും ദൃഢബാഹു എന്ന മകനെയും വിറ്റു. അതയാളുടെ വീട് തലമുറകളായി ത്തന്നെ ചെറുതായിപ്പോയതുകൊണ്ടാണ്. ശുദ്രകൻ വിലപിച്ചു: "ദയവായി എന്റെ ഈ കുടിലിന്റെ അകം ഒന്നൊഴിച്ചു തരൂ. എന്നിട്ടതിനകത്തു വിളക്കുതെളിച്ച് നീലോല്പലയെ തുണിയില്ലാതെ കണ്ടിട്ടുവേണം മരിക്കാൻ."

അവിടെയും കാരുണ്യത്തിന്റെ ശമനമായിത്തീരുന്നത് സിദ്ധാർത്ഥ നെന്ന രാജാവാണ്. രാജാവ് ശുദ്രകനെയും നീലോല്പലയെയും നഗ്നരാക്കി. പ്രകാശമയിയായ രാത്രിയിൽ അവർ പരസ്പരം ഉടലുകളുടെ വെണ്മയെ കൺനിറച്ചു കണ്ടു. പിന്നെ കാണാൻ സഹിയാഞ്ഞു കെട്ടിപ്പി ടിച്ചു. ഇതത്രെ ധർമ്മത്തിന്റെ പുരാണം. അതൊരു സൃഷ്ട്യുന്മുഖമായ യാത്രയായിത്തീരുന്നു.

അവർ യാത്രപുറപ്പെട്ടു. കിഴവനും കിഴവിയും കഴുതപ്പുറത്തിരുന്നു. കുട്ടികൾ കഴുതയുടെ കയറുപിടിച്ചുകൊണ്ടു മുമ്പേ നടന്നു. അവർ ജാഹ്ന വിയുടെ ശാന്തപ്രവാഹത്തിനു നേരെയാണു നടന്നത്. സിദ്ധാർത്ഥന്റെ വിളികേട്ടു പിന്നെയും ആരൊക്കെയോ നടന്നു. *ധർമ്മപുരാണ*ത്തിൽ സൃഷ്ടിപരമായ കാമം ഇല്ല എന്ന വാദത്തിനെതിരാണിത്. ശുദ്രകന്റെ വിലാപത്തിനടിസ്ഥാനം ശാരീരികമായ കാമന മാത്രമല്ല ദയനീയമായ ജീവിത പരിതസ്ഥിതിയുടെ ദുഃഖം കൂടിയാണ്.

പ്രാകൃതമായ കാമത്തിലേക്കു മടങ്ങിപ്പോവുക എന്നതിനെ, ആധുനിക രാഷ്ട്രമീമാംസയിലെ ഒരു പ്രയോഗംകൊണ്ട് (വൈകാരി കമായ അരാജകവാദം) പരിചയപ്പെടുത്തുന്നതിൽ അനൗചിത്യമുണ്ട്. ഹിറ്റ്ലറെയും സ്റ്റാലിനെയുമാണ് ഫ്രോമിനെപ്പോലെ അപ്പനും വിശദീ കരിക്കുന്നതെങ്കിലും അവരെ പ്രാകൃതകാമനകളുടെയോ വന്യമായ (noble savage) മനുഷ്യയാഥാർത്ഥ്യങ്ങളുടെയോ പ്രതിനിധികളെന്നു വിളി ക്കാനാവുകയില്ല. പ്രാകൃതമായ കാമത്തിലേക്കു മടങ്ങുന്നതിനെ, പ്രകൃ തിയിലേക്കു മടങ്ങുക എന്നാണു വിളിക്കേണ്ടത്. *ധർമ്മപുരാണ*ത്തിലെ സദാചാരധ്വംസനങ്ങളൊന്നും പ്രാകൃതമനുഷ്യൻ ജീവിച്ചതിന്റെ മാതൃ കകളല്ല. അവ, മനുഷ്യപരിഷ്കൃതിയുടെ ആധുനികത നിർമ്മിച്ച ന്യൂറോ സിസിന്റെ ഫലമായിരുന്നു. സിദ്ധാർത്ഥന്റെയും ലാവണ്യയുടെയും സംഗമത്തിന്, ചികിത്സാപരമായ ഭാവനയുടെ മൂല്യമുണ്ടെന്നു പറഞ്ഞത്

അവർ, രാഷ്ട്രത്തിനെ ബാധിച്ച ഈ ന്യൂറോസിസിനെ ശമിപ്പിക്കുന്നു എന്ന അർത്ഥത്തിലാണ്. ആ ന്യൂറോസിസ് അടിയന്തരാവസ്ഥയായിരുന്നു എന്ന് അനുഭവസാക്ഷ്യം പറയാൻ കഴിയുന്ന തലമുറയല്ല ഇനി *ധർമ്മ പുരാണം* വായിക്കാൻ പോവുന്നത്. രാഷ്ട്രമീമാംസയിലെ ഈ നാഡീ രോഗങ്ങളെ ചികിത്സിക്കണമെങ്കിൽ നമ്മുടെ കാഴ്ചപ്പാടുകൾ സൂക്ഷ് മദർശിനികൾപോലെ പ്രവർത്തിക്കേണ്ടിവരുമെന്ന് വിജയൻ പറ ഞ്ഞിട്ടുണ്ട്. നാം ആൾക്കൂട്ട രാഷ്ട്രീയത്തിന്റെ വികാരവിഭ്രാന്തികൾക്കു കീഴടങ്ങിക്കൊടുക്കരുതെന്നു മുന്നറിയിപ്പും നല്കിയിട്ടുണ്ട്.[10]

ധ്യാനവും ചികിത്സയും

പരിണാമത്തിന്റെ വഴിയിലൂടെ തിരികെ നടന്ന് ആദിമമായ പ്രഭവ ത്തിലെത്തുന്നതിനെയാണ് വിജയൻ *മധുരംഗായതി* എന്നു വിളിച്ചത്. ആ നോവൽ ആസൂത്രിതമായ ഒരു കഥയല്ല. ഭൗമാന്തരസാഹിത്യത്തിന്റെ വലിയ സവിശേഷതയാണ് അവ ആസൂത്രിതമായ കഥകൾ (projected fictions) ഉല്പാദിപ്പിക്കുകയില്ല എന്നത്.

പരിണാമം, കാലത്തിലൂടെ വേർപെടലുകളെ അവതരിപ്പിക്കുന്ന നാടകമാണെങ്കിൽ വിപരിണാമമാകട്ടെ വേർപെടലുകളെ അവസാനിപ്പിച്ച് സമന്വയങ്ങളെ സൃഷ്ടിക്കു ഭാവഗീതമാണ്. ഭാവിയിലേക്കു നോക്കുന്ന അതേവേഗതയോടെ അനാദിയായ കാലത്തെ അനുഭവിപ്പിക്കാനും വിപരിണാമഭാവനയ്ക്കു കഴിയും. ഇത് ധൈഷണികമെന്നതിനെക്കാൾ ആർദ്രതയുടെ അറിവിനെ നല്കുന്ന ഒരു ഭാവനാചികിത്സയാണ്.

സമന്വയത്തിന്റെ ഈ മനഃശാസ്ത്രത്തെപ്പറ്റി നെവിലെ സൈമിങ്ടൺ പറഞ്ഞിട്ടുണ്ട്. മനഃശാസ്ത്രചികിത്സയെയും സാഹിതീയാനുഭവങ്ങളെയും മുൻനിർത്തി അരബെല്ലാ കുർത്സുമായുള്ള ദീർഘസംഭാഷണത്തി നിടയിൽ, കൂറ്റ്സി നെവിലെയുടെ ഈ നിരീക്ഷണത്തെ വലിയ പ്രാധാ ന്യത്തോടെ എടുത്തുകാണിക്കുന്നു.

ഏതു ബന്ധത്തിലും രണ്ടു ഘട്ടങ്ങളുണ്ട്. ഇതിലാദ്യത്തേതാണ് സമന്വയ (fusion)ത്തിന്റേത്. ആർദ്രതയുടെ അറിവ് അതിന്റെ ഫലമാണ്. It is a moment of fusion when what is important is to go along with the needs, indeed with the illusions of the other എന്നു നെവിലെ. മഹാവൃക്ഷവും സുകന്യയുമായുള്ള ബന്ധം ഇങ്ങനെയൊന്നാണ്. പക്ഷി കൾ വൃക്ഷങ്ങളിലേക്കു പറന്നുവന്ന് തളിരുകളായിത്തീരുന്നതു കാണു മ്പോൾ ആ കാഴ്ചയുടെ അർത്ഥം അവൾ ചോദിക്കുന്നു. മഹാവൃക്ഷം പറഞ്ഞു: "പക്ഷികൾ സസ്യത്തിലേക്ക് മടങ്ങുന്നു. സമന്വയത്തിന്റെ ആദി പർവ്വം."

ഇത്രമേൽ വലിയ ധ്യാനം ഒ വി വിജയന് എവിടെനിന്നാണു ലഭിച്ച തെന്ന് അതിശയം തോന്നിയിട്ടുണ്ട്. അത് *ആൽക്കെമി*യിൽ നിന്നല്ല എന്നുറപ്പായിരുന്നു. രസസിദ്ധന്മാരുടെ വിദ്യയാണത്. നാഗാർജ്ജുനന്റെ രസരത്നാകരം മുതൽ ഇങ്ങോട്ട്, പല നൂറ്റാണ്ടുകളിലൂടെ ഭാരതം

രസവിദ്യയുടെ ആ മെർക്കുറി കാണുന്നു. രസം എന്നത് സൗന്ദര്യശാസ്ത്രത്തിലേതെന്നതിനെക്കാൾ ലോഹശാസ്ത്രത്തിലെ ഒരു തത്ത്വമാണ്. ആറ് അമ്മമാരുടെ ജലഗർഭത്തിലേക്കു നിക്ഷേപിക്കപ്പെടുന്ന താന്ത്രികമതത്തിലെ കുമാരമിത്ത് ഈ ആൽക്കെമിയെ പ്രതിനിധാനം ചെയ്യുന്നതാണ്[12]. ആറിന്റെ ഈ ഗണിതത്തെ അപ്പുക്കിളിയിലേക്കു സന്നിവേശിപ്പിക്കാൻ എളുപ്പമാണ്. പക്ഷേ, വിജയൻ അപ്പുക്കിളിയെ ജലഗർഭത്തിൽനിന്നു കണ്ടെടുത്തതല്ല; ആകാശത്തിന്റെ ചരിവിൽനിന്നു കണ്ടെടുത്തതാണ്. ഇതിനെയാണ് ധ്യാനത്തിന്റെ അബോധമെന്ന് അരബിന്ദോമഹർഷി വിളിച്ചത്. അത്, അപ്പുക്കിളിയെ ചിതൽപ്പുറ്റിൽ നിന്നിറങ്ങി വന്നതാക്കുന്നു.

തന്റെ മേൽ പറ്റിപ്പിടിച്ചിരുന്ന ചിതൽപ്പുറ്റിന്റെ ധ്യാനച്ചില്ലുകളെ ഇമയനങ്ങാതെ സൂക്ഷിച്ചുവച്ചാണ് വിജയനൊരിക്കൽ, ശ്രീനാരായണഗുരുവിനെ 'അഭിജാതമായ ശൂദ്രിമ' എന്നു വിളിച്ചത്. അത്രയും രാഷ്ട്രതന്ത്രഭാവനയോടെ ഒരെഴുത്തുകാരനും ഇതേവരെ ഗുരുവിനെ വിളിച്ചിട്ടില്ല. അത് ഔപനിഷദികമായ ഒരു ടെക്നിക് ആയിരുന്നു. ആ മഹാസന്ന്യാസിയിൽനിന്ന് ദീക്ഷ സ്വീകരിക്കുന്നതിന് വിജയൻ കണ്ടെത്തിയ ഒരു ഉടമ്പടിയായിരുന്നു അത്.

ലോഹമുരുകുന്നതുപോലെയല്ല വിജയൻ ഗുരുവിനെ സ്പർശിച്ചത്. ആശാനിൽനിന്ന് ഒരു ശില പറിച്ചെടുത്ത് കരയിൽ പ്രതിഷ്ഠിച്ചുകൊണ്ടാണ്. അതിങ്ങനെയായിരുന്നു. "ക്ലാസിക്കുകളുടെ കാലങ്ങൾക്കുശേഷം, നൂറ്റാണ്ടുകളോളം വന്ധ്യത അനുഭവിച്ച മലയാളം ആദ്യമായി വാക്കുകളുടെ ഈ ഗർഭധാരണം മനസ്സിലാക്കി. ഓരോ വാക്കിനകത്തും ഭ്രൂണങ്ങൾ നിറഞ്ഞു, അർത്ഥാതീതഭാവങ്ങളുടെ പ്രോട്ടോപ്ലാസം. വള്ളത്തോളിന്റെ സാരള്യമോ സിദ്ധിയോ ആശാന് ഇല്ലെന്ന് ഞാൻ സമ്മതിക്കുന്നു. പക്ഷേ, ഈ പ്രോട്ടോപ്ലാസം മറ്റാർക്കും ഉണ്ടായിരുന്നില്ല, ആശാനു മാത്രമേ ഉണ്ടായിരുന്നുള്ളൂ. അഭംഗിയുടെയും ക്ലിഷ്ടതകളുടെയും തൊണ്ടുകൾക്കകത്ത് ഊറിക്കൂടിയ ഈ ഡി എൻ എ മലയാളത്തിലെ എഴുത്തുകാരുടെ വരുംതലമുറകളുടെ ജനിതക ഈടുവയ്പായി."

ഭാഷയുടെ അപൂർണ്ണത ആശാന് തന്റെ കാവ്യസിദ്ധാന്തമായിരുന്നു. തന്റേത് അപൂർണ്ണഭാഷയാണെന്ന് വിജയനും സങ്കടപ്പെട്ടിരുന്നു. എന്നാലവ, ദസ്തയേവ്സ്കിയിലേതുമാതിരി അപസ്മാരബാധയിൽ നിന്നോ മറ്റോ ഉള്ള ആനന്ദമൂർച്ഛ (ecstacy) പോലെയുള്ള ഒരു അപൂർണ്ണതാബോധമായിരുന്നില്ല. കാലത്തിന്റെ മെറ്റബോളിസത്തെ ചിത്തസംയോഗശക്തികൊണ്ട് അതിജീവിക്കാൻ പരിശീലിച്ച ധ്യാനത്തിന്റെ ഉല്ലേഖത്തിൽനിന്നു കിട്ടിയതാണ്. അതുപയോഗിച്ചാണവർ, രണ്ടു കാലത്തിലിരുന്നുകൊണ്ട് ആത്മീയസ്വാതന്ത്ര്യത്തിന്റെ രണ്ടു ലോകങ്ങളെ സൃഷ്ടിച്ചത്.

ജൈവധാരയുടെ നിരന്തരതയെക്കുറിച്ച് *ഗുരുസാഗര*ത്തിലെ കുഞ്ഞുണ്ണിയെ ഉപദേശിച്ചത് പരീക്ഷിത്ത് എന്ന പൂച്ചയാണ്. ആ പൂച്ചയെയും ശ്യാം നന്ദൻസിങ് എന്ന സഹോദരതുല്യനായ പാചകക്കാരനെയും ലളിതയെയും, ശിവാനിയുടേതും കല്യാണിയുടേതും തന്റേതുമായിരുന്ന

വീടിനെയും ഉപേക്ഷിക്കുന്നതിനുള്ള മുക്തിയുടെ അദ്ധ്യയനം ധ്യാനത്തിൽ നിന്നാണു കുഞ്ഞുണ്ണി നേടിയത്. ജീവിതത്തെ തുണ്ടുതുണ്ടായി ശിഥിലീകരിക്കുന്ന തുറന്നുപറച്ചിലിന്റെ വേദനയിലാണ് (കല്യാണി അങ്ങയുടെ കുട്ടിയല്ല. അവൾ പിനാകിയുടെ കുട്ടിയാണ്.) *ഗുരുസാഗരം* അവസാനിക്കുന്നതെങ്കിലും ആ വേദന കുഞ്ഞുണ്ണിയെയോ വായനക്കാരെയോ പിൻതുടരുകയില്ല – ധ്യാനം അതിനുള്ള ഔഷധമായിത്തീരുന്നു.

നിർമ്മലാനന്ദന്റെ ആശ്രമത്തിൽവച്ചാണ് ധ്യാനത്തിന്റെ ജീവശാസ്ത്രത്തെ കുഞ്ഞുണ്ണി ആദ്യമായി സ്പർശിക്കുന്നത്. പുല്ലുകളുടെ ഉപനിഷത്ത് എന്നു വിജയൻ അതിനു പേരിട്ടു. കാട്ടുചെടികളുടെമേൽ കുനിഞ്ഞു നോക്കിയ കുഞ്ഞുണ്ണിയെ, അവ കടയ്ക്കൽ വളർന്ന പുല്ലുകളിലേക്കു ചൂണ്ടിക്കാട്ടി. പുല്ലുകളാവട്ടെ, തങ്ങളുടെ കടയ്ക്കൽ സംഭവിക്കുന്ന അപാരയുദ്ധത്തിലേക്കും. അവിടെ, ചെറുചാതികൾ തമ്മിലെ നായാട്ടു നടക്കുന്നു. സഞ്ജയൻ ധൃതരാഷ്ട്രർക്കും വിവരിച്ചതിലും വലിയ യുദ്ധമാണത്. കുഞ്ഞുണ്ണി ആ ചെറുചാതികളിലൊന്നിനകത്തേക്കു നോക്കി. അതിന്റെ ജൈവസ്ഥലങ്ങളിൽ കറങ്ങിത്തിരിയുന്ന എണ്ണമണ്ണ സൗരമണ്ഡലങ്ങളെ അയാൾ കണ്ടു. ഇതാണ് പുല്ലിന്റെ ഉപനിഷത്ത്.

ഈ അറിവിനെ ഋതംഭരാബുദ്ധിയിലേക്കുള്ള പ്രവേശനസന്ദർഭമായി കരുതാം. ധ്യാനത്തെ അഭയമായി കണ്ടെത്തുന്നതിനുള്ള ദീർഘക്ഷമയിലേക്കുള്ള പ്രവേശനകവാടം. ഇത്തരം സന്ദർഭങ്ങളുടെ ചെറിയചെറിയ വിത്തുകൾ *ഖസാക്കിലും* *ധർമ്മപുരാണ*ത്തിലും ധാരാളമുണ്ടെങ്കിലും അതൊരു ഔപനിഷദികമായ വിപരിണാമശില്പമായിത്തീർന്നത് *മധുരംഗായതി*യിലാണ്. മലയാള നോവലിൽ പിറന്നുവീണ ഒരേയൊരുപനിഷത്താണത്. ഈ നോവൽ എഴുതുന്നതിനുള്ള ഇതിവൃത്തവിരേചന (കഥാർസിസ്) മായിരുന്നു *ഗുരുസാഗരം*. കഥ, വെളിപാടുകളുടെ റെട്ടറിക്കായിത്തീരുന്ന കാവ്യഭാഷയിലാണ് *മധുരംഗായതി* എഴുതപ്പെട്ടിരിക്കുന്നത്. ആ നോവൽ നമ്മെ ഛാന്ദോഗ്യോപനിഷത്തിന്റെ ഹൃദയത്തിലെത്തിക്കുന്നു. സനൽകുമാരമുനി നാരദനെ ജ്ഞാനപുനർസ്നാനം ചെയ്യിക്കുന്ന അതേ സന്ദർഭത്തിൽ.

ഭൂമിയിൽനിന്നു ധ്യാനത്തെ പഠിക്കുക

ഓരോ മണൽത്തരിയിലും അത്ഭുതകരമായ ആത്മശക്തിയുണ്ടെന്ന് ജോൺ മീറോ ഒരിക്കൽ പറഞ്ഞു. പരിഷ്കൃതിയുടെ ന്യൂറോസിസിൽ നിന്ന് രക്ഷപ്പെടുന്നതിനുള്ള ഏറ്റവും വലിയ അറിവ് ഇതാണ്. Supreme revelatory utterance എന്ന് മന്ത്രകവിതയെ നിർവ്വചിച്ച അരബിന്ദോയുടെ ഭാഷയിൽ, മനുഷ്യാവബോധത്തിനുള്ളിലെ പ്രകൃതിയിലേക്കു ചെല്ലുന്നതിനുള്ള മോളിക്യുലാർ തത്ത്വമാണത്. 'ധ്യാനം വാവ ചിത്താദ്ഭൂയോ, ധ്യായതീവപൃഥിവീ, ധ്യായതീവാന്തരിക്ഷം....' എന്ന് ആ രഹസ്യത്തെ സനൽകുമാരൻ നാരദനുപദേശിച്ചു. അഖിലലോകസഞ്ചാരിയായ

നാരദനുപോലും മുനി പറയുന്നതുവരെ ആ രഹസ്യമറിയുമായിരുന്നില്ല.

സഞ്ചാരിയും മഹാപണ്ഡിതനുമായ നാരദരുടെ അറിവ് എളുപ്പം ദഹിച്ചുപോകുന്നതാണെന്ന് (inflammable) മുനി പറഞ്ഞു. കാരണം, അവ അറിവുകളുടെ നാമരൂപങ്ങളെ മാത്രമേ സ്പർശിക്കുന്നുള്ളൂ. എങ്കിൽ, നാമത്തേക്കാൾ ശ്രേഷ്ഠമായതേതെന്ന് നാരദൻ ചോദിച്ചു. അഭിജാതമായ ശുദ്രിമയോടെ മുനി, അതിനുള്ള മറുപടികളെ ഒരു വംശാവലിപോലെ പറഞ്ഞു (ഖണ്ഡം 6) കൊടുക്കുമ്പൊഴാണ് ധ്യാനത്തിന്റെ പ്രകൃതി ശാസ്ത്രമായിത്തീരുന്ന പ്രസ്തുത വാക്യത്തിലെത്തിച്ചേരുന്നത്. "തീർച്ചയായും ധ്യാനം ചിത്തത്തെക്കാൾ ശ്രേഷ്ഠമായിരിക്കുന്നു (ധ്യാനം വാവ ചിത്താദ്ഭൂയോ). ഭൂമി ധ്യാനിക്കുന്നതുപോലെ നിശ്ചലമായിരിക്കുന്നു. ആകാശവും സ്വർഗ്ഗവും ജലങ്ങളും പർവ്വതങ്ങളും ധ്യാനിച്ചുകൊണ്ടിരിക്കുന്നതുപോലെ ഇളക്കമില്ലാതെ ഇരിക്കുന്നു". ഈ മറുപടിയിലുണ്ട് *മധുരംഗായതി*യുടെയും ദൈവഹരിതകങ്ങൾ.

നാമം, വാക്ക്, മനസ്സ്, സങ്കല്പം, ചിത്തം, ധ്യാനം..... അങ്ങനെ സനൽകുമാരൻ വിശദീകരിച്ച അബോധത്തിന്റെ ദാർശനികമായ വംശാവലി, പരിണാമത്തിന്റെ ആദിമാവസ്ഥയെയും ഭൂമിയുടെ ആദിമമായ ജൈവ കാലാവസ്ഥയെയും സങ്കല്പിക്കാൻ മനുഷ്യബുദ്ധിയെ പഠിപ്പിക്കുന്നു. ആദിമമായ ആ കാലാവസ്ഥ സൂരിയന്റെ അപാരമായ താപബിംബങ്ങളുടെയും, കാർബൺ ഡൈ ഓക്സൈഡും നീരാവിയും തിളച്ചു മറിയുന്ന അന്തരീക്ഷത്തിന്റെയും, പ്രാകൃതമായ ഗുരുത്വാകർഷണത്തിന്റെയും ഒരു സമന്വയമായിരുന്നു. ആ സംഘർഷങ്ങളെ അതിജീവിക്കുന്നതിന് ഭൂമിയുടെ കൈവശമുണ്ടായിരുന്ന സഹനത്തിന്റെ പേരാണു ധ്യാനം. വിജയന്റെ *ഋതംഭരാബുദ്ധി,* ധ്യാനത്തിന്റെ ആ കലാചാരത്തെ (culture) സ്പർശിച്ചതുകൊണ്ടാണ് *മധുരംഗായതി* ഈ മട്ടിൽ ചവർപ്പേറിയ ഒരു സിദ്ധൗഷധംപോലെ ഗഹനമായിരിക്കുന്നത്.

മധുരംഗായതി അവസാനിക്കുന്നേടത്ത് പുരാണം എന്ന പേരിൽ, ആദിമമായ ആ ഭൂമിയെ നമുക്കു സ്പർശിക്കാം. "സംഗീതം ശമിച്ചപ്പോൾ ഭൂമി ശുദ്ധയായി. യന്ത്രിമയുടേയും വൈരുദ്ധ്യത്തിന്റെയും സ്ഫോടനത്തിന്റെയും ഓർമ്മ അകന്ന് അന്യമായി. ഭൂമിയിൽ സസ്യവും മൃഗവും ധാതുവും വീണ്ടും ഒന്നുചേർന്നു. കാറ്റുകൾ ആർദ്രങ്ങളും കടലുകൾ അലസങ്ങളുമായി. കാലത്തിന്റെ ഗൂഢമായ വഴിത്താരയിലൂടെ, വിദൂരമായ യുഗസന്ധികളിലേക്ക് സംഗീതം ഒഴുകി നടന്നു. ഭൂമി അതിനെത്തേടി പ്രയാണം തുടർന്നു." The earth is the primitive, savage unity of desire എന്നു പറയുന്നത് ഇതാണ്. അത്യപൂർവ്വമായ ഒരു പിൻനോട്ടമാണിത്.

ഉത്തരാധുനികത, യന്ത്രാധുനികതയുടെ തിരസ്കാരമായതുകൊണ്ടാവാം യന്ത്രഭൗതികതയെ നിരാകരിക്കുന്ന *മധുരംഗായതി* ഉത്തരാധുനികമാണെന്നു പലചിന്തകരും പറഞ്ഞുവച്ചത്. ഉത്തരാധുനികതയിൽ യന്ത്രങ്ങൾ നിരാകരിക്കപ്പെടുകയല്ല ഉണ്ടായത്. അവ സൂക്ഷ്മവല്ക്കരിക്കപ്പെടുകയും ആഗോളീയമായി വിപണിവല്ക്കരിക്കപ്പെടു

കയുമാണുണ്ടായത് എന്നു ല്യോത്താർഡ് വിശദീകരിച്ചിട്ടുണ്ട്. മനുഷ്യരാശി അറിവുകൾ സംഭരിക്കുന്നതുതന്നെ യന്ത്രബുദ്ധിയിൽനിന്നാണെന്നുവന്ന അതിയാഥാർത്ഥ്യ (hyper real) കാലമാണത്. ഉത്തരാധുനികത, യന്ത്രസാങ്കേതികതയുടെ ആധുനികതയെ മാത്രമേ നിരാകരിച്ചുള്ളൂ, അതിയാഥാർത്ഥ്യപരമായ യന്ത്രമാനസികാവസ്ഥയെ നിരാകരിച്ചില്ല. അതു വളർന്ന് ഉത്തരാധുനികതയുടെ അന്ത്യത്തിലും പ്രേഷിതാധുനികമായ (postedmodern) കൃത്രിമബുദ്ധിയുടെ വികാസത്തിലും എത്തിച്ചേർന്നിരിക്കുന്നു. ഇതൊക്കെ ആഗോളീയമായ നമ്മുടെ അനുഭവങ്ങളുടെ വീക്ഷണപരിസരങ്ങളിൽനിന്ന് എളുപ്പത്തിൽ വിവർത്തനം ചെയ്തെടുക്കാവുന്ന കാലികമായ സത്യങ്ങളാണ്. ഇങ്ങനെയൊന്നുമുള്ള ആഗോളീയതയെ സംബന്ധിച്ചല്ല *മധുരംഗായതി*യിലെ ഭൗമരാഷ്ട്രീയം സംവാദം നടത്തുന്നത്. അതിലെ ഉത്തരദക്ഷിണാർത്ഥഗോളങ്ങൾ എന്ന ദ്വൈതവിചാരംപോലും വിജയന്റെ മനുഷ്യസത്തയിൽ സംഭവിച്ച അബോധമായ മോളിക്യുലാർ വളർച്ചയുടെ ഭാഗമായിരുന്നു. സിദ്ധാന്തങ്ങളുടെ വൈരുദ്ധ്യാത്മകത വിട്ട്, ബഹുധ്രുവമായ ഒരു സൗന്ദര്യപക്ഷത്തെ നിർവ്വചിക്കാൻ അക്കാലത്തദ്ദേഹം പരിശ്രമിച്ചിരുന്നു[14]. ബഹുസ്വരതയുടെ ജൈവബോധത്തിനുമാത്രമേ ഭിന്നതകളെ ഇല്ലായ്മചെയ്യാൻ കഴിയൂ എന്ന രൂപഘടനയായി അതു *മധുരംഗായതി*യിൽ മാറുന്നു. ആഖ്യാനത്തിന്റെ കഥാത്മകമായ ഏകാധിപത്യത്തെ ഉപേക്ഷിക്കാനും ജീവന്റെ ഉത്ഭവത്തിലേക്കു മടങ്ങിച്ചെല്ലാനും വിജയൻ ആഗ്രഹിച്ചത് അതിനാലാവാം. വിപരിണാമത്തിന്റെ സങ്കല്പത്തിന് ധ്യാനാത്മകമായ ഒരു രൂപം നല്കുന്നതായി അതു മാറി.

ഭൂമി ധ്യാനിക്കുന്നതുപോലെ ധ്യാനിക്കണമെങ്കിൽ ആധുനികമനുഷ്യസത്തയിലെ യന്ത്രാനുഭൂതികളെ വിച്ഛേദിക്കണമെന്നതാണ് *മധുരംഗായതി*യിലെ അനുഭൂതി. കാര്യകാരണബന്ധത്തിലൂടെ വിശദീകരിക്കാനാവുന്ന ഒരു പ്രചോദനമല്ല ഇത്. ഇതൊരു വിഷാദയുക്തിയോ ഉത്തരാധുനിക ശൂന്യവാദമോ അല്ല. ബോദ്രിയാർ, താനൊരു ശൂന്യവാദിയാണെന്ന് അവകാശപ്പെട്ടിട്ടുണ്ട്. അത്, യന്ത്രസാങ്കേതികതയുടെ അതിയാഥാർത്ഥ്യങ്ങൾ പൊള്ളയായതും അർത്ഥരഹിതവുമാണെന്ന് പ്രഖ്യാപിച്ചുകൊണ്ടായിരുന്നു. ശൂന്യവാദമെന്നത്, അസ്തിത്വത്തിന്റെ വിമർശനാത്മകമായ നീതിബോധമാണെന്ന് വിശ്വസിച്ചുകൊണ്ടായിരുന്നു. ഇതല്ല, *മധുരംഗായതി*യുടെ നിലപാട്.

വിപരിണാമറിയലിസം

*മധുരംഗായതി*യിലെ വിച്ഛേദം യന്ത്രനാഗരികതയെ സംബന്ധിച്ച താല്ക്കാലികമായ തിരസ്കരണം (temporal disjunction) അല്ല; സ്ഥിരമായ ഒന്നാണ്. യന്ത്രനാഗരികതയോടുള്ള താല്ക്കാലികമായ തിരസ്കാരമെന്തെന്ന്, റോജർ ബർലിങ്ങാം വിശദീകരിക്കുന്നുണ്ട്.[15] 1797 ൽ, ചാൾസ് ന്യൂബോൾഡ് എന്ന ഒരാൾ ഇരുമ്പുകലപ്പയുണ്ടാക്കുന്നതിൽ വിജയി

ക്കുകയും അത് കുറെ നിർമ്മിച്ചു വില്ക്കാൻ ശ്രമിക്കുകയും ചെയ്തെങ്കിലും കൃഷിക്കാരാരും അതു വാങ്ങാൻ തയ്യാറായില്ല. അവർ പഴയപോലെ മരപ്പലക ഉപയോഗിച്ചു. ഇരുമ്പ് മണ്ണിൽ വിഷം കലർത്തുമെന്ന കാര്യത്തിൽ അവർക്ക് തെല്ലും സംശയമുണ്ടായില്ല. എന്നാൽ, അതേ നാട്ടിലെ കർഷകരുടെ പിൻതലമുറകൾ യന്ത്രവല്ക്കരണത്തെ ഇരുകൈയും നീട്ടി സ്വീകരിച്ചു.

യന്ത്രത്തെ എന്നെന്നേക്കുമായി ഭൂമിയിലേക്ക് അഴിച്ചുകളയുന്ന പ്രക്രിയയാണ് *മധുരംഗായതി*യിലുള്ളത്. മനുഷ്യനെയും പക്ഷികളെയും മരത്തെയും അത് ഒന്നാക്കിമാറ്റുകയും യന്ത്രത്തെ അതിന്റെ പരാഗമാക്കിത്തീർക്കുകയും ചെയ്യുന്നു. ഈ സമന്വയത്തെ, നിത്യമായ ഈ സാമഞ്ജസ്യത്തെ, പിന്നെയാർക്കും ഭഞ്ജിക്കാനാവുകയില്ല. പ്രകൃതി നിർദ്ധാരണത്തിലൂടെയുള്ള (Natural Selection) പരിണാമത്തിനു വിപരീതമാണ് ഈ സമന്വയം. ഈ വിപരീതത്തിന്റെ യാഥാർത്ഥ്യതയെ എഴുത്തുകാരൻ അവിശ്വസിക്കുന്നില്ല. ഈ യാഥാർത്ഥ്യബോധമാണ് അതിലെ റിയലിസം.

വിപരിണാമത്തിന്റെ ഈ റിയലിസത്തിൽ, പരിണാമസംബന്ധിയായ രചനകളുടേതുമാതിരിയുള്ള ഒരു ചർമ്മാലങ്കാര (taxidermic) സ്വഭാവം കാണുകയില്ല. പരിണാമത്തിലൂടെ സംഭവിച്ച സംസ്കാരത്തിന്റെ നിയമവല്ക്കരണത്തെയും പ്രകൃതിയിൽ നിന്നുള്ള അന്യവല്ക്കരണത്തെയും *മധുരംഗായതി* എതിർക്കുന്നത് അതിനാലാണ്. ആധുനികതയുടെ വ്യാജമായ അബോധനിർമ്മിതികളെ മനഃശാസ്ത്രതലത്തിൽ എതിർക്കുന്ന ഒരു പാരിസ്ഥിതികതയാണിത്. എന്നാലിത് പരിസ്ഥിതിയുടെ പ്രശ്നങ്ങളെ നയവിജ്ഞാനപരമായി അവതരിപ്പിക്കുന്നില്ല. ഒരു മഹാവൃക്ഷത്തെ ഭൂമിയുടെ ഭ്രമണത്തിന്റെ സമാന്തരമാധ്യമമാക്കുകയും അതിലേക്ക് ജീവജാതികളെ സംയോജിപ്പിക്കുകയും ചെയ്യുന്ന രൂപക്കൂട്ടാണതിന്റേത്.

എന്നുവച്ച് പരിണാമാരംഭത്തിലെ ആദിമമായ സമന്വയത്തെപ്പറ്റി ഒരു കഥ പറയുകയല്ല വിജയൻ ചെയ്യുന്നത്. ഇതിലെ വിപരിണാമറിയലിസം ആസ്വാദനത്തെയല്ല ലക്ഷ്യമിടുന്നത് എന്നതിനാലാണത്. വിപരിണാമത്തെ ഒരു കഥയായി വായിക്കേണ്ടവർക്ക് കുർത്ത് വാനെഗറ്റ് (Kurt Vonnegut) ന്റെ നോവലായ *ഗാലപ്പഗോസ്* വായിക്കാവുന്നതേയുള്ളൂ. കപ്പൽച്ചേതംവന്ന് സാന്താ റൊസാലിയ ദ്വീപിലേക്കു നഷ്ടപ്പെടുന്ന കുറച്ചു മനുഷ്യരാണതിലെ കഥാപാത്രങ്ങൾ. ഒരുമഹാമാരി ലോകമനുഷ്യരെ ഒന്നാകെ നശിപ്പിച്ചിട്ടും അവർ മാത്രം നശിക്കുന്നില്ല. സാന്താറൊസാലിയ അവരുടെ വിധിയിലെ ഭൗമ കവചമായിത്തീരുന്നു. അവർ വളരെക്കാലമെടുത്ത് പരിണമിച്ച് നിവർന്നുനടക്കുന്ന നീർനായകളായിത്തീരുന്നു. 1985 ലാണ് *ഗാലപ്പഗോസ്* വരുന്നതെങ്കിൽ 1990 ലാണ് *മധുരംഗായതി* വരുന്നതെന്ന ചെറിയ കാലവ്യത്യാസമേ ഇവയ്ക്കിടയിലുള്ളൂ. എത്രതന്നെ പ്രശാന്തമായി നാം *ഗാലപ്പഗോസിനെ* വായിച്ചാലും *മധുരം ഗായതി*യുടെ കലാതത്ത്വമായിരിക്കുന്ന സമന്വയത്തിന്റെ ആദിപർവ്വതത്തെ അതിൽ

കണ്ടുമുട്ടുകയില്ല. സുകന്യയുടെയും വൃക്ഷത്തിന്റെയും ഭ്രമണാവസാനം രണ്ടു മൈഥുനങ്ങൾ നടക്കുന്നുണ്ട്. രണ്ടുതരം libidinal assemblage. സുകന്യയും ആൽമരവും തമ്മിലും അതിലേക്ക് യന്ത്രത്തിന്റെ കൂടി ച്ചേരലും.

ആൽമരത്തിന്റെ ഇലച്ചാർത്തിലേക്കു കടന്ന് മുകൾച്ചില്ലകളിലെ കോശങ്ങൾക്കുമേൽ ചക്രം തങ്ങിനിന്നു. പിന്നെ മൃദുലമായ സ്വർണ്ണപ ടലമായി പൊടിഞ്ഞ് കോശങ്ങളിലേക്കു കുതിർന്നിറങ്ങി. "ദൈവമേ" ആൽ മരം പറഞ്ഞു, ''അവൻ എന്റെ പരാഗമായി മാറുന്നുവല്ലോ!''

സസ്യത്തിന്റെ നിർമ്മലമായ ലജ്ജയിൽ സുകന്യ പറഞ്ഞു, "ആ പരാഗം എന്നിൽ നിക്ഷേപിക്കുക."

വ്യത്യസ്ത മോർഫോളജികളുള്ള രണ്ടു ജീവികളുടെ ഇണചേര ലാണിത്. വൃക്ഷശ്രേഷ്ഠൻ എന്ന ആണും സുകന്യ എന്ന പെണ്ണും. സുകന്യ എന്ന ലത, മഹാമരത്തെ ദീർഘനേരം ആശ്ലേഷിച്ചുകൊണ്ട്, പ്രാചീനമായ ദ്വൈതങ്ങളെ അവസാനിപ്പിക്കുന്നതായി ആ ഇണചേരൽ വർണ്ണിക്കപ്പെടുന്നു. അതോടെ "ഉത്തരാർദ്ധത്തിലും ദക്ഷിണാർദ്ധത്തിലും ബീജങ്ങൾ ഉണർന്ന് യുഗനിദ്രയുടെ അറിവുകൾ കൈമാറി. പച്ച പിടിച്ച മനുഷ്യനും മൃഗത്തിനും സനാതനമായ സൂര്യപ്രഭ ആഹാരമായി".

മനുഷ്യനും മൃഗത്തിനും പ്രകാശസംശ്ലേഷണസിദ്ധി കൈവരുന്ന ഈ പ്രക്രിയ ഭൗമാന്തരസാഹിത്യവിദ്യയുടേതാണെങ്കിലും അതിനുപശ്ചാ ത്തലമായി നില്ക്കുന്ന ലതാസങ്കല്പവും ആശ്ലേഷവുമൊന്നും വിജയന്റെ കണ്ടുപിടിത്തമല്ല. അത് കാളിദാസനിലുണ്ടായിരുന്നു. *ധർമ്മപുരാ ണ*ത്തിൽ ഒരു ബാഹ്യരേഖ പോലെയാണ് കാളിദാസനും കാഞ്ചന മാലയും *അഭിജ്ഞാനശാകുന്തള*വുമെല്ലാം കടന്നുവന്നതെങ്കിൽ, *മധുരം ഗായതി*യിൽ അവ ലാവണ്യയോജനമായിരിക്കുന്നു[16]. ആദ്യകാല ഭാരതീയതയുടെ ലാവണ്യനിയമങ്ങളിലേക്കു മടങ്ങിപ്പോവുന്നതിനുള്ള ജൈവിക പരിശ്രമമായി അതുമാറുന്നു.

അധികാരത്തെ ഭാവനകൊണ്ടു വെല്ലുവിളിക്കുന്നവർ അവയുടെ കാമത്തെ യുക്തിനിരപേക്ഷമായ പ്രകൃതിസത്തയിലേക്കു വികസിപ്പി ക്കുന്നു എന്ന കാഴ്ച കാളിദാസൻ മേഘദൂതിൽ നല്കുന്നുണ്ട്. 'കാമാർതാ ഹി പ്രകൃതികൃപണാശ്ചേനാ ചേതനേശു' (കാമാർത്തിയിൽ മുഴുകിയവർ ചേതനങ്ങളെയും അചേതനങ്ങളെയും തിരിച്ചറിയുവാൻ ശക്തരാകാറില്ല) എന്നത് ആ പ്രകൃതീയതയുടെ വെളിപാടാണ്. ഗജരൂപിയായ മേഘം, യക്ഷന്റെ കാമം ഘനീഭവിച്ചെന്നതിനെക്കാൾ യക്ഷന്റെ ആത്മസത്ത താൻ അങ്ങനെയൊരു മേഘമായിത്തീരാൻ ആഗ്രഹിച്ചു എന്നു പറയുന്നതാണു ചിതം. അവ, ആന്റിഈഡിപ്പൽ ആയിരിക്കുകയും ചെയ്യും. യന്ത്രത്തെ ജൈവികാവബോധത്തിലേക്കു മടക്കിവിളിക്കുന്ന *മധുരംഗായതി*, അതാണു ചെയ്യുന്നത്. സാങ്കേതികയന്ത്രങ്ങളിൽ നിന്നു വ്യത്യസ്തമായി, ജൈവികപരിതസ്ഥിതികളിലെ കൂട്ടായ്മയെ ലെവിസ് മംഫോർഡ് വിളി ച്ചത് മെഗാമെഷീൻ എന്നാണെന്ന് ഇവിടെ ഓർക്കേണ്ടതാണ്.

വൃക്ഷവും സുകന്യയും തമ്മിലെ ഇണചേരലിലുമുണ്ട് ജീവശാസ്ത്രപരമായ ഒരു സവിശേഷത. അവർ വ്യത്യസ്തരൂപഘടനയുള്ള ജീവികൾ തന്നെ; പക്ഷേ, അവരുടെ ഇണചേരലിനെ സമയുഗ്മകമായി (isogamic) ട്ടാണ് വർണ്ണിച്ചിരിക്കുന്നത്. വലിപ്പത്തിലും രൂപത്തിലും സമാനതയുള്ള പെൺഗാമേറ്റുകളും ആൺഗാമേറ്റുകളും തമ്മിൽ സംയോജനം നടക്കുന്ന പ്രത്യുല്പാദനപ്രക്രിയയാണ് ഐസോഗമി. ഫംഗസുകളിലും ഏകകോശജീവികളിലും നടക്കുന്ന സംയോഗം ഐസോഗമിക്കാണ്; മനുഷ്യരിലേത് അനിസോഗമിക്കും. വൃക്ഷത്തിന്റെയും സുകന്യയുടെയും സമയുഗ്മകമായ ഇണചേരലിന്റെ പരാഗമായിത്തീരുന്നത് യന്ത്രമാണ്. മൃദുലമായ സ്വർണ്ണപടലമായി പൊടിഞ്ഞ് സസ്യകോശങ്ങളിലേക്ക് ആദ്യവും സുകന്യയുടെ ഗർഭത്തിലേക്ക് പിന്നെയും കുതിർന്നിറങ്ങുന്ന പരാഗമേറ്റുകളായി യന്ത്രം മാറുന്നു.

പലരും അരാജകവാദിയെന്നു വിളിച്ച പത്മസാധുവായ ഈ നോവലിസ്റ്റ്, ഇവിടെ മറ്റൊരന്വേഷണംകൂടി, നടത്തുന്നുണ്ട്. യന്ത്രം എന്ന ആശയത്തിന്റെ ഭൗതികമായ എല്ലാ സങ്കരത്വത്തെയും (hybridity) ദ്രവീകരിച്ചുകൊണ്ട് അദ്ദേഹമതു സാദ്ധ്യമാക്കുന്നു. *ഖസാക്കി*ലേതുപോലെ കൃഷ്ണമിത്തിൽനിന്നാണ് അതിനുള്ള വിഭവശേഷിയും അദ്ദേഹം സംഭരിക്കുന്നത്. യന്ത്രത്തിന്റെ വിപരിണാമത്തിന്റെ അർത്ഥതലമായി സുദർശനചക്രം വിശദീകരിക്കപ്പെടുന്നു എന്നതാണത്. അവിടെനിന്ന് ആലിലയിലെ ശിശുവിലേക്ക് യന്ത്രത്തിന്റെ ആദിമതയെ കൊണ്ടുപോകുന്നു. ജരന്റെ അസ്ത്രത്തിലെ വിഷം പെരുവിരലിലാണ്ട് കൃഷ്ണൻ സമാധിസ്ഥനായതിന്റെ സാംസ്കാരികമായ അറിവ്, രവിയുടെ പെരുവിരലിനെ ലക്ഷ്യംവച്ച നീലപ്പത്തിയിൽ നിഗൂഢമായി സ്ഥാനം പിടിച്ചതുപോലെയാണിത്.

സുദർശനചക്രത്തിലേക്കുള്ള യന്ത്രത്തിന്റെ തിരിച്ചുചെല്ലലിലുള്ളതും പരിണാമത്തിന്റെ യുക്തിബോധം തന്നെ. ഡാർവിൻ ബി എ വിദ്യാഭ്യാസം നടത്തിയ കാംബ്രിഡ്ജിൽ, adaptive complexity as a diagnostic charater of life എന്ന വിഷയത്തിൽ നടത്തിയ ഡാർവിൻ സ്മാരകപ്രഭാഷണത്തിനിടെ ഡോക്കിൻസ് സൂചിപ്പിച്ച ഒറ്റകാര്യം ഇവിടെ പ്രസക്തമാണ്. ഏതൊരു ആർട്ടിഫാക്ടും അതു നിർമ്മിച്ചെടുത്ത ജീവന്റെ ശേഷിപ്പിനുകൂടിയുള്ള തെളിവാണെന്ന്. യന്ത്രത്തെ ഒരു സാംസ്കാരിക കലാവസ്തുവായി (cultural artefact) ട്ടാണ് *മധുരംഗായതി*യിൽ ആവിഷ്കരിച്ചിരിക്കുന്നത് എന്നോർക്കുമ്പോൾ ഈ അഭിപ്രായം പരമപ്രധാനമായിത്തീരുന്നു. എന്നാലീ സൗന്ദര്യശാസ്ത്രത്തെ ആൾക്കൂട്ടവിഡ്ഢിത്തത്തിന്റെ ഭാഗമായി പുതിയകാലത്തു പ്രത്യക്ഷപ്പെടുന്ന ചില വാദഗതികൾപോലെ കണ്ടുകൂട. വൈമാനികശാസ്ത്രത്തിന്റെ സാങ്കല്പികമായ അതിപ്രാചീനതയെ ചിലർ മതരാഷ്ട്രീയവാദത്തിനനുബന്ധമായി അവതരിപ്പിക്കുന്നതിനോട് ഇതിനെ ചേർത്തുവായിച്ചുകൂട. *മധുരംഗായതി* അന്വേഷിക്കുന്നത് ഏതൊരു യന്ത്രത്തിന്റെയും ജൈവികമായ ഉല്പത്തി

സ്ഥാനത്തെയാണ്. ഈ അന്വേഷണം, പുതിയ നൂറ്റാണ്ടിന്റെ ഭാവിയായി മിഷിയോ കാക്കു പറഞ്ഞ ബയോമോളിക്യുലാർ ഭാവുകത്വത്തിന്റെ കാഴ്ചപ്പാടാണ്.[17] *മധുരംഗായതി* ഒരു പ്രത്യേകകാലത്തിന്റെ മാതൃകയോ പ്രതിനിധാനമോ അല്ല. പക്ഷേ, അതിൽ സ്ഥാവരങ്ങൾ നടത്തുന്ന പ്രയാണത്തിന്റെ ബീജഗണിതങ്ങളെ ധ്യാനാത്മകമായി വർണ്ണിച്ചിരിക്കുന്നു.

കുറിപ്പുകൾ

1. ഒന്ററി വതുവേ ഉററ്റി വതുവേ
ഇരണ്ടറി വതുവേ അതനൊടു നാവേ
മൂന്ററി വതുവേ അവറ്റൊടു മൂക്കേ
നാൻകറി വതുവേ അവറ്റൊടു കണ്ണേ
ഐന്തറി വതുവേ അവറ്റൊടു ചെവിയേ
ആററി വതുവേ അവറ്റൊടു മനനേ
നേരിതിൻ ഉണർന്തോർ നെറിപ്പടുത്തിനരേ
(കടപ്പാട്: എം ഇളയപെരുമാളിനും എസ് ജി സുബ്രഹ്മണ്യപിള്ളയ്ക്കും)
2. പ്രകൃതിയുടെ 'കാര്യശാല' ലോകമാസകലവും, സമയം യുഗസഹസ്രങ്ങളും ആയതുകൊണ്ട്, പ്രകൃതിപ്രവൃത്തിയുടെ വിപുലത നമ്മെ അന്ധരാക്കുന്നു.
(ഡോ. എ അയ്യപ്പൻ, *ആയുധപ്പഴമയും നരോല്പത്തിയും*, പു.210, *മാതൃഭൂമി ബുക്സ്*, 2018)
3. *വിദ്യാഭ്യാസത്തിന്റെ രാഷ്ട്രീയം, പൗലൊ ഫ്രെയർ*, (വിവ.) പ്രൊഫ. കെ. വിജയൻ നായർ, *ഫേബിയൻ ബുക്സ്*, 1999
4. 'This is a vast bushy thicket of thirty million twigs ' എന്നും 'This is the highest estimate I have seen for living species' എന്നും ഡാർവിന്റെ ഈ വൃക്ഷരൂപകത്തെപ്പറ്റി ഡോക്കിൻസ്.
5. *Anti-Oedipus, Bloomsbury*, 2013, P176
6. Do not demand of politics that it restore the "rights" of the individual, as philosophy has defined them. The individual is the product of power. What is needed is to "de-individualize" by means of multiplication and displacement, diverse combinations. The group must not be the organic bond uniting heirarchized individuals, but a constant generator of de-individualization. (ടി പുസ്തകത്തിന്റെ അവതാരിക. pxiv)

7, 8. മാത്യുഫോക്സിന്റെ *Original Blessing* എന്ന കൃതി. (വിവ.) ആദിപാപമോ ആദിമാനുഗ്രഹമോ?, ടി വി ജോസഫ്, ലിബറേഷൻ തിയോളജി പബ്ലിക്കേഷൻസ്, തിരുവനന്തപുരം, 1992

9. ഘടനാവാദത്തിലെ ലംബമാനവും (paradigmatic) സമാന്തരവുമായ

(Syntagmatic) സങ്കല്പംപോലെ, സാഹിത്യത്തെ ഭൂമിശാസ്ത്രപരം (geographic) എന്നും ഭൗമാന്തരം (geologic) എന്നും തരം തിരിക്കാം. ഭൂമിയിൽ ലംബമായി നടന്നിരുന്ന മനുഷ്യരെ കേന്ദ്രീകരിച്ചു പറഞ്ഞിരുന്ന സാഹിത്യമാണ് ആദ്യഗണം. ഭൗമാന്തര സാഹിത്യം പുതിയ ഭാവുകത്വമാണ്. സഹജവാസനകളുടെ (instincts) ചിറകിലേറി കേൾവിപ്പെട്ടിരുന്ന നാടോടി ആഖ്യാനങ്ങളെയും ധിഷണയുടെ പിന്തുണയോടെ വന്നിരുന്ന ആധുനിക സാഹിത്യത്തെയും പിന്നിലാക്കി ഈ പുതിയ ഭാവുകത്വം ചരാചരപ്രകൃതിയിൽ അന്തർലീനമായിരിക്കുന്ന ഏകാത്മകസത്തയെ അസംസ്കൃതമായിത്തന്നെ പുറത്തുകൊണ്ടുവരുന്നു.

10. "മനുഷ്യപരിഷ്കൃതിതന്നെ ഒരുതരം ന്യൂറോസിസാണെന്നു പറഞ്ഞതിൽ കഴമ്പുണ്ട്. ന്യൂറോസിസിൽനിന്ന് അടിസ്ഥാനപരമായി നമുക്കു രക്ഷപ്പെടാനാവുമോ എന്നും സംശയമാണ്. എങ്കിലും ശ്രമിക്കാൻ നമ്മുടെ 'സൈക്കിന്റെ' മറ്റേപാതി നമ്മെ നിർബ്ബന്ധിക്കുന്നു. ഒരു പ്രാരംഭമെന്ന നിലയ്ക്ക് നാം ചെയ്യേണ്ടത് ഇതാണ്. രാഷ്ട്രീയത്തിന്റെ 'മാക്രോ' സംഭവങ്ങളുടെ പുറകിലുള്ള മൈക്രോ താല്പര്യങ്ങളെ കണ്ടെത്താൻ ശ്രമിക്കുക. അവയ്ക്കു മറയായി നില്ക്കുന്ന ആൾക്കൂട്ടരാഷ്ട്രീയത്തിന്റെ വികാരവിഭ്രാന്തികൾക്കു വശംവദരാവാതിരിക്കുക." (ഘോഷയാത്രയിൽ തനിയെ)
11. *The Good story*, Penguin, 2016, p 52
12. *The Earth Mother*, Pupul Jayakar, Penguin, 1989
13. *Anti- Oedipus*, p 164
14. ആയുധിയുടെ ലോകം അങ്ങനെ അതിന്റെ ഇരുധ്രുവങ്ങളിലേക്ക് തിരിച്ചുപോകുന്നു. എന്നാൽ ഈ തിരിച്ചുപോക്കിന്, രമ്യതതേടലിന് ഇടയാക്കിയത് ശക്തിരാഷ്ട്രീയത്തിന്റെ നിർബ്ബന്ധങ്ങൾ മാത്രമല്ല, മാനവരാശിയുടെ സങ്കീർണ്ണവും ബഹുരൂപിയുമായ ബോധവല്ക്കരണം കൂടിയാണ്. ഈ ബോധവല്ക്കരണത്തിലാണ് സത്യസന്ധമായ ചേരിചേരായ്മയുടെ പ്രസക്തി. മൾട്ടിപോലാറിസം. വികേന്ദ്രീകരണ സമാധാനപ്രസ്ഥാനങ്ങളുടെ നടുവിൽ, പരസ്പരം മാറ്റുകൂട്ടുന്ന ആശയങ്ങളുടെ കേന്ദ്രബിന്ദുക്കളിൽ, തിടംവയ്ക്കുന്ന ശ്രദ്ധാകേന്ദ്രങ്ങൾ. ജൈവബോധത്തിന്റെ ഒരുനൂറുധ്രുവങ്ങൾ. (ഫെബ്രുവരി 1988, *ഹൈന്ദവനും അതിഹൈന്ദവനും*, ഡി സി ബി, 1999:76)
15. *Men and Machines,* (വിവ.) *മനുഷ്യരും യന്ത്രങ്ങളും*, സി പി മേനോൻ, *കറന്റ് ബുക്സ്: തൃശൂർ*, 1964.
16. യശോധരൻ ചിത്രകലയുടെ ഷഡംഗമായി പറഞ്ഞതിലൊന്ന്.
17. *Visions: How Science will revolutionize the 21st century*, Michio Kaku, Anchor Books, 1997.

അഹിംസ എം ടിയുടെ ഭാഷയാകുന്നു

ഗുരുത്വം വിസ്താരം ക്ഷിതിധരപതി: പാർവ്വതി നിജാ-
ന്നിതംബാദാച്ഛിദ്യ ത്വയി ഹരണരൂപേണ നിദധേ
അതസ്തേ വിസ്തീർണ്ണോ ഗുരുരയമശേഷാം വസുമതീം
നിതംബ പ്രാഗ്ഭാര: സ്ഥഗയതി ലഘുത്വം നയതി ച
(*സൗന്ദര്യലഹരി*, 81)[1]

*മഹാഭാരത*ത്തിലെ അടിസ്ഥാനതത്ത്വമായ പതനത്തിന്റെ യാഥാർത്ഥ്യം കുടിയിരിക്കുന്ന മഹാപ്രാസ്ഥാനികയാത്ര ഉയരത്തെ പതാകവല്ക്കരിക്കുന്ന വലിയ ഒരു ഇമേജറിയാണ്. പക്ഷേ, എം ടിയുടെ ഭീമൻ ഉയരത്തിനു (മരണത്തിനു) കീഴടങ്ങുന്നതിനു പകരം അതിൽനിന്നു കുതറിമാറുന്ന കാട്ടാളനായിത്തീരാൻ ആഗ്രഹിച്ചു. അതുകൊണ്ടാവണം, *രണ്ടാമൂഴ*ത്തിലെ ആ അദ്ധ്യായം തീരെ കുറുകിയിരിക്കുന്നത്. (ഇങ്ങനെ ചെറുതായിരിക്കുക എന്നത്, ആവശ്യമുള്ളതോ അതിലും കുറവോ പ്രകൃതിയിൽ നിന്നെടുക്കുക എന്ന വിശ്വാസത്തിന്റെയും ഭാഗമാണ്.)

ഭീമൻ കൊതിച്ചത് വീഴാത്തവരെ സ്വീകരിക്കാൻ കാത്തുനില്ക്കുന്ന ദേവരഥമോ, വീണവരുടെ ആത്മാവുകൾ എത്തിച്ചേരുന്ന വീരസ്വർഗ്ഗമോ അല്ല. താൻ ജിതേന്ദ്രിയനല്ല എന്നു വിശ്വസിക്കുന്നതിനാൽ രണ്ടാം പീഠവുമല്ല; കാടാണ്. മഹാമേരു കയറിക്കൊണ്ടിരിക്കുമ്പോഴും – തണുത്ത മഞ്ഞിൻപാളികൾക്കിടയിലെ പതനത്തിനു തങ്ങളെ വകവച്ചുകൊടുക്കുന്നവർക്കിടയിൽ, പിൻതിരിഞ്ഞുനോക്കരുതെന്ന ദേവതത്ത്വം ഭീമൻ ലംഘിച്ചത് വന്യപ്രകൃതിക്കുവേണ്ടിയാണ്. തന്റെ ജീവിതകാമനകളുടെ അർത്ഥശാസ്ത്രമായിരിക്കുന്ന ഹിഡുംബിക്കുവേണ്ടിയാണ്.

പർവ്വതാരോഹണമെന്നത്, പ്രകൃതിയോടുള്ള മനുഷ്യസമീപന

ത്തിന്റെ ഒരു വിശദീകരണസന്ദർഭം കൂടിയാണെന്ന് ആരെൻ നെയ്സ് കുറിച്ചിട്ടുണ്ട്.[2] പ്രകൃതിയോടുള്ള ദൃഢമായ അടുപ്പത്തിന്റെ ദൃഷ്ടാന്ത മാണത്. പാണ്ഡവരിലാരും അതു തെളിയിച്ചില്ല (ഭീമനൊഴികെ) എന്നാണ് എം ടി എഴുതിയതിന്റെ വ്യംഗ്യം. "കാട്, ആന മേയുന്ന ഈന്തൽപ്പടർപ്പു കൾ, കാട്ടാടുകളുടെ കൊമ്പുരഞ്ഞു തീ പാറുന്ന ശിലാശൃംഗങ്ങൾ. വേട്ട ക്കാരുടെ കൊലവിളികൾ. കാട്ടാളരുടെ കളിത്തട്ടായ കാട്." അവിടെയെ ത്താനായി തിരിയെ നടക്കുന്ന ഭീമസേനനിലാണ് *രണ്ടാമൂഴ*ത്തിലെ മഹാ പ്രസ്ഥാനം അവസാനിക്കുന്നത്. ഈ വിചാരമാതൃക, അർഹതയുണ്ടാ യിട്ടും അവഗണിക്കപ്പെടുന്നതിന്റെ വേദനകലർന്ന സ്വാത്മത്തെ ആവി ഷ്കരിച്ചിരുന്ന എം ടിയിൽനിന്ന്, അഗാധമായ പാരിസ്ഥിതിക സ്വാത്മ (deep ecological self)ത്തെ ആവിഷ്കരിക്കുന്ന എം ടിയിലേക്കുള്ള മാറ്റ ത്തിന്റെ തുടക്കമായിരുന്നു.

ഇങ്ങനെയൊരു മാറ്റത്തിലേക്കു പര്യാപ്തമായ പരിസ്ഥിതിയുടെ അന്തസ്സന്നിവേശം (interiorization)[3] തുടക്കം മുതലേ എം ടിയിലുണ്ട്. നമ്മുടെ നിരൂപകരാരും അതു ശ്രദ്ധിച്ചതായും കാണുന്നില്ല. എൺപതു കളോടെ, ഈ അന്തസ്സന്നിവേശം സവിശേഷമായ ഭാഷണരൂപമാർജ്ജി ക്കുകയാണു ചെയ്യുന്നത്. പെരുന്തച്ചന്റെ ചലച്ചിത്രകഥ എഴുതിയപ്പോൾ, മുൻപാരും ഊന്നിപ്പറയാത്ത കാര്യമായി എം ടി അതിൽ പ്രകൃതിയെ പ്പറ്റി പറഞ്ഞു. വാസ്തുവിദ്യയിലെ ഗുപ്തസൗന്ദര്യങ്ങളിലൊന്നാണ് പ്രകൃ തിയുടെ താളത്തോടുള്ള അതിന്റെ വിധേയത്വമെന്ന സംഭാഷണങ്ങളുടെ മുന്നിൽമാത്രമാണ് തച്ചന്റെ മകൻ നിശ്ശബ്ദനാവുന്നത്. അല്ലാത്തപ്പോ ഴൊക്കെ അയാൾ പിതാവിനോടു വാദിച്ചു ജയിക്കുന്നുണ്ട്. ഈഗോയുടെ ബലതന്ത്രത്തെ പ്രതിപാദിക്കുന്ന, തികച്ചും മനുഷ്യസംഘർഷത്തിന്റെ ആ കഥയിൽ പ്രകൃതിയെ വിദൂരമായ ഒരു സന്ദേശമായല്ല – തച്ചന്റെ സൗന്ദ ര്യബോധത്തിന്റെ ആരൂഢമായാണ് എം ടി പ്രതിഷ്ഠിച്ചിട്ടുള്ളത്.

ഉയരത്തിന്റെ കലാവസ്തുക്കൾ

ഉയരത്തിന്റെ ഏകാഗ്രതയിൽ വച്ച്, താഴ്വാരങ്ങളെ സൗന്ദര്യവിചാ രണചെയ്യുന്ന രീതി പരിസ്ഥിതിബോധത്തിലെ പുതിയൊരു ധാരയാണ്; നാമതിനെ അഗാധപാരിസ്ഥിതിക ചിന്ത എന്നു വിളിക്കുന്നു. ആരെൻ നെയ്സ് എന്ന നോർവീജീയൻ തത്ത്വചിന്തകൻ, തന്റെ പർവ്വതാരോഹണ അനുഭവങ്ങളിൽനിന്നു ചിന്തേരിട്ടെടുത്ത പ്രസ്ഥാനമാണ് അഗാധപാരി സ്ഥിതിക ചിന്ത (deep ecology). ഗാന്ധിയൻ വിചാരതൻമാത്രകൾക്ക് പില്ക്കാലത്തുണ്ടായ മഹാവിപുലനങ്ങളിലൊന്ന് നെയ്സ് വികസിപ്പിച്ചെ ടുത്ത ഗാന്ധിയൻ വ്യവഹാരരീതിയാണ്. ഗാന്ധിയൻ ടെന്നിസ് എന്ന ആശയം അങ്ങനെയൊന്നാണ്.

*മഹാഭാരത*ത്തിലെ പർവ്വതാരോഹണമെന്നത് ആ ഇതിഹാസത്തിന്റെ കലാവസ്തുതയെ കുടിയിരുത്തിയിരിക്കുന്ന സന്ദർഭമാണ്. സ്വർഗ്ഗാരോ ഹണം (അനശ്വരത) എന്നതാണ് ആ കലാവസ്തുത. ഏതു കലാവസ്തു

(artefact) വിനെ സംബന്ധിച്ചും, അവയുടെ ഉള്ളിൽ കുടിയിരിക്കുന്ന അനശ്വരത എന്ന ഈ ആഗ്രഹമാണ് പില്ക്കാലങ്ങൾക്കുവേണ്ടി അതിനെ നിലനിർത്തുന്നത്. മരണത്തിനെതിരെയുള്ള ഒരു കൊത്തുപണിയെന്നാണ് അനശ്വരതയോടുള്ള ഈ ആഗ്രഹം വിശദീകരിക്കപ്പെടേണ്ടത്.

ഭാരതകഥയിൽ, മൗസലപർവ്വതത്തിനു പിന്നാലെയാണ് ഈ പർവതാരോഹണഭാഗം (മഹാപ്രാസ്ഥാനികപർവ്വം) വരുന്നത്. വംശനാശം എന്ന കൊടിയസത്യത്തെ അവതരിപ്പിക്കുന്ന അദ്ധ്യായമാണ് മൗസല പർവ്വം. മഹാപ്രാസ്ഥാനികത്തിന്റെ ഉള്ളടക്കമോ? അതിദീർഘമായ മല കയറ്റവും.

ആദ്യം, പാണ്ഡവർ ഹസ്തിനാപുരത്തിനു പ്രദക്ഷിണമായി നടന്നു നീങ്ങി ഹിമാലയത്തിലെത്തി. അവിടെവച്ചാണ് ദമ്പതികൾ മാത്രമുള്ള ആ ശൃംഖലയെ പൊളിച്ചുകൊണ്ട് ഏഴാമതൊരു വ്യക്തി (an ecological self) ഒപ്പം കൂടുന്നത്. അതൊരു നായയുടെ രൂപത്തിലായിരുന്നു എന്നു മാത്രം. അവരവിടെ താമസിച്ചുകൊണ്ട് ഹിമാലയത്തെ അതിക്രമിച്ചു. പിന്നെ, നടന്നുനീങ്ങാൻ പ്രയാസമുള്ള മണലാരണ്യം. നടന്നു നടന്നു നീങ്ങെ വിദൂരത്തിൽ മന്ദരവും സുമേരുവും. പിന്നെ; വീഴ്ചകൾ വീഴ്ചകൾ, വീഴ്ചൾ....

ഇതൊരു അവസാനമായി കരുതുന്നത് *മഹാഭാരത*വായനയെ ദുർബ്ബലമാക്കുമെന്ന് വേദാന്തികൾ മാത്രമല്ല പറയാനിടയുള്ളത്; മലകയറ്റം ജീവിതവ്രതമാക്കിയ കലാകാരൻ (mountaineer) കൂടിയാണ്. എം ടിയുടെ സാഹിത്യത്തിലുമുണ്ട് നിർണ്ണായകമായ ചില മലകയറ്റങ്ങൾ. അതദ്ദേഹത്തിന്റെ ജീവിതത്തോട് അഭേദ്യമായി ബന്ധപ്പെട്ടിരിക്കുന്നു. ഈ ബന്ധത്തെ കാല്പനികഭാവഗീതത്തിന്റെ സ്വഭാവംവച്ചല്ല, അഗാധപാരിസ്ഥിതികചിന്തയുടെ കാഴ്ചപ്പാടിലാണ് പരിശോധിക്കേണ്ടത്. *രണ്ടാമൂഴ*മാണ് അതിൽ ഏറ്റവും പ്രധാനമായ തെളിവ്.

സ്വർഗ്ഗാരോഹണം എന്ന പൗരാണികമായ മലകയറ്റത്തെ എം ടി പുതുക്കിയെഴുതുകയായിരുന്നു. ഭീമന്റെ ശരീരകാമനകളുടെ ആന്തരാർത്ഥമായിരിക്കുന്ന കാട് എന്ന വാസനയെ അവിടെ കൊണ്ടുവരുന്നതിലൂടെ ഉയരത്തിൽ വച്ചുള്ള മരണത്തിന്, മരണാതീതമായ ഒരു അറിവിന്റെ തത്ത്വചിന്ത എം ടി കൊണ്ടുവന്നു. ഷ്രോഡിങ്ങർ, മോണ്ട്ബ്ലാങ്കിന്റെ ഉയരത്തെ വിശദീകരിക്കാൻ വേദാന്തത്തെ ഉപയോഗിച്ചതോർക്കുക. ഉയരത്തിന്റെ ഉയരത്തിൽവച്ച് താഴ്വരകളെ നാം കൂടുതൽ അടുത്തറിയുന്നു എന്ന ശാസ്ത്രതത്ത്വമാണ് ഇവിടെ ആദ്യം ഉദ്ധരിച്ച *സൗന്ദര്യലഹരീ*ശ്ലോകത്തിലുള്ളത്.[4]

ഈ ശ്ലോകം ഒരു വെല്ലുവിളിപോലെയാണ് നമ്മുടെ മുന്നിൽ നില്ക്കുന്നതെന്ന് നടരാജഗുരു എഴുതിയിട്ടുണ്ട്. വെല്ലുവിളി അതിന്റെ കാഴ്ചയിലല്ല; കാഴ്ചപ്പാടിലാണിരിക്കുന്നത്. കാഴ്ചയിൽ അത് നിതംബഗുരുത്വത്തിന്റെ വർണ്ണനയാണെങ്കിലും, കാഴ്ചപ്പാടിൽ പ്രകൃതിയെസംബന്ധിച്ച അറിവിന്റെ ഗുപ്തമായ ഒരു ദർശനമാണ്.

താത്ത്വികമായ ഉയരത്തെ പ്രതിനിധാനം ചെയ്യുന്ന ശിവൻ, ഗുരുത്വവും വിസ്താരവുമുള്ള പർവ്വതനിതംബമെന്ന താഴ്വാരത്തെ തന്റേതാക്കി മാറ്റുന്നു. (താഴ്വരയിലെ ഗുരുത്വം, വിസ്തൃത്വം എന്നിവ ഔന്നത്യത്തോടു ലയിച്ച് അറിവായി മാറി ലഘുത്വമാർജ്ജിക്കുന്നു എന്നു സാരം). ഉയരത്തിൽവച്ച്, ഭൂമിയെക്കുറിച്ചുള്ള അറിവ് ഭാരം കുറഞ്ഞതും കൂടുതൽ വ്യക്തതയുള്ളതുമായിത്തീരുന്നു എന്ന അർത്ഥത്തിലാവണം നെയ്സും അഗാധം എന്ന വിശേഷണം തന്റെ പാരിസ്ഥിതികചിന്തകൾക്കു കൊടുത്തത്. ഭൂമിയുടെ മേൽത്തട്ടിൽ നിന്നുകൊണ്ട് അഗാധവിസ്താരങ്ങളെയും ജൈവവൈവിദ്ധ്യങ്ങളെയും ജീവകാമനാപരമായി സങ്കല്പിക്കുന്ന എം ടിയുടെ ഭീമൻ ഒരു പാരിസ്ഥികബിംബമായിത്തീരുന്നത് അങ്ങനെയാണ്.

കൊടിക്കുന്നത്തു കാവിലമ്മ

തന്റെ ഭാവനയുടെ അസ്വസ്ഥതകളെ ഭൂമിയുടെ നെറുകയിലേക്കു കൊണ്ടുപോവുകയും അവിടെനിന്ന് താഴ്ചയെ രേഖപ്പെടുത്തുകയും ചെയ്യുന്ന എം ടിയുടെ ഒരു സ്റ്റേറ്റ്മെന്റുണ്ട്.

"താന്നിക്കുന്നിന്റെ നെറുകയിൽ നിന്നാൽ വയലുകളും പാതയും ഭാരതപ്പുഴയും കരിയന്നൂർ പാലവും കാണാം. ആ കുന്നിൻ നെറുകയിൽ; ഏകാന്തതയുടെ മഹാസാമ്രാജ്യത്തെ നോക്കിക്കൊണ്ടുനിന്ന്, രൂപംകൊള്ളാത്ത കവിതകളെയും കഥകളെയും രൂപപ്പെടുത്താൻ വേദനയനുഭവിച്ച ആ ചെറുക്കന്റെ പ്രേരണ എന്തായിരുന്നു? എനിക്കറിഞ്ഞുകൂടാ.

ഇതൊരു പ്രകൃതിനിയമമായിരിക്കാം."[5]

ഭൂമിയുടെ ഉയരങ്ങളിൽ സഞ്ചരിക്കുമ്പോഴും, മനസ്സ് താഴെ അലഞ്ഞുകൊണ്ടിരിക്കുന്നു എന്ന പ്രകൃതിനിയമത്തെ 'deep' എന്നു വിശേഷിപ്പിക്കുന്നതിന്റെ സാംഗത്യം, ആലോചിച്ചാൽ വളരെ ഹൃദ്യമാണ്; വൈരുദ്ധ്യാത്മകവും. റേച്ചൽകാഴ്സന് അതിൽ ചരിത്രപരമായ ഒരു പങ്കുണ്ട്.

നെയ്സിനെ, അഗാധപാരിസ്ഥിതികചിന്തയിലേക്കു നയിച്ച പ്രചോദനങ്ങളിൽ ഒന്ന് റേച്ചൽകഴ്സന്റെ *നിശ്ശബ്ദവസന്ത*മാണ്. മുതലാളിത്ത ആധുനികതയുടെ യന്ത്രസംസ്കാരത്തെ പ്രതിരോധിക്കുന്ന ക്ലാസിക് സ്വഭാവമുള്ള ആ കൃതി പില്ക്കാല പാരിസ്ഥിതിക പ്രവർത്തനങ്ങൾക്കു നല്കിയ ദീർഘവീക്ഷണം ചെറുതല്ല.

കഴ്സന്റെ പരിസ്ഥിതിധ്യാനത്തിന്റെ ആരംഭം *നിശ്ശബ്ദവസന്ത*ത്തിലല്ല. അഗാധമായ സമുദ്രാന്തരങ്ങളെയും അവയിലെ ചിറകടികളെയും ചെകിളകളെയും പ്രതിനിധാനം ചെയ്യുന്ന പതിനൊന്നു പുറംവരുന്ന ഒരു മറൈൻ ബ്രോഷറിൽ നിന്നാണ്. അക്കാലത്തവർ, യു എസ് ബ്യൂറോ ഓഫ് ഫിഷറീസിൽ റേഡിയോ സ്ക്രിപ്റ്റുകൾ എഴുതുന്ന താല്ക്കാലിക ജോലിക്കാരിയായിരുന്നു. തന്റെ സ്ഥാപനം നിരസിച്ച ആ ബ്രോഷർ, 1937 സെപ്തംബറിൽ *അറ്റ്ലാന്റിക്* മാസികയിൽ 'Undersea' എന്ന പേരിൽ

അച്ചടിച്ചുവന്നതോടെയാണ് നാമിന്നറിയുന്ന കഴ്സൺ പിറവിയെടുക്കുന്നത്[6] ഭൂമിയുടെ ആഴങ്ങളിൽനിന്ന് ആകാശത്തിലെ ചിറകടിയൊച്ചകളിലേക്കുള്ള അവരുടെ അന്വേഷണത്തിന്റെ ക്രമാനുഗതമായ വികാസത്തെ കഴ്സന്റെ ആദ്യ പുസ്തകത്തിന്റെ (*Under the Sea-Wind*) ആമുഖത്തിൽ ലിൻഡലിയർ സംക്ഷേപിക്കുന്നുണ്ട്.

പർവ്വതോപരിതലത്തിൽ നിന്നുകൊണ്ട് നെയ്സിലെ തത്ത്വചിന്തകൻ, കഴ്സന്റെ ചിന്തകൾക്കു വശപ്പെടുന്നു എന്നതിനർത്ഥം കടലടിത്തട്ടുമുതലുള്ള പ്രകൃതിരഹസ്യങ്ങൾക്കു വശപ്പെടുന്നു എന്നാണ്. ഉയരവും താഴ്ചയും ഒന്നായിത്തീരുന്നതിന്റെ തത്ത്വചിന്തയാണിത്. ഇതാണ് പരിസ്ഥിതിയുടെ അഗാധവും വന്യവുമായ തത്ത്വചിന്ത. *മഞ്ഞ്* ആരംഭിക്കുന്നത് ഇങ്ങനെയൊരു സമന്വയത്തിൽ നിന്നാണ്. കുമയൂൺ മലകളിൽ കേൾക്കുന്ന ചീവീടിന്റെ ശബ്ദത്തിലാണ് (വിമലയുടെ മനസ്സിന്റെ ആതോന്നലാണ്) *മഞ്ഞ്* ആരംഭിക്കുന്നത്. ഈ ക്രാഫ്റ്റിനെയാണ് കെ പി ശങ്കരൻ സംഗീതം എന്നു വിളിച്ചത്.

എണ്ണമറ്റ നേർത്ത ശബ്ദങ്ങൾ കൂടിക്കലർന്നു താളമുണ്ടാകുമ്പോഴാണ് നിശ്ശബ്ദത തോന്നുന്നത്. ശബ്ദമില്ലാത്ത ഒരവസ്ഥയില്ല എന്ന സത്യം അവളോർമ്മിച്ചു. അല്ലെങ്കിൽ നോക്കൂ, ഇപ്പോൾ എങ്ങും നിശ്ശബ്ദമാണെന്നു പറയാം. നിശ്ശബ്ദത ഒരു സംഗീതമാണ്. മുകളിലെ ഒരു പഴയതട്ട് ഉറക്കുത്തി എന്തെല്ലാമോ പൊടിഞ്ഞു വീഴുന്നു. അതിന്റെ കിരുകിരുപ്പ്. അകലെയെവിടെയോ ഉണങ്ങിയ ചുള്ളിക്കൊമ്പുകൾ ഒടിയുന്നു. ചീവീടുകളുടെ ദൂരെ നിന്നുള്ള ശബ്ദം!

തുലാവർഷത്തിൽ കുതിർന്ന രാത്രിയിൽ വിറങ്ങലിച്ചു നില്ക്കുന്ന കവുങ്ങിൻതോപ്പിൽ നിന്നല്ലേ ചീവീടുകളുടെ ശബ്ദം കേൾക്കുക? കുമയുൺ മലകളിൽ പകൽവെളിച്ചമുള്ളപ്പോൾ കരയുക... ഒൻപതുവർഷം ജന്തുശാസ്ത്രം പഠിപ്പിച്ച തനിക്ക് ചീവീടുകളുടെ ഹേബിറ്റും അറിഞ്ഞുകൂടാ.

കുമയൂൺ കുന്നുകളിൽ പകൽ വെളിച്ചത്തിൽ, നിശ്ശബ്ദതയിൽ ചീവീടുകൾ കരയുന്നു....

ഫൈലം ആർത്രോപോഡയാണ്.... ക്ലാസ്? ഈശ്വരാ! എന്തെല്ലാം വിഡ്ഢിത്തമാണു തോന്നുന്നത്!

കുമയൂൺ കുന്നിനുമുകളിൽ, താഴെയെവിടെയോ നിന്നു ചീവീടിനെ കേൾക്കൽ വിമലയുടെ ഉപബോധമനസ്സിലെ ഒരു പാരിസ്ഥിതിക വെളിപാടാണ്. താഴെനിന്നുവരുന്ന പിതാവിനുവേണ്ടിയുള്ള ബുദ്ദുവിന്റെ കാത്തിരിപ്പായി ആ നോവൽ നീണ്ടുനില്ക്കുന്നു. താഴെനിന്നുവരുന്ന ഈ ശബ്ദമാണ് സ്വർഗ്ഗത്തിലേക്കുള്ള യാത്രയ്ക്കിടയിൽ, ഇക്താരയുടെയും പ്രണയത്തിന്റെയും ശബ്ദമായി സർദാർജിയും അനുഭവിക്കുന്നത്.

ഉയരത്തെയും താഴ്ചയെയും ഒരുപോലെ സമന്വയിപ്പിക്കുന്ന ഈ വിചാരവിനിമയം മിത്തുകളുടെയും പാരിസ്ഥിതികതയാണ്. സ്വർഗ്ഗത്തിൽ നിന്ന് അഗ്നിയെടുത്ത് ഭൂമിക്കുവേണ്ടി ഉപയോഗിച്ചു എന്ന പ്രസിദ്ധമായ

ഗ്രീക്ക്മിത്തിലും ഈ ഫിലോസഫിയുണ്ട്. മുകളിലേക്കുള്ള കയറ്റം, താഴെയുള്ള ഭൂമിക്കുവേണ്ടി ഒരു കരുതലായിത്തീരുന്നു എന്നു സാരം.

എം ടിയുടെ ജീവിതദർശനവുമായി അഭേദ്യമായി ബന്ധപ്പെട്ടിരിക്കുന്ന കൊടിക്കുന്നത്തു കാവിലമ്മയുടെ മിത്ത് ഈ ആശയത്തെ അബോധമായി പ്രതീകവല്ക്കരിക്കുന്നതാണ്. കുന്ന് എന്നതും, ആരോഹണം (climbing) എന്നതും ഇതിലുമുണ്ടെന്നത് ശ്രദ്ധിക്കുക. യുക്തിവാദികളുടെ സമ്മേളനത്തിൽ പ്രസംഗിക്കുമ്പോൾ, കൊടിക്കുന്നത്തുകാവിലമ്മയെപ്പറ്റി എം ടി പറഞ്ഞ വാക്യം പ്രസിദ്ധമാണ്. "ലോകത്തിലെ എല്ലാ ദൈവങ്ങളും ഇല്ല എന്നു സമ്മതിച്ചാലും എന്റെ നാട്ടിലെ കൊടിക്കുന്നത്തു കാവിലമ്മ ഇല്ല എന്നു പറയാൻ പറ്റില്ല" എന്നതാണാ വാക്യം.[7]

ചിത്രമൂലയിലും, നടക്കുന്ന പക്ഷി

പറക്കലല്ല, നടക്കലാണ് എം ടിയുടെ സഹജക്രിയ. എം ടിയുടെ എഴുത്തിൽ, വിഹഗവീക്ഷണം (birds eye view) എന്ന സാങ്കേതികവിദ്യ അങ്ങനെ ഉപയോഗിക്കപ്പെടാത്തതിനു കാരണമിതാവാം. നോവലുകളിൽ, അതിന്റെ നേരിയ ഉപയോഗം കാണുന്നത് *മഞ്ഞിൽ* മാത്രമാണ്. ബാക്കി നോവലുകളിലെല്ലാം വാസുദേവൻ എന്ന ചെറുപ്പക്കാരനോ വൃദ്ധനോ (വാരാണസി) ആണ് കഥാപാത്രങ്ങളെയും അവരുടെ ഭൂമിശാസ്ത്രത്തെയും നിർണ്ണയിക്കുകയും നിയന്ത്രിക്കുകയും ചെയ്യുന്നത് എന്നതിനാലാവാമത്. നിലത്തു സഞ്ചരിക്കുന്ന (ബലിഷ്ഠമായ പാദചലനങ്ങളോടെ സഞ്ചരിക്കുന്ന) ആഖ്യാതാവായതിനാൽ സമുദ്രനിരപ്പിൽനിന്ന് അനേകമുയരെ ചിത്രമൂലയുടെയും മുകളിൽ സർവ്വജ്ഞപീഠം കാണാൻ കരുണാകരൻമാസ്റ്ററെയും വിനോദിനിയെയും ക്ലേശിച്ചു നടത്തിക്കയറ്റുന്ന *വാനപ്രസ്ഥം* എം ടിക്ക് സുഗമമായി എഴുതാനാവുന്ന കഥയാണ്. അവിടത്തെ തണുപ്പുകളിലിരുന്ന്, അവർ ഭൂമിയുടെ താഴെകളിൽ ജീവിച്ചതിന്റെ ഓർമ്മകൾ പറയുന്നു. അതിലൊരു സൗന്ദര്യലഹരിയുണ്ട്.

എം ടിയുടെ ചലച്ചിത്രഭാഷയിലും വിഹഗവീക്ഷണം അപൂർവമാണ്. അതിനു ധാരാളം സാദ്ധ്യതയുണ്ടായിരുന്ന *താഴ്വാര*ത്തിൽപോലും, രാഘവന്റെ മൃതമാംസത്തെ പ്രതീക്ഷിച്ചു പറന്നു നിലത്തിറങ്ങുന്ന കഴുകരിൽ എം ടി അതൊതുക്കി. ഭൂനിലത്തോടുള്ള അദമ്യമായ ഈ കെട്ടുപാടാണ് എം ടിയുടെ ഭാഷയെ ഇത്രയേറെ ജൈവികമാക്കുന്നത്.

വിഹഗവീക്ഷണത്തോടുള്ള തന്റെ താല്പര്യക്കുറവിനെ, ലാക്ഷണികം (figurative)മായി എം ടി ഒരിടത്തു സൂചിപ്പിച്ചിട്ടുണ്ട്. 'ഏകാകികളുടെ ശബ്ദം' എന്ന ലേഖനത്തിലാണത്. പോർച്ചുഗൽ നോവലിസ്റ്റായ അന്തോണിയോ ലോബൊ‌ാന്ത്യൂൺസിന്റെ രണ്ടുനോവലുകളെക്കുറിച്ചുള്ള വിവരണമാണ് ആ ലേഖനം. അതിലൊന്ന്, *പക്ഷികളുടെ ഒരു വിശദീകരണം* എന്ന നോവലാണ്. മത്സ്യങ്ങൾ വെട്ടിവിഴുങ്ങി ചത്ത ഒരു തിമിംഗലത്തെപ്പോലെ കടൽക്കരയിൽ ചത്തുമലച്ചുകിടക്കുന്ന റൂയിയുടെ ജീവിതത്തിന്റെ പറച്ചിലാണ് ആ നോവൽ. വിവർത്തനത്തിന്റെ ഭംഗിയില്ലായ്മകൊണ്ട് ഭാഷ

യുടെ മാസ്മരശക്തി ചോർന്നുപോയ ആ കൃതിയെ – ഭാഷയിൽ നന്നായി ധ്യാനിക്കുന്ന എം ടി ഇഷ്ടപ്പെടാൻ കാരണം അതിന്റെ ആഖ്യാനത്തിലെ തലതിരിച്ചിട്ട വിഹഗവീക്ഷണ (reverse bird-eye-view) മാവാം.

കുട്ടി + 'കാലം' = കുട്ടിക്കാലം

എം ടിയുടെ ഭാഷ, നിർമ്മിക്കാൻ പ്രയാസമുള്ള നരേറ്റീവാണ്; വായിച്ചുപോകാൻ വളരെ എളുപ്പമാണെങ്കിലും. പഴയ വിപ്ലവകാരിയും സഞ്ചാരിയും സൂഫിയും കാമുകനും ഒരു കലാകാരന്റെ ഉള്ളിൽ മരിക്കുന്നില്ല. നൂറ്റാണ്ടുകളുടെ നീളമുള്ള രാത്രികളിൽ കണ്ണും കാതും തുറന്നിട്ട് ഹൃദയത്തിന്റെ അറകളിൽ ജീവിതത്തിന്റെ സ്പന്ദനങ്ങൾ പിടിച്ചെടുക്കാൻ അവർ കുടികെട്ടി കാവലിരിക്കുന്നു എന്ന് എം ടി എഴുതിയത് ഭ്രാന്ത് എന്ന ലെജെൻഡിനെയും അതിനെ കൊത്തിയെടുത്ത ബഷീറിനെയും കുറിച്ചാണ്.

എം ടി ബഷീറിനെക്കുറിച്ചെഴുതിയതൊന്നും കാരിക്കേച്ചർ ഭാഷയിലല്ല. തന്റെ കഥാപാത്രങ്ങളോടെന്നപോലെ ഒരടുപ്പം ബഷീറിന് നൂലൻവാസുവിനോടും ഉണ്ടായിരുന്നു. *അനുരാഗത്തിന്റെ ദിനങ്ങൾ* എന്ന പേര് ബഷീറിന് എം ടി കൊടുത്ത ദക്ഷിണയായിരുന്നു. 'കാമുകന്റെ ഡയറി' എന്നാണ് ബഷീർ കണ്ടുവച്ചിരുന്ന പേര്.

ബഷീർ ചിത്തരോഗത്തിന്റെ മാത്രമല്ല, റ്റയലിസം (ptylism) എന്ന് ഭിഷഗ്വരൻമാർ വിളിക്കുന്ന എപ്പോഴും തുപ്പിക്കൊണ്ടിരിക്കുന്ന പ്രതിഭാസത്തിന്റെയും ഒരു ശരീരമായിരുന്നു. ആ എഴുത്തുകാരനെ കാണാൻ കൊതിച്ചിരുന്ന തന്നെ, ആദ്യകാഴ്ചയിൽത്തന്നെ ഈ അരോചകമായ തുപ്പൽ അവിടെ നിന്നോടിച്ചതിനെപ്പറ്റി ഡോ.കെ. രാജശേഖരൻനായർ എഴുതിയിട്ടുണ്ട്.[8] എന്നാൽ, എം ടി അതിനെയും കണ്ടത് ബഷീറിനോടുള്ള തന്റെ സ്നേഹത്തിന്റെ മാപിനികളിൽ ഒന്നായിട്ടാണ്. "വായിലൂറുന്ന കൊഴുത്ത ദ്രാവകം ഇടയ്ക്കിടെ തുപ്പി, അല്പം ശ്വാസം മുട്ടലോടെ ക്ഷീണിതനായി എന്റെ മുമ്പിലിരിക്കുന്ന ഗുരുവിനെ നോക്കുമ്പോൾ മനസ്സിൽ വേദന ഉറഞ്ഞു. കലഹിക്കാൻ വയ്യ." ഇങ്ങനെ ചേർത്തുപിടിക്കുന്ന സിദ്ധിയിൽ സ്നേഹവും അനുതാപവും ഭാഷയും തുല്യനിലയിൽ അരച്ചുചേർത്തിരിക്കുന്നു.

ഈ ഭാഷയുടെ നിർമ്മിതിവ്യക്തിത്വമായിരിക്കുന്ന ഒരു കുട്ടിയുണ്ട്. തന്റെ എഴുത്തിന്റെ ആന്തരികഭൂമിക (internal landscape)യെപ്പറ്റി പറയുമ്പോഴൊക്കെ എം ടി ആ കുട്ടിയുടെ ഓർമ്മകോണുകളിലേക്കാണ് കണ്ണുകൾ ചലിപ്പിക്കുന്നത്. ഇയാൻ ആംഗെസുമായുള്ള അഭിമുഖത്തിൽ[9] ഇങ്ങനെയൊരു കുട്ടിയെപ്പറ്റി നെയ്സ് പറയുന്നുണ്ട്. അഗാധപാരിസ്ഥിതിക പ്രവർത്തനങ്ങളെ അനുകൂലിക്കാൻ ഒരാളെ പ്രചോദിപ്പിക്കുന്നതെന്ത്? എന്ന് ആംഗെസ് ചോദിച്ചപ്പോഴാണത്.

അവരുടെ ബാല്യകാലാനുഭവമാണ് ആ പ്രചോദനം എന്ന് നെയ്സ് മറുപടി പറഞ്ഞു. അവർ സ്വതന്ത്രപ്രകൃതിയിൽ ജീവിച്ചുവളർന്നവരായി

രിക്കും. മരങ്ങളോടും ചെടികളോടും ഇഴുകിച്ചേർന്ന് കളിച്ചുവളർന്ന്, അതു കൂടി ചേർന്നതാണു വീട് എന്നനുഭവിച്ച്... പ്രകൃതിയുടെ സ്വാതന്ത്ര്യത്തിലേക്ക് ഇറങ്ങിച്ചെല്ലാൻ (അതൊരു ചെറിയ തൊടിയെങ്കിലുമാവാം) ഏതു കുട്ടിക്കുമുണ്ട് അവസരം. അങ്ങനെയാണവർ മേഘങ്ങളോട്, അസംഖ്യം ചെടികളോട്, നാനാതരം ശിലകളോട്, മലഞ്ചെരിവുകളോട്... ഒക്കെ ബന്ധങ്ങൾ രൂപപ്പെടുത്തുന്നത്.

തന്നിലെ മുതിർന്ന മനുഷ്യന്റെ അസ്വാസ്ഥ്യങ്ങളെ ശമിപ്പിക്കുന്നതിനുള്ള പ്രകൃതിശാസ്ത്രസാന്ത്വനമായി തന്നിലെ ബാല്യാനുഭവങ്ങളെ തുടർച്ചയായി എം ടി അവതരിപ്പിച്ചിട്ടുണ്ട്. ആയിരത്തിത്തൊള്ളായിരത്തി എൺപതുകളോടെ ഈ ഭാഷണങ്ങൾക്ക് സ്വതന്ത്രവ്യവഹാരങ്ങളുടെ ഒരു സ്വഭാവം രൂപപ്പെട്ടുവരുന്നതു കാണാം. പാരിസ്ഥിതിക ടൂറിസത്തെപ്പറ്റി, ആനത്താരകളുടെ സംരക്ഷണത്തിനായി പ്രവർത്തിക്കുന്ന SOCELEX നെപ്പറ്റി, പുഴകളുടെ മരണത്തെപ്പറ്റി, കാലാവസ്ഥാവ്യതിയാനത്തെപ്പറ്റി, നഷ്ടപ്പെട്ട പൂക്കളെപ്പറ്റി, ബാബാ ആംതെയെപ്പറ്റി, ഉപഭോഗമുതലാളിത്തത്തെപ്പറ്റി, മലയാളത്തെപ്പറ്റിയൊക്കെ നിരന്തരമായി എം ടി എഴുതുകയും പറയുകയും ചെയ്യുന്നു.

എം ടിയുടെ നോവലുകളിലെയും കഥകളിലെയും പ്രകൃതിസ്വരം ഒരു കാല്പനിക പ്രകൃതിസ്നേഹിയുടേതായിരുന്നില്ല എന്നതിന്റെ സ്പഷ്ടീകരണമാണ് പിന്നീടുണ്ടായ ഇത്തരം ഇടപെടലുകൾ. മലയാള ഭാഷയെക്കുറിച്ചുള്ള തന്റെ കാഴ്ചപ്പാട് (മലയാളം മറക്കുന്നവർ) അദ്ദേഹം അവതരിപ്പിച്ചത്, ഭാഷ ഒരു ആവാസവ്യവസ്ഥയാണ് എന്ന നിലയിലാണ്. പരിസ്ഥിതിഭാഷാശാസ്ത്രം ഉന്നയിക്കുന്ന മായ്ചുകളയൽ (erasure) എന്ന സങ്കല്പവുമായി എം ടിയുടെ ഭാഷാചിന്തയ്ക്ക് ബന്ധമുണ്ട്. ഒരു ഭാഷ തിരോഭവിക്കുന്നതിനു പിന്നിലെ സൂക്ഷ്മസാമ്പത്തികശാസ്ത്രത്തെ അപഗ്രഥിക്കുന്നതിന്, മായ്ചുകളയൽ പാറ്റേണുകളെ അപഗ്രഥിക്കുന്ന രീതിയെ ആരെൻസ്റ്റിബ്ബി വിശദീകരിച്ചിട്ടുണ്ട്.[10] മലയാളിയിൽനിന്ന് മലയാളം മാഞ്ഞുപോകുന്നതിനു പിന്നിലെ മിഥ്യാധാരണകളെ, സംസ്കാരത്തിന്റെ പാറ്റേണുകളായാണ് എം ടി അവതരിപ്പിക്കുന്നത്. വൈകാരികമായല്ല; വിചാരബദ്ധമായാണ്. സാഹിത്യചരിത്രത്തെ നിരീക്ഷിക്കുമ്പോൾ എത്ര യുക്തിസഹമായി അദ്ദേഹം ഭാഷയെ വിലയിരുത്തുന്നു എന്നുകാണാൻ *ഘടികാരങ്ങൾ നിലയ്ക്കുന്ന സമയ*ത്തിനെഴുതിയ അവതാരിക നോക്കിയാൽ മതി. യുക്തിസഹം എന്നത് വ്യാകരണപരമായ കടുംപിടുത്തമോ ഭാഷാവിജ്ഞാനപരമായ നിർവികാരതയോ അല്ലെന്ന് എം ടി അതിൽ സ്ഥാപിച്ചിട്ടുണ്ട്.

ഭൂമിയുടെ അസാധാരണചലനങ്ങളെ നിസ്സഹായമായ മനുഷ്യശരീരത്തിലേക്ക് വലിച്ചെടുത്തു കഥപറയുന്ന ഒരു കാന്തികരീതി *ഘടികാരങ്ങൾ നിലയ്ക്കുന്ന സമയ*ത്തിലുണ്ട്. തിരഞ്ഞുപിടിച്ച അല്പം വാക്കുകളിൽ, ഈ വ്യാപ്തിയത്രയും കഥാകാരൻ നല്കുന്നു എന്നും ഭൗതികവും മാനസികവുമായ അജ്ഞാതലോകങ്ങൾക്കു വേണ്ടിയുള്ള ഭാഷയുടെ

ഊതിക്കാച്ചലാണിതെന്നുമാണ് എം ടി പറഞ്ഞത്.

ഊതിക്കാച്ചലെന്നത്, കാവ്യതത്ത്വത്തിലെയും ഒരു പ്രയോഗമാണ് (വിളക്കിച്ചേർക്കുന്നതുപോലെയല്ല അത്). ഊതിക്കാച്ചലിൽ, പ്രാണവായുവും താപവും പ്രകാശവും ഒന്നുചേർന്ന് ഗുണത്തെ പുതിയതായി ധ്വനിപ്പിക്കുന്നു. അതു കരുതിയിട്ടാവണം, അനുമാനത്തിൽ ധ്വനി അന്തർഭവിക്കുന്നു എന്നു പറയുന്നേടത്ത് പ്രകാശം എന്നു മഹിമഭട്ടൻ ചേർത്തത്.[11]

ഭാഷയെസംബന്ധിച്ച എം ടിയുടെ ധൈഷണികതയുടെ വേരുകൾ കവിതയിലാണു കിടക്കുന്നതെന്നു പറയാം. 'വൻകടലിലെ തുഴവള്ളക്കാർ' വായിക്കുമ്പോൾ അതുറപ്പാവും. എം ടിയുടെ ഗദ്യം പരമാവധി വേഗതയോടെ സഞ്ചരിക്കുന്ന കൃതിയാണത്. എഴുത്തുകാരുടെ ജൈവവൈവിദ്ധ്യംകൊണ്ട് സംവാദാത്മകമാണ് ആ കൃതി. ചൈനയുടെ ഭൂതകാലത്തിൽവച്ച് അനേകം എഴുത്തുകാർ, ഭാഷയുടെ ഒരു പ്രത്യേകഘടനയിൽ ഒത്തുചേരുന്നു. ആ കൃതി ഒരു യാത്രാവിവരണമല്ലാതാവുന്നത് ഈ ഘടന അതിനുള്ളതുകൊണ്ടാണ്; സംവാദത്തിന്റെ തലത്തിൽ ഈ കൃതിയുടെ നിലപാട് ഏകാന്തതയുടെ പ്രയോഗത്തെ (solitary practice) യല്ല മുന്നോട്ടുവയ്ക്കുന്നത് എന്നതിനാലാണത്. കുഞ്ഞിരാമൻ നായരുടെ ആത്മകഥയെ അവതരിപ്പിക്കുമ്പോഴും മാരാരുടെ കാളിദാസവിവർത്തനങ്ങളെ വന്ദിക്കുമ്പോഴും എം ടി, കാവ്യധിഷണയുടെ സങ്കല്പങ്ങളെയാണു സ്പർശിക്കുന്നത്.

എം ടിയെ; ഏകാന്തത, ആത്മസാക്ഷാൽക്കാരം (self-realisation) എന്നിവ മുൻനിർത്തി ഒഴുക്കൻമട്ടിൽ വായിച്ചതുകൊണ്ട് നമ്മുടെ നിരൂപകർക്ക് ചില പിശകുകൾ പറ്റിയിട്ടുണ്ട്. ആത്മസാക്ഷാൽക്കാരത്തിന്, വിശാലമായ മറ്റൊരർത്ഥമാണ് ഇക്കോസഫി നല്കുന്നത്. ആ കാഴ്ച നമ്മുടെ നിരൂപർക്കു കിട്ടിയില്ല.

'ഉറഞ്ഞുകിടക്കുന്ന ദുഃഖാനുഭവങ്ങളുടെ ഉദാത്തീകരണമാണ് എം ടിയുടെ സാഹിത്യം' എന്നെഴുതിയ ഗുപ്തൻനായർ അതിന് ദുഃഖത്തിന്റെയും ലോങ്ങിനസിന്റെയും ഒരു കലർപ്പു കൊടുത്തു.[12] വികാരങ്ങളിൽനിന്നുത്ഭവിക്കുന്ന ഉദാത്തത എന്ന സങ്കല്പം ലോങ്ങിനസിന്റേതാണല്ലോ! മറ്റൊരാൾ ദർശനത്തെക്കുറിച്ചാണ് പറഞ്ഞത്. അതു വി എം വിനയകുമാറാണ്. "പൊതുവേ ജീവിതരതി നിറഞ്ഞുനില്ക്കുന്നവരാണ് എം ടിയുടെ കഥാപാത്രങ്ങൾ. ജീവിതത്തിന്റെ ഇന്ദ്രിയപ്രത്യക്ഷങ്ങൾക്കപ്പുറം പോകാത്തതുകൊണ്ടാണ് അവർക്ക് ഈ ജീവിതാവേശം നിലനിർത്താനാവുന്നത്. അതുകൊണ്ടാണ് ദർശനത്തിന്റെ ആഴങ്ങൾ തിരയുന്നത് എം ടിയുടെ നോവൽ ലോകത്തിൽ ഫലശൂന്യമായ ഒരു പ്രവൃത്തിയായിത്തീരുന്നത്."[13]

ഇക്കോസഫിയുടെ തലത്തിൽ, ഇത്തരം വിലയിരുത്തലുകൾക്ക് ഇന്ന് സാധുതയില്ല. ആത്മസാക്ഷാൽക്കാരമെന്നത് ഈഗോയുടെ മാത്രം ഉല്പന്നമാണെന്ന ധാരണയിൽനിന്നാണ് ഇത്തരം വിലയിരുത്തലുകൾ വരുന്നത്. നെയ്സ്, ഈ പ്രയോഗത്തിനു കല്പിച്ചിട്ടുള്ള സാദ്ധ്യത മറ്റൊ

ന്നാണ്. ആത്മസാക്ഷാൽക്കാരമെന്നത്, വ്യക്തിയുടെ വികാരങ്ങളുടെ മാത്രമോ ഇന്ദ്രിയപ്രത്യക്ഷമായ അറിവുകളുടെ മാത്രമോ ഒരുല്പന്നമല്ല. അത് ആത്മത്തിന്റെ വെറും സാമൂഹികതലവും (social self) അല്ല. അതിലും വിപുലമായ ഒരു സമഗ്രപ്രകൃതിതലമാണ്. ആത്മം എന്ന സങ്കല്പം തന്നെ അപ്പോൾ വിപുലീകരിക്കപ്പെടുന്നു. താനും തന്റെ പ്രകൃതിയും ഉൾപ്പെടുന്നതാണ് അതെന്ന വിപുലീകരണം. ഈ ദർശനത്തെയാണ്, താന്നിക്കുന്നിന്റെ നെറുകയിൽ നിന്ന് കുട്ടിക്കാലത്തെ ചെറുക്കൻ പ്രകൃതിനിയമം എന്നു വിളിച്ചത്. അത് ഈ നിരൂപകരൊന്നും ശ്രദ്ധിച്ചില്ല.

എം ടിയുടെ ദർശനം, ആത്മത്തിന്റെ ഈഗോയിസ്റ്റിക്കായ മർമ്മരമല്ല. ആന്തരഭൂതലം (internal landscape) എന്ന് എം ടി വിളിച്ചിട്ടുള്ള ജീവിതതടങ്ങളുടെ ഊതിക്കാച്ചിയെടുത്ത ദർശനമാണ്. മാറ്റം എന്ന കാലദർശനത്തെ, സ്ഥലത്തിലും മനസ്സിലും വരച്ചുവയ്ക്കുന്ന ഭാഷയുടെ പ്രകൃതികലയാണ് ആ ദർശനം. ഇതുകൊണ്ടാണ് ഇടശ്ശേരിയെ 'എന്റെ സ്വന്തം കവി' എന്ന് എം ടി വിളിച്ചത്.

ജലത്തിന്റെ കോശങ്ങൾ

"മറ്റെല്ലാ കവികളും എന്റേതാണ്. അവരുടെ കവിതയും എന്റേതാണ്. പക്ഷേ, എന്റെ സ്വന്തംകവി എന്ന് എനിക്ക് എപ്പോഴും പറയാൻ തോന്നിയത് - പറയുകയും ചെയ്യുന്നത് ഇടശ്ശേരിയെയാണ്." ഇടശ്ശേരി സ്മൃതിയിൽ സംസാരിക്കുമ്പോൾ എം ടി പറഞ്ഞ വാക്യങ്ങളാണിത്. തനിക്കു കൂടി പരിചയമുള്ള ഒരു ഭൗതികവ്യാപാരത്തിന്റെയും സാംസ്കാരികപ്രതിരോധത്തിന്റേയും കവിയാണ് ഇടശ്ശേരി എന്ന അടുപ്പത്തെയാണ് എം ടി സ്വന്തം എന്നു വിളിച്ചത്.

ജലം എന്ന അനുഭവം കൊണ്ടെഴുതപ്പെട്ടിരിക്കുന്ന 'കുറ്റിപ്പുറം പാലം' മാവണം എം ടിക്ക് ഏറെ പ്രിയപ്പെട്ട ഇടശ്ശേരിക്കവിതയും. എം ടി തന്റെ എഴുത്തിന്റെ ജലമത്രയും സംഭരിച്ചിട്ടുള്ള നിളാനദിയാണതിലെ കാവ്യശരീരം.

കുറ്റിപ്പുറം പാലത്തിലെ നിള ഒരു ഭാവനാഭാവികാലമാണ്. നാടിനെ തകർക്കാൻ കൈകാലുകൾ വച്ചുവന്ന യന്ത്രനാഗരികതയെ വിമർശിച്ചുകൊണ്ടാണ് ഇടശ്ശേരി അതെഴുതിയത്. ജലത്തിന്റെ ടിഷ്യൂസിനെ അതുപോലെ സ്പർശിച്ച ഒരു കവിത മലയാളകവിതയിൽ അതിനുമുമ്പ് ഉണ്ടായിട്ടില്ല. അന്തിമഹാകാളൻ കുന്നിനെപ്പോലും പമ്പരംപോലെ കറക്കുന്ന, യന്ത്രക്കിടാവിനെപ്പറ്റി ഇടശ്ശേരി വെളിച്ചപ്പാടുപറഞ്ഞ ആ കവിത മണ്ണിന്റെയും പുഴയുടെയും ഭിന്നസ്വരങ്ങളായി പില്ക്കാലത്ത് എം ടിയിലൂടെ പുനരാഖ്യാനം ചെയ്യപ്പെട്ടിട്ടുണ്ട്. ഇടശ്ശേരി പ്രതീക്ഷിക്കാത്ത ഒരു പരിണാമമാണ് ആ നദിക്കു വന്നു ചേർന്നതെന്ന വ്യാകുലതയോടെ എം ടി നിളയെക്കുറിച്ചെഴുതിയിട്ടുണ്ട്.

നിളയെക്കുറിച്ചെഴുതുമ്പോഴും ചാലിയാറിനെക്കുറിച്ചെഴുതുമ്പോഴും

എം ടിയിലുണ്ടായിട്ടുള്ള പ്രതികരണത്തിന്റെ പാരിസ്ഥിതികത വളരെ ആഴമുള്ളതാണ്. ആ കവിതയോടൊപ്പവും ആ പുഴയോടൊപ്പവും നടന്നുകൊണ്ടാണ് എം ടി അതു പറഞ്ഞത്. താൻ വായിച്ച കൃതികളെയും തന്നെ സ്വാധീനിച്ച കൃതികളെയും സാംസ്കാരികഭാഷണത്തിനുള്ള സജീവമായ ഘടകങ്ങളാക്കുന്നതിനുള്ള എം ടിയുടെ ആഖ്യാനശക്തി അസാധാരണമാണ്. തൃശ്ശൂരിൽ നടന്ന ഗീതാഹിരണ്യൻ അനുസ്മരണത്തിൽ (2003) 'ലോകകഥയിലെ സ്ത്രീ' എന്ന എം ടി നടത്തിയ പ്രഭാഷണത്തിന്റെ നരേറ്റീവ് അങ്ങനെയൊന്നായിരുന്നു.

ഇടശ്ശേരി ഉന്നയിച്ച ദുഃഖത്തിന്റെ വിസ്തൃതമായ രാഷ്ട്രീയത്തിലേക്ക് എം ടിയുടെ പ്രകൃതിചിന്തകൾ വികസിച്ചുവരുന്നതിന് പാലക്കാടിന്റെ പാരിസ്ഥിതികഭൂമിശാസ്ത്രത്തിലുണ്ടായ തകർച്ച വ്യക്തമായ ഒരു കാരണമാണ്. മണ്ണ്, ജലം, സസ്യപ്രകൃതി, മനുഷ്യമനസ്സ്.... ഇവ എങ്ങനെ എം ടിയുടെ സാഹിത്യത്തിന്റെ സമഗ്രമായി നില്ക്കുന്നുവോ, അവയുടെ ഉലച്ചിലുകൾക്കെതിരെ ഒരു സമരനാഥനെപ്പോലെ എം ടി ശബ്ദമുയർത്തുന്നു. കൊസ്റ്ററിക്കയിലെ മഴക്കാടുകൾ ഏക്കറിന് അമ്പതു ഡോളർ വച്ച് വാങ്ങിയ കുട്ടികളുടെ കഥ നമുക്കും അനുവർത്തിക്കാവുന്നതാണെന്ന് എം ടി എഴുതി.

ഉയർന്ന മർദ്ദമുള്ള ചുടുകാറ്റ് ശരീരത്തിനേല്പ്പിക്കുന്ന അസ്വസ്ഥതകൾ വൈകാരികതയോടെ എം ടിയുടെ പല കഥാപാത്രങ്ങളും പങ്കിടുന്നുണ്ട്. കാലത്തിലെ ചൂട്, അങ്ങനെയും ഒരു ചൂടാണ്. ആ ചൂടുകളെക്കാൾ എത്രയോ മടങ്ങധികമാണ് ഇന്നു പാലക്കാടിന്റെ ചൂട്. തൂതപ്പുഴയൊഴികെ മറ്റെല്ലാ പുഴകളിലും നീരൊഴുക്കു കുറഞ്ഞു. ഭൂഗർഭജലനിരപ്പ് വല്ലാതെ താണു. നീർത്തടങ്ങളുടെ എണ്ണം കുറഞ്ഞു.[14]

എം ടി എഴുതുമ്പോൾ, പരിസ്ഥിതി വാദത്തിന്റെ ടെർമിനോളജികൾ ഉപയോഗിച്ചല്ല എഴുതുന്നത്. സിദ്ധാന്തത്തിന്റെ യാന്ത്രികത ഉപയോഗിച്ചല്ല എഴുതുന്നത്. ഗ്യുന്തർഗ്രാസ് കല്ക്കത്തയെക്കുറിച്ചെഴുതിയതുപോലെയാണത് (Show your Tongue). ഗ്രാസിനു വായനക്കാർ നന്നേ കുറവാണ് ഇന്നും കേരളത്തിൽ. ഗ്രാസിന്റെ *ഡോഗ് ഇയേഴ്സ്* നോവൽ ബുക്ക്ഷെൽഫിൽ നിന്നെടുത്ത് മറിച്ചുനോട്ടം നടത്തുന്ന എം ടിയുടെ പ്രസിദ്ധമായ ഒരു ചിത്രമുണ്ട് (എഴുപതുകൾ അവസാനമാവാം). എം ടിയുടെ സൂക്ഷ്മവായനകളുടെ ചരിത്രത്തിൽ ആ ചിത്രത്തിലെ നോട്ടത്തിന് വല്ലാത്ത ശക്തിതന്നെയുണ്ട്.

പരിസ്ഥിതി ചിന്തയുടെ ഉപയോഗമൂല്യമെന്നത്, അത് പ്രഭാഷണകലയിലോ ക്ലാസ്മുറിയിലോ വിജയകരമായി പ്രയോജനപ്പെടുന്നു എന്നതല്ല. ഭൂമിയുടെ യഥാർത്ഥമായ സാദ്ധ്യതകളിലേക്ക് നമ്മെ മടക്കിക്കൊണ്ടുപോവുന്നു എന്നതാണ്. അഗാധപാരിസ്ഥിതിക ചിന്ത അതാണു ചെയ്യുന്നത്. അത്, ഓരോ പ്രകൃതി വസ്തുവിന്റെയും അകൃത്രിമമായ (intrinsic) സാദ്ധ്യത കണ്ടെത്താൻ ശ്രമിക്കുന്നു.

'ഷെർലക്' അങ്ങനെയൊരു കഥയാണ്. നഖങ്ങളാണ് ആ സ്പീഷീ

സിന്റെ ഏറ്റവും മുഖ്യമായ പ്രകൃതിചിഹ്നം. ജയന്ത് ഷിർഡയെപ്പോലെ, കഥാവസാനം വരെ അപ്രത്യക്ഷമായിരിക്കുകയല്ല നഖങ്ങൾ ചെയ്തത്. സർജറി ചെയ്തു നീക്കിയാൽപ്പിന്നെ, അതു സാദ്ധ്യമല്ലെന്നിരുന്നിട്ടും മട ങ്ങിവന്ന നഖങ്ങൾ പ്രകൃതിയുടെ വിശ്വാസ്യതയെ ഉറപ്പിക്കുകയാണു ചെയ്തത്. ഷെർലക് അധിനിവേശത്തിന്റെ സ്വകാര്യതയാണെന്നു വായിക്കാം. പക്ഷേ, അതിലുമേറെയാണ് നഖത്തിന്റെ വാസ്തവികത. ആ ജീവിയുടെ, സ്വാഭാവികമായ ഒരു അവകാശത്തെ (പ്രതികരണത്തെ) മട ക്കിക്കൊടുത്തുകൊണ്ട്, ആ കഥ വളരെ ശാന്തമായി അവസാനിച്ചു. അപ്പോൾ ബാലുവിനു ലഭിക്കുന്ന, മനുഷ്യേതരമായ ആശ്വാസത്തെ ഉൾക്കൊള്ളാൻ അയാൾക്കു കഴിയാത്തത് ആ ജീവിയുടെ പരിമിതിയല്ല; ബാലു അനുഭവിക്കുന്ന ആഭ്യന്തരമായ അരക്ഷിതബോധത്തിന്റെ പ്രശ്ന മാണ്.

'Show your Tongue,' നീണ്ട ഒരു കവിതയുമാണ്. അതിൽ ആവർത്തിച്ചുവരുന്ന ഒരു വാക്കാണ് ഗാർബേജ്. കൽക്കത്തയിലെ മാലി ന്യക്കൂമ്പാരങ്ങൾ കണ്ട് ഗ്രാസിന്റെ പഴയമനസ്സ് അസഹ്യമാവുന്നു. കവി തയിൽ ഒരിടത്തു പറയുന്നു: "ഇപ്പൊഴേ വളമായിത്തീർന്ന മാലിന്യങ്ങൾക്ക കത്ത് പ്രതീക്ഷയുടെ കുറ്റിച്ചെടികൾ വളരുന്നു. അടുത്ത് ഒരു കൂരയിൽ ഒളിഞ്ഞിരിക്കുന്നു ഒരു സ്കൂള്. കുട്ടികൾ സ്റ്റേജിൽ അക്ഷരങ്ങൾ എഴു തുന്നു. അവർ എഴുതുന്നത് വിവർത്തനം ചെയ്താൽ അതിങ്ങനെയാണ്. 'ജീവിതം സുന്ദരമാകുന്നു.'

ഇത്തരം വികാരത്തെ ആർദ്രത എന്നു കേവലമായി വിളിച്ചതുകൊ ണ്ടായില്ല. പുതിയ തലമുറയ്ക്കു നഷ്ടപ്പെടുന്ന ഭൂമിയുടെ മനോഹാരിത യെക്കുറിച്ചുള്ള വേദനയാണ് അതിലുള്ളത്. ആ വേദനയുടെ വലിയൊരു ചിഹ്നമാണ് എം ടിയുടെ കണ്ണാന്തളിപ്പൂവ്. ജൈവവൈവിദ്ധ്യത്തിന്റെ ആഭി ജാത്യത്തെയാണ് ആ പദം വ്യവഹരിക്കുന്നത്. എന്നാൽ അതൊരു കാല വുമാണ്. കുന്നിൻപുറങ്ങൾ നിറയെ കണ്ണാന്തളിപ്പൂക്കൾ. മലമക്കാവിലെ പ്രശസ്തവൈദ്യൻ പരമേശ്വരൻനായർ, പാറയിടുക്കുകളിൽ നിന്നു കണ്ടെ ത്തിയ മൂന്നു ചെടികൾ സംരക്ഷിച്ചു വളർത്തി. പിന്നീടു നാട്ടിലെത്തിയ പ്പോൾ എം ടി അതു കണ്ടു. "കുറ്റിയറ്റ കുടുംബത്തിലെ ദരിദ്രസന്തതി കൾ മൂന്നുപേർ മൺചട്ടിയിൽ വളരുന്നു. ഒന്നിൽ പൂവുണ്ട്. എന്റെ ഓർമ്മ യിലെ നിറം ഇതല്ലല്ലോ എന്നു സംശയിച്ചു."

കാലം ഭൂമിയിൽ വരുത്തിയ ഈ മാറ്റത്തിന്റെ കാരണക്കാരായ മനു ഷ്യഇടപെടലുകളെപ്പറ്റി ധാരാളം നിരീക്ഷണങ്ങൾ വന്നിട്ടുണ്ട്. യൂറോ പ്പിനെ സംബന്ധിച്ച് അതൊരു സാമൂഹ്യശാസ്ത്രവിചാരഗതി മാത്രമല്ല; ശാസ്ത്രത്തിനകത്തുനിന്നുള്ള പ്രതിരോധമാണ്. ഇത്തരം പ്രശ്നങ്ങൾ യൂറോപ്പിനെ വളരെ നേരത്തെ ബാധിച്ചിരുന്നതുകൊണ്ട്, അത്തരം പ്രതി ഭാഷണങ്ങളും വളരെനേരത്തേ അവിടങ്ങളിലുണ്ടായി. നൊബേൽ ജേതാ വായ ഡോ. അലെക്സിസ് കാരെൽ ഇരുപതാം നൂറ്റാണ്ടിന്റെ ആരംഭ ത്തിൽത്തന്നെ, 'Man the Unknown' ലൂടെ മണ്ണിനുവേണ്ടി സംസാരി

ക്കുന്നുണ്ട്.

ഓരോ കണ്ണാന്തളിക്കുന്നിനടിയിലും ഒരു കടലുണ്ട്. ഭൂഗർഭജലത്തിന്റെ കടല്. *നിശ്ശബ്ദവസന്ത*ത്തിലെ ഒരദ്ധ്യായം ഈ ജലശേഖരങ്ങളെക്കുറിച്ചാണു പറയുന്നത്. മഴ, മണ്ണിനു പെയ്ത് താഴേക്കൂർന്ന് വേരുകൾക്കടിയിലെ ശിലാതടങ്ങളെ ജലസംഭരണികളാക്കിത്തീർക്കുന്നു. ഒച്ചിനെക്കാൾ വേഗതക്കുറവിൽ ഒഴുകിക്കൊണ്ടേയിരിക്കുന്ന ചെറുജലസാഗരങ്ങൾ. ഈ ജലപാതകൾ ചിലപ്പോൾ ഭൂമിയുടെ വസന്തമായി മേലേക്കു പൂക്കുന്നു. അവയെ എന്തുപേരിട്ടും വിളിക്കാം. കണ്ണാന്തളിപ്പൂക്കാലമെന്നും വിളിക്കാം. ആ പൂക്കാലമാണു നഷ്ടപ്പെട്ടതെന്നാണ് എം ടി വേദനിച്ചത്.

മോഹൻദാസ് കരംചന്ദ് ഗാന്ധി

അക്കല്ദാമ, സങ്കീർത്തന പുസ്തകമനുസരിച്ച് രക്തനിലവും ശൂന്യസ്ഥലവുമാണ്. തികച്ചും ഊഷരമായ ഭൂമി. അവിടെ പൂക്കൾ വിരിഞ്ഞിരിക്കുന്നത് ഇരുപതാം നൂറ്റാണ്ടിലെ ഒരു യാത്രക്കാരൻ കാണുന്നതായി എം ടി കഥയിലെഴുതി. (സാക്ഷ്യം പറയുവാൻ അജ്ഞാതനായ ആ യാത്രക്കാരൻ മാത്രമാവുന്നു).

ഈ പൂവ്, അഹിംസാത്മകമായ (non-violent) ഒരു ഭാഷയാണ്. യൂദായുടെയല്ല, യേശുവിന്റെ ചരിത്രത്തിലെ ഭാഷ. ഗാന്ധിയൻ തത്ത്വചിന്തയെ പാരിസ്ഥിതികമായി വികസിപ്പിച്ച നെയ്സ്, ഗാന്ധിയിൽ ഏറ്റവും സാർത്ഥകമായിക്കണ്ട സാദ്ധ്യത അഹിംസയുടെ ഭാഷയാണ്; nonviolent verbal communication in social conflicts.

എം ടിയുടെ ഭാഷയുടെ പൊതുസ്വരം ഇങ്ങനെയൊന്നാണ്. സംഘർഷത്തെ ആവിഷ്കരിക്കുമ്പോഴും അത് അഹിംസാത്മകമായ ഭാഷയിൽ എഴുതപ്പെടുന്നു. മിക്കവാറും, ഒരേ അനുഭവങ്ങളുടെ വ്യത്യസ്ത പാറ്റേണുകൾ കണ്ടെത്തുന്നതിലെ എം ടിയുടെ തുടർച്ചയായ താല്പര്യം ഇത്രയേറെ ജനകീയമായത് ഈ ഭാഷ കാരണമാണ്. നിർമ്മിക്കാൻ പ്രയാസമുള്ള ആ ഭാഷ സ്ഥിരതാനം സൂക്ഷിക്കുന്ന ഒന്നാണ്. ദീർഘകാലം വായനക്കാരെ ഒപ്പം കൂട്ടാൻ എം ടിക്കു കഴിഞ്ഞത് അതുകൊണ്ടാണ്.

വ്യക്തമായ ഉൾക്കാഴ്ചയോടെ നടത്തുന്ന അതിജീവനത്തിനുവേണ്ടി രൂപപ്പെടുന്ന ആ ഭാഷ, ഉറൂബിനെക്കാൾ ആർദ്രതയും ഒഴുക്കും നരവംശ ദൗർബല്യങ്ങളും പ്രദർശിപ്പിക്കുന്നു. ഉറൂബ് എഴുതിയത് മനുഷ്യവിധിയുടെ കഥകളാണ്; എം ടി ആ മട്ടിലുള്ള വിധികളിലൂന്നിയല്ല എഴുതിയത്.

അഹിംസ, വിധിയെക്കാൾ മനഃസാക്ഷിയെ പരിഗണിക്കുന്നു. സർഗ്ഗാത്മകമായ ഏകാന്തതയിലേക്ക് അഹിംസ ഒരാളെ നയിക്കുന്നു. ജീൻ ഗിയാനോയുടെ 'മരങ്ങൾ നട്ട മനുഷ്യ'നിലെ എൽസിയാഡ് ബോഫിയർ[15] ഏകാന്തതയിൽ നിന്നാണ് ഒരു മഹാവനം സൃഷ്ടിച്ചെടുത്തത്. മരിച്ചുകൊണ്ടിരിക്കുന്ന ഭൂമിയെ രക്ഷപ്പെടുത്തുന്നതിനാണ് ബന്ധുക്കളെല്ലാം നഷ്ടപ്പെട്ട അയാൾ കൂടുതൽ അന്തർമുഖനായി പരിശ്രമിച്ചുകൊണ്ടിരുന്നത്. വിധി

എന്നൊരാശയത്തെ അയാൾ പരിഗണിച്ചതേയില്ല.

സ്വാതന്ത്ര്യാനന്തര മലയാളസാഹിത്യത്തിലെ പ്രബലമായ ഭാവനകളിലൊന്നായിരുന്നു അഹിംസാത്മകമായ ഇടതുപക്ഷമെന്ന വിമർശനബോധം. ഇതാണ് എം ടിയൻ സാഹിത്യത്തിന്റെയും സാമ്പത്തികശാസ്ത്രം. സാമൂഹികവിമർശനത്തിന്റെ കാര്യത്തിൽ ഇടതുപക്ഷ നീതിബോധത്തിൽ നില്ക്കുമ്പോഴും, ആന്തരദർശനത്തിൽ ഗാന്ധിസത്തോടു സംവദിക്കുന്നതിനുള്ള ശ്രമങ്ങൾ എം ടി എക്കാലത്തും നടത്തിയിട്ടുണ്ട്. *കാല*ത്തിലെ ഒരു ഭാഗമത്രയും ഗാന്ധിയൻ ഗ്രാമമാതൃകയോടുള്ള അന്നത്തെ തൊഴിൽരഹിതരുടെ അമർഷമാണെങ്കിലും, ആ വിമർശനപാഠം വർഗ്ഗീയമോ മുതലാളിത്തപരമോ അല്ല (ഗാന്ധിയൻ ഗ്രാമസേവകനായി എം ടി കുറച്ചുകാലം സേവനമനുഷ്ഠിക്കുകയും ചെയ്തിട്ടുണ്ട്). കാലത്തിലെ ആ വിമർശനം, ഇന്ത്യൻ സാമൂഹിക ജീവിതത്തിനകത്തു നിന്നുതന്നെ ഉയർന്നുവരേണ്ട ജനാധിപത്യപരമായ ഗാന്ധിവിമർശനത്തിന് ഒരു മാതൃകയാണ്.

സാമൂഹികമാറ്റത്തിന്റെ സമ്പദ്ഘടനയെപ്പറ്റി സൂക്ഷ്മമായ വിവരങ്ങൾ നല്കുന്ന കഥാപാത്രഭൂപടമാണ് എം ടിയുടെ നോവലുകൾ. തോമസ്പിക്കെറ്റി, *Capital in the Twenty-First Century*- യിൽ പ്രാധാന്യത്തോടെ ചൂണ്ടിക്കാട്ടുന്ന ഒരു സാദ്ധ്യതയാണ് സാഹിത്യത്തിലെ ഈ സാമ്പത്തികശാസ്ത്രം.[16]

*നാലുകെട്ടി*ന്റെ രാഷ്ട്രീയം അടിസ്ഥാനപരമായ ഒരു സാമ്പത്തിക പുനർനിർമ്മിതിയാണ്. അതിലെ അഭിജാതത്വം (elitism) ജീർണ്ണിച്ച സാമൂഹികസ്ഥിതിയുടെ അനന്തരഫലവുമാണ്. വരുമാനം മാത്രമല്ല സ്വാതന്ത്ര്യവും ഓരോ വ്യക്തിയുടെയും പ്രശ്നമാണ്. കുടുംബം എന്ന ആശയത്തെ സ്വാതന്ത്ര്യത്തിന്റെ വ്യവഹാരമണ്ഡലമായി കാണുന്ന കഥാപാത്രങ്ങളാണ് എം ടിയുടെ ഏതു നോവലിന്റെയും കേന്ദ്രത്തിലുള്ളത്. സ്വാർത്ഥം എന്നത് ആ കഥാപാത്രങ്ങളുടെ മുഖമുദ്രയായിരിക്കുമ്പോഴും, ആവശ്യമുള്ളതിലേറെ ആഹരിക്കുന്നവരല്ല അവർ. ഇതൊരു പ്രത്യയശാസ്ത്രവിഷയവുമാണ്. എന്നാൽ പ്രത്യശാസ്ത്രപരമായ പ്രചാരണം തന്റെ കലയല്ല എന്ന് എം ടി തുടക്കത്തിൽത്തന്നെ സ്ഥാപിച്ചിട്ടുണ്ട്. 'രക്തംപുരണ്ട മൺതരികൾ' എന്ന ആദ്യകാലകഥയിലെ വിപ്ലവകാരി ആ നിർമ്മമതയുടെ വക്താവാണ്; വിപ്ലവ പ്രചാരകനല്ല.

സ്വാർത്ഥരായിരിക്കുമ്പോഴും നിയന്ത്രിതമായ അളവിൽ ആഹരിക്കുക എന്ന കഥാപാത്രങ്ങളുടെ ഇക്കോണമി എം ടി എന്ന വ്യക്തിയുടെ പ്രകൃതിയുടെ ഭാഗമാണ്. ധൂർത്തിനെതിരെയുള്ള ഒരു സാമ്പത്തികശാസ്ത്രം അതിലുണ്ട്. എം ടിയുടെ ചലച്ചിത്രങ്ങളിലുമുണ്ട് മിതവ്യയത്തിന്റെ ഈ സൗന്ദര്യബോധം. *നിർമ്മാല്യം* ആ മിതവ്യയത്തിന്റെ ഫലമാണ്. അരിഷ്ടിച്ചും മിച്ചംപിടിച്ചും ബാക്കിയായതുപോലും പാഴാക്കാതെയും നിർമ്മിച്ചെടുത്ത ഒരു സാമ്പത്തികവസ്തുകൂടിയാണത്. ആധുനിക ഇന്ത്യയിൽ നാമിതിനെ ഗാന്ധിയൻ ധനതത്ത്വശാസ്ത്രം എന്നും വിളിക്കുന്നു. ഡോ.

തോമസ് ഐസക്കിന്റെ പുസ്തകം പ്രകാശനം ചെയ്തുകൊണ്ട്, ഡീമോണിറ്റൈസേഷനെതിരെ എം ടി നടത്തിയ കഠിനവിമർശനവും അഹിംസാത്മകമായ സാമ്പത്തികദർശനത്തിന്റേതായിരുന്നു.

ഗാന്ധിയെ സംബന്ധിച്ച് സ്വാതന്ത്ര്യമെന്നത് സ്വരാജ് എന്ന ആശയമായിരുന്നു. അതിനുവേണ്ടി പ്രവർത്തിച്ചിരുന്ന അനേകലക്ഷം മനുഷ്യർക്കിടയിലൂടെയാണ് എം ടിയുടെ വിദ്യാഭ്യാസകാലവും കടന്നുപോയത്. അന്നത്തെ എം ടിയെ, ഗാന്ധിയൻ പ്രയോഗങ്ങൾ അടുത്തു പരിചയപ്പെടുത്തിയിരിക്കാൻ സാദ്ധ്യതയുള്ള ഒരാളെപ്പറ്റി ഡോ. കെ എൻ പണിക്കരുടെ ആത്മകഥയിൽ വായിക്കാം.[17] ഡോ.പണിക്കർ പാലക്കാട് ഗവ. വിക്ടോറിയയിൽ പഠിക്കുന്ന കാലത്ത് എം ടി സീനിയർ വിദ്യാർത്ഥിയായി അവിടെയുണ്ട്. കെമിസ്ട്രി ബിരുദത്തിന്. അന്നവിടെ കെമിസ്ട്രി ട്യൂട്ടറായിരുന്നു, സംസ്കൃതകവിയും ഗാന്ധിയനുമായിരുന്ന എ വി ശങ്കരൻമാസ്റ്റർ. എല്ലാ ഞായറാഴ്ചയും കാലത്ത് തൂപ്പുകാരുടെ കോളണിയിൽപോയി അവിടത്തെ തെരുവുകൾ വൃത്തിയാക്കുകയും അവരുടെ കുട്ടികൾക്ക് ആഹാരം കൊടുക്കുകയും പതിവാക്കിയിരുന്ന അദ്ദേഹത്തെ കുറെ വിദ്യാർത്ഥികൾ മാതൃകയായി കണ്ടിരുന്നു; (ചിലർ കഠിനമായി വിമർശിക്കുകയും).

ഗാന്ധിസത്തോടുള്ള അന്നത്തെ വിമർശനത്തിന്, പില്ക്കാല ഇന്ത്യയിൽ ആരോഗ്യകരമായ ഒരു പരിണാമം ഉണ്ടാവുന്നുണ്ട്. ഏകാധിപത്യപരമായ രാഷ്ട്രവാദത്തിനെതിരെ ജനാധിപത്യത്തിന്റെ ജൈവരൂപം ഉയർന്നുവരേണ്ടതിന്റെ ആവശ്യകത ബോദ്ധ്യപ്പെട്ട അടിയന്തരാവസ്ഥ ഘട്ടത്തിലാണ് അതാദ്യമുണ്ടായത്. സങ്കുചിത മതവാദത്തിന്റെ അധികാരതാല്പര്യങ്ങൾക്കെതിരെ, സെക്യുലറായ ഒരു ഐക്യമുന്നണി രൂപപ്പെടേണ്ട ഘട്ടത്തിലാണ് രണ്ടാമത്തെ പരിണാമം. എൺപതുകൾ മുതൽ, ഗാന്ധിയൻ പാരിസ്ഥിതികധാരയുമായി ബന്ധപ്പെട്ട മൂന്നാമതൊരു വികാസംകൂടി സംഭവിക്കുന്നു (വരും കാലത്താവും അതിനു കൂടുതൽ സ്വാധീനശക്തിയുണ്ടാവുക എന്നു തോന്നുന്നു).

ഇതിലെ ആദ്യ രണ്ടു സാദ്ധ്യതകളെയും പ്രതിഫലിപ്പിച്ച കൃതിയായിരുന്നു എം ടിയുടെ നാടകമായ *ഗോപുരനടയിൽ*. ഗോദോയെ കാത്തിരിക്കുന്ന കോമാളികളുടെ (കോമാളികളാണു മഹാസത്യങ്ങൾ വിളിച്ചുപറയുന്നവർ) ഓർമ്മ ഈ നാടകത്തിലും കടന്നുവരും. പക്ഷേ, ഇതിലെ ഗോദോ പ്രതീക്ഷകളിൽ ഒളിച്ചിരിക്കുന്ന അസാന്നിദ്ധ്യത്തിന്റെ വിധാതാവല്ല. പ്രത്യക്ഷപ്പെട്ട്, ആരാധനാലയത്തെ ശുദ്ധീകരിക്കുന്ന ദൈവപുത്രനാണ്.

അടിയന്തരാവസ്ഥയുടെ തൊട്ടടുത്ത കാലത്താണ് ഈ നാടകം വരുന്നത്. അതിലെ ഒരു കഥാപാത്രവും ഭാവനയെ വ്യാപാരം ചെയ്യുന്നവരല്ല. നാടകം അവസാനിക്കുന്നത് പഴയൊരു ചരിത്രസന്ദർഭത്തിന്റെ ആവർത്തനം പോലെയാണ്. സർവ്വമതപ്രാർത്ഥനയുടെ മന്ദിരത്തിൽവച്ച് ഗാന്ധി ക്രൂശിക്കപ്പെട്ടതുപോലെ നരൻ എന്ന കഥാപാത്രവും ക്രൂശിക്ക

പ്പെടുന്നു. പക്ഷേ, ആ നാടകം അവസാനിക്കുന്നത് ക്രൂശിക്കലിന്റെ സന്ദിഗ്ദ്ധാവസ്ഥയിലല്ല. രംഗത്തുവരുന്ന ഒരു കുട്ടിയുടെ കൈയിലേക്ക് നരൻ തന്റെ ഭാണ്ഡത്തിൽനിന്ന് ചെങ്കോലും കിരീടവും എടുത്തുകൊടുക്കുന്നിടത്താണ്. കുട്ടി അതൊരു വിനോദസാമഗ്രിപോലെ തലയിൽവയ്ക്കുന്നു. നരൻ പറയുന്നു: "നിനക്കാണ്. ഒരു കളിക്കോപ്പ്."

ചെങ്കോലിനെയും കിരീടത്തെയും കളിക്കോപ്പുകളാക്കിയ ഈ അളവുകോൽ ചോരപൊടിയാത്ത വിപ്ലവത്തിന്റെ സാങ്കേതികവിദ്യയാണ്. തനിക്ക് ഏറ്റവും ഇഷ്ടപ്പെട്ട അഞ്ചുകൃതികളിൽ ആദ്യത്തേത് വൈലോപ്പിള്ളിയുടെ 'കുടിയൊഴിക്കലാ'ണെന്ന് എം ടി പറഞ്ഞിട്ടുണ്ട്. ആ കവിത, അതിന്റെ അന്തിമസന്ദേശമായി വിളിച്ചുപറയുന്നത് മർദ്ദകനിണസ്വാദിനെയോർക്കും കത്തികൊണ്ട് ആത്മഹത്യ ചെയ്യരുതെന്നാണ്. പിന്നീടാ കവിത നമ്മെ ഉയരത്തിലേക്കു നടത്തുന്നു. സ്വർഗ്ഗത്തിന്റെ താക്കോൽ താഴിടങ്ങളിലാണെന്നു പറയുന്നു. അപ്പോഴും ഒരു പൂ വിടരുന്നുണ്ട്. അതും പ്രകൃതിയുടെ പൂ തന്നെയാണ്.

കെട്ട ഞങ്ങൾതൻ കേവലസ്വപ്ന-
ക്കെട്ടെടുത്തു കയറുക നിങ്ങൾ.
കേവലം മൺതുരുമ്പിൽ കിടപ്പൂ
ദേവലോകം തുറന്നിടും താക്കോൽ
പൂ വിടർത്തും പ്രകൃതി മനുഷ്യ-
പൂർണ്ണതയിൽ പുളകമേലട്ടേ!

കുറിപ്പുകൾ

1. അല്ലയോ പാർവ്വതീ, നിന്റെ പിതാവായ പർവ്വതരാജൻ തന്റെ അടിവാരത്തിൽനിന്ന് ഗുരുത്വത്തെയും വിസ്താരത്വത്തെയും വേർപെടുത്തിയെടുത്ത് നിനക്ക് സ്ത്രീധനമായി തന്നു. അതുകൊണ്ടാണ് തടിച്ചു വിശാലമായ നിന്റെ നിതംബത്തിന് മുൻകൂട്ടി കിട്ടിയിരിക്കുന്ന ഭാരിച്ചഭാവം ഭൂമിയെ മുഴുവൻ മറച്ചുകളയുന്നതും, അതേ സമയം അതിനു ലഘുത്വം വരുത്തിവെക്കുന്നതും ആയിത്തീർന്നിരിക്കുന്നത്.
2. "Modesty and the Conquest of Mountains," *The Ecology of Wisdom*, Counterpoint, 2008:66.
3. Interiorization is a mode of textual exploration, which through a discovery procedure or hermeneutical process enables us to effect entry into the interior of those literary works...എന്നും "If interiolization can enable at least a few readers to gain access to the inside - the inside of the inside - of some texts...." എന്നും അയ്യപ്പപ്പണിക്കർ. Interiorization (Anthassannivesa), ICKS, University of Kerala, 2003:2-3
4. ലോറന്റ്സ് - ഫിറ്റ്സ്ജെറാൾഡ് കൺട്രാക്ഷൻ എന്ന സങ്കല്പമുപയോഗിച്ചും ഈ ശ്ലോകത്തിലെ സങ്കല്പത്തെ മനസ്സിലാക്കാവുന്ന

താണെന്ന് നടരാജഗുരു. *സൗന്ദര്യലഹരി*, (വിവ.) മുനി നാരായണ പ്രസാദ്, *കേരളഭാഷാ ഇൻസ്റ്റിറ്റ്യൂട്ട്*, 1994:119

5. *കാഥികന്റെ പണിപ്പുര*, 1995:11
6. "In it she conducts the reader on a tour of the deepest ocean floor from the immediate point of view of an underwater eye, describing each scene scientifically yet with such wonder and delight that the underwater world is made accessible to the most nonscientific reader."
Linda Lear, Introduction to *Under the Sea-Wind*, Rachel Carson, Penguin, 2007:X
7. ആലങ്കോട് ലീലാകൃഷ്ണൻ, *എം ടി: ദേശം, വിശ്വാസം, പുരാവൃത്തങ്ങൾ*. 2016:12
8. *വൈദ്യത്തിന്റെ സ്മൃതിസൗന്ദര്യം*, ഡി സി ബുക്സ്, 2017:320
9. Alternatives Journal Summer 1997, Vol.23, No.3, Ethical Wood (Summer 1997), pp.18-21
10. "An eraser pattern is a linguistic representation of an area of life as irrelevant, marginal or unimportant through its systematic absence, backgrounding or distortion in texts."
Arran Stibbe, Ecolinguistics: Language, Ecology and the Stories we live by. Routledge, 2015:146
11. "അനുമാനേf ന്തർഭാവം സർവ്വസ്യൈവ ധ്വനേ: പ്രകാശയിതും" (*വ്യക്തിവിവേകം*)
12. "നാലുകെട്ടിലെ നിഴലും വെളിച്ചവും", *സൃഷ്ടിയും സ്രഷ്ടാവും, ഡി സി ബുക്സ്*, 1996:177
13. *ഇന്ദ്രിയപ്രത്യക്ഷങ്ങളുടെ മേച്ചിൽപ്പുറങ്ങൾ*, എം ടി: കല, കാലം, വ്യക്തി. കെ ജയകുമാർ (എഡി.), 1998:69
14. *പരിസ്ഥിതിയുടെ വർത്തമാനം*, ജി. നിർമ്മല, *മാതൃഭൂമി ബുക്സ്*, 2010:27–8
15. (വിവ.)കെ. അരവിന്ദാക്ഷൻ, ആൾട്ടർ മീഡിയ: തൃശ്ശൂർ, 1998
16. "One could easily multiply example by drawing on America, German and Italian novel, as well as on the literature of all the other countries that experienced this long period of monetary stability. Until World War I, money had meaning, and novelists didnot fail to exploit it, explore it, and turn it into a literary subject." *Thomas Piketty*, The Belknap Press, 2014:106
17. *കലുഷിതമായ കാലം: ഒരു ചരിത്രകാരന്റെ ഓർമ്മക്കുറിപ്പുകൾ, ചിന്ത പബ്ലിഷേഴ്സ്*, 2021 ഏപ്രിൽ:34.

www.ingramcontent.com/pod-product-compliance
Lightning Source LLC
LaVergne TN
LVHW090412051026
849518LV00006B/2332
* 9 7 8 8 1 1 9 1 3 1 1 6 7 *